AF764913

മോഹനൻ ചാമണ്ടി

കണ്ണൂർ ജില്ലയിൽ കുഞ്ഞിമംഗലത്ത് വടക്കെ തലക്കൽ അമ്പുവിന്റെയും ചാമണ്ടി കല്യാണിയുടെയും മകനായി 1963ൽ ജനനം. കുഞ്ഞിമംഗലം ഗവ.സെൻട്രൽ യു.പി. സ്കൂൾ, കുഞ്ഞിമംഗലം ഗവ.ഹൈസ്കൂൾ, പയ്യന്നൂർ കോളേജ്, കണ്ണൂർ എസ്സ്.എൻ.കോളേജ്, കോഴിക്കോട് സർവ്വകലാശാല ഗണിതശാസ്ത്രം ഡിപ്പാർട്ട്മെന്റ്, കണ്ണൂർ ബി.എഡ്. സെന്റർ എന്നീ സ്ഥാപനങ്ങളിൽ പഠനം.

1992ൽ കേരള വാട്ടർ അതോറിറ്റി കാസറഗോഡ് സബ് ഡിവിഷനിൽ എൽ.ഡി.ക്ലാർക്ക് ആയി ഗവണ്മെന്റ് സർവീസിൽ പ്രവേശിച്ചു. അതേ വർഷം ജൂലായിൽ കണ്ണൂർ ജില്ലയിൽ വയക്കര ഗവ.ഹൈസ്കൂളിൽ എച്ച്.എസ്.എ (ഗണിതശാസ്ത്രം) ആയി നിയമനം ലഭിച്ചു. തുടർന്ന് കോറോം ഗവ.ഹൈസ്കൂൾ, കുഞ്ഞിമംഗലം ഗവ. ഹൈസ്കൂൾ, ചെറുകുന്ന് ഗവ. വെൽഫെയർ ഹൈസ്കൂൾ എന്നീ സ്കൂളുകളിലെ സേവനത്തിന് ശേഷം 2014 മുതൽ ഹൈസ്കൂൾ ഹെഡ്മാസ്റ്റർ ആയി ആലപ്പുഴ ജില്ലയിൽ ജി.എച്ച്.എസ്.എസ്. അങ്ങാടിക്കൽ സൗത്ത്, ചെങ്ങന്നൂർ, കാസറഗോഡ് ജില്ലയിൽ ജി.വി.എച്ച്.എസ്.എസ്. കുണിയ, കണ്ണൂർ ജില്ലയിൽ ജി.എച്ച്.എസ്.എസ്. പെരിങ്ങോം, ജി.എച്ച്.എസ്.എസ്. കൊട്ടില എന്നീ സ്കൂളുകളിലും 2017 മുതൽ ഹയർ സെക്കന്ററി സ്കൂൾ പ്രിൻസിപ്പാൾ ആയി ബങ്കറ മഞ്ചേശ്വരം ഗവ.ഹയർ സെക്കന്ററി സ്കൂളിലും പെരിങ്ങോം ഗവ. ഹയർ സെക്കന്ററി സ്കൂളിലും സേവനമനുഷ്ഠിച്ചു. 2019 ജൂൺ 30ന് സർവീസിൽ നിന്നും വിരമിച്ചു.

സർവീസ് കാലയളവിൽ ഗണിതശാസ്ത്രവിഭാഗം സംസ്ഥാന റിസോഴ്സ് ഗ്രൂപ്പ് അംഗമായും ഗണിതശാസ്ത്രപാഠപുസ്തകം തയ്യാറാക്കുന്ന സമിതിയിലെ അംഗമായും പ്രവർത്തിച്ചിട്ടുണ്ട്. 2009-10 അധ്യയനവർഷത്തിൽ, അജിത് ബാലകൃഷ്ണൻ ഫൗണ്ടേഷൻ നൽകി വന്നിരുന്ന നൂതന അധ്യാപക അവാർഡും 2009ൽ കണ്ണൂരിൽ വെച്ച് നടന്ന ദക്ഷിണേന്ത്യൻ സയൻസ് ഫെയറിൽ 'ഓവറോൾ വിന്നർ അവാർഡ്' നേടിയ കുട്ടി അവതരിപ്പിച്ച പ്രോജക്ടിന്റെ 'ഗൈഡ്' എന്ന അംഗീകാരവും ലഭിച്ചിട്ടുണ്ട്. 'പൈ മാഹാത്മ്യം' എന്ന പേരിൽ സംഖ്യയെ കുറിച്ച് ഓട്ടൻ തുള്ളലും 'എങ്ങുമെങ്ങും നിറയും ഗണിതമേ' എന്ന് തുടങ്ങുന്ന ഗണിത പ്രാർത്ഥനയും രചിച്ചിട്ടുണ്ട്. പൈ മാഹാത്മ്യം ഓട്ടൻ തുള്ളൽ സി.ഡി. പുറത്തിറക്കുകയും ചെയ്തിരുന്നു.

ഭാര്യ : സവിത.പി.വി.
മക്കൾ : ശില്പ, ശ്വേത.
വിലാസം : ചാമണ്ടി ഹൗസ്, ആണ്ടാം കൊവ്വൽ, കുഞ്ഞിമംഗലം (പി.ഒ.), കണ്ണൂർ ജില്ല.
ഫോൺ : 9744412239
ഇ മെയിൽ : chamohanan@gmail.com

Malayalam Language
Vruthavum Varayum
Jyamitheeya Nirmmithiyil
(Reference)
by
Mohanan Chamandy
♦
Published in March 2021
Second Impression May 2023
by Kairali Books Private Limited
Thalikkavu Road, Kannur.
Ph : 0497-2761200
E-Mail : Kairalibooksknr@gmail.com
♦
Cover Design
Prasanth Mangad
♦
Printed at
Manipal Technologies Ltd.

Price ₹ : 330.00
118/20-21/Sl.No.1188/200/NS 18.6
ISBN .978-93-49726-48-2

വൃത്തവും വരയും ജ്യാമിതീയ നിർമിതിയിൽ

മോഹനൻ ചാമണ്ടി
കുഞ്ഞിമംഗലം

കൈരളി ബുക്സ്

ഉള്ളടക്കം

ആമുഖം

ഗണിതശാസ്ത്രപഠനത്തിൽ വളരെയധികം പ്രാധാന്യമുള്ള ഒന്നാണ് ജ്യാമിതീയ നിർമിതികൾ. പത്താംതരം വരെയുള്ള പാഠഭാഗങ്ങളിൽ ഒട്ടേറെ നിർമിതികൾ പഠനവിധേയമാക്കുന്നുണ്ട്. ഗണിതശാസ്ത്രമേള കളിൽ പ്യൂർ മാത്തമാറ്റിക്കൽ കൺസ്ട്രക്ഷൻ, അപ്ലൈഡ് മാത്തമാറ്റി ക്കൽ കൺസ്ട്രക്ഷൻ എന്നിങ്ങനെ ജ്യാമിതീയ നിർമിതികളുമായി ബന്ധ പ്പെട്ട് രണ്ട് മത്സരയിനങ്ങളുണ്ട്. ജ്യോമട്രിക്കൽ ചാർട്ട് തയ്യാറാക്കുന്ന തിന് പാറ്റേണുകൾ വരയ്ക്കാനും ജ്യാമിതീയ നിർമിതികളിൽ ഉപയോ ഗിക്കുന്ന അടിസ്ഥാന തത്വങ്ങൾ ആവശ്യമായി വരുന്നു.

റൂളറും കോമ്പസും മാത്രം ഉപയോഗിച്ചുള്ള നിർമിതിയാണ് പ്യൂർ മാത്തമാറ്റിക്കൽ കൺസ്ട്രക്ഷൻ. ഈയിനത്തിൽ ചില നിർമിതികൾ ക്ലാസ്സുകളിൽ പഠിക്കുന്നുണ്ട്. വരയുടെ ലംബസമഭാജി (മധ്യലംബം), കോണിന്റെ സമഭാജി, 90° അളവുള്ള കോൺ , 60° അളവുള്ള കോൺ എന്നിവയുടെ നിർമിതികൾ ജ്യാമിതിയിലെ അടിസ്ഥാന ആശയങ്ങളു മായി ബന്ധപ്പെട്ട ചില നിർമിതികളാണ്. ത്രികോണത്തിന്റെ പരിവൃത്തം, അന്തർവൃത്തം, ചതുരത്തിന്റെ പരപ്പളവിന് (വിസ്തീർണത്തിന്) തുല്യ പരപ്പളവുള്ള സമചതുരം, വൃത്തത്തിന് പുറത്തുള്ള ബിന്ദുവിൽ നിന്നും വൃത്തത്തിലേക്കുള്ള തൊടുവരകൾ (സ്പർശരേഖകൾ) തുടങ്ങിയ നിർ മിതികൾ ക്ലാസ്സുകളിൽ വിശദമായി ചർച്ച ചെയ്യുന്നുണ്ട്.

പുസ്തകത്തിൽ രണ്ട് ഭാഗങ്ങളായാണ് ജ്യാമിതീയ നിർമിതികൾ വിവ രിച്ചിട്ടുള്ളത്. ഒന്നാം ഭാഗത്തിൽ വിശദീകരിച്ചിട്ടുള്ള എല്ലാ നിർമിതിക ളും റൂളറും കോമ്പസും മാത്രം ഉപയോഗിച്ചുള്ളവയാണ്. രണ്ടാം ഭാഗ ത്തിൽ നിശ്ചിത അളവുകളുള്ള ചില രൂപങ്ങളുടെ നിർമിതികളാണുള്ളത്. (ഉദാ: നാല് വശങ്ങളുടെ നീളം അറിയാമെങ്കിൽ ചക്രീയചതുർഭുജം നിർ മിക്കുന്ന വിധം, നിശ്ചിത പരപ്പളവുള്ള സമബഹുഭുജങ്ങളുടെ നിർമിതി).

ഗണിത പഠനത്തിന്, പ്രത്യേകിച്ച് ജ്യാമിതി പഠനത്തിന് കൂടുതൽ സഹായകരമാകുമെന്ന പ്രതീക്ഷയിൽ തയ്യാറാക്കിയിട്ടുള്ള ഈ പുസ്ത കത്തിൽ ഓരോ നിർമിതിയ്ക്കും അടിസ്ഥാനമായ ആശയങ്ങൾ വിശദീ കരിക്കാൻ ശ്രമിച്ചിട്ടുണ്ട്. ഒരേ പരപ്പളവുള്ള സമബഹുഭുജങ്ങളുടെ നിർ മിതി, അഭിന്നകനീളം വരുന്ന വരകളുടെ നിർമിതി, കനകാനുപാതം എന്ന

ആശയവുമായി ബന്ധപ്പെട്ട് കനകചതുരങ്ങളുടെ നിർമിതി, സമഅഷ്ട ഭുജം, സമദശഭുജം, സമദ്വാദശഭുജം എന്നീ സമബഹുഭുജങ്ങളുടെ വിശദാംശങ്ങൾ ഇവയെല്ലാം പുസ്തകത്തിൽ പ്രതിപാദിച്ചിട്ടുണ്ട്.

എഡിറ്റിംഗിന് സഹായിച്ച ഉണ്ണികൃഷ്ണൻ. എം.വി., സരീഷ്. വി., നന്ദകുമാർ. സി. പ്രസിദ്ധീകരണത്തിനാവശ്യമായ സഹായങ്ങൾ ചെയ്തു തന്ന അജയകുമാർ. എ.വി. എന്നീ അധ്യാപകസുഹൃത്തുക്കൾക്ക് പ്രത്യേകം നന്ദി രേഖപ്പെടുത്തുന്നു.

ഗണിതശാസ്ത്രത്തിൽ വ്യത്യസ്തമായ ചിന്തകൾക്ക് എന്നും പ്രോത്സാഹനവും മാർഗനിർദ്ദേശവും നൽകിയിരുന്ന പ്രശസ്തനായ ഗണിതശാസ്ത്രാധ്യാപകൻ, അന്തരിച്ച ഒ. കുഞ്ഞിക്കൃഷ്ണൻ മാസ്റ്ററുടെ ഓർമകൾക്ക് മുന്നിൽ നമിച്ചുകൊണ്ട് പുസ്തകം സമർപ്പിക്കുന്നു.

മോഹനൻ ചാമണ്ടി

കുഞ്ഞിമംഗലം

ഒന്നാം ഭാഗം

1. ജ്യാമിതീയ നിർമിതികൾ

ജ്യാമിതീയ തത്വങ്ങൾ തെളിയിക്കുന്നതിനും ജ്യാമിതീയ രൂപങ്ങളുടെ അളവുകൾ വിശദീകരിക്കുന്നതിനും പലതരം വരകൾ ആവശ്യമായി വരുന്നുണ്ട്. തെളിയിക്കപ്പെട്ട തത്വങ്ങളുടെ പ്രയോഗങ്ങളിലും അതിന്റെ അടിസ്ഥാനത്തിലുള്ള പ്രശ്നപരിഹാരങ്ങളിലും ഒട്ടേറെ നിർമിതികൾ സഹായകരമാകുന്നുമുണ്ട്.

വരകൾ , വരകൾ ചേർന്നുണ്ടാകുന്ന കോണുകൾ , ലംബം , സമാന്തരം , ത്രികോണങ്ങളുടെ സാദൃശ്യം , തുല്യത (സർവ്വസമത) , ബഹുഭുജങ്ങൾ , ബഹുഭുജങ്ങളുടെ ചുറ്റളവ് , പരപ്പളവ് (വിസ്തീർണം) , വൃത്തങ്ങൾ , തൊടുവരകൾ (സ്പർശരേഖകൾ) , ത്രികോണത്തിന്റെ പരിവൃത്തം , അന്തർവൃത്തം എന്നീ ആശയങ്ങൾ വിശദീകരിക്കുമ്പോഴും അവയുമായി ബന്ധപ്പെട്ട തത്വങ്ങൾ രൂപീകരിക്കുമ്പോഴും അനേകം നിർമിതികൾ പാഠപുസ്തകങ്ങളിലൂടെ പരിചയപ്പെടുന്നു. ക്ലാസ്സ് മുറികളിൽ ചർച്ച ചെയ്യുന്ന ആശയങ്ങളുമായി ചേർന്നു നിൽക്കുന്നവയാണെങ്കിലും അവിടെ അധികം വിശദീകരിക്കപ്പെടാതെ പോകുന്ന , ജ്യാമിതിയുടെ സൗന്ദര്യവും ചലനാത്മകതയും വിളിച്ചോതുന്ന ചില ജ്യാമിതീയ നിർമിതികൾ നൂറ്റാണ്ടുകളായി ഗണിത തല്പരരിൽ കൗതുകമുളവാക്കുന്നവയായുണ്ട്. ജ്യാമിതിയിൽ അനേകം തത്വങ്ങളും നിർമിതികളും ക്രിസ്തുവിനും മുമ്പുള്ള കാലഘട്ടത്തിൽ തന്നെ വിശദീകരിക്കപ്പെട്ടവയാണ്.

യൂക്ലിഡിന്റെ അടിസ്ഥാനപ്രമാണങ്ങളെ ആധാരമാക്കിയുള്ള നേർവരകളും വൃത്തങ്ങളുമാണ് ജ്യാമിതീയ നിർമിതികളിലുള്ളത്. യൂക്ലിഡ് തെളിവില്ലാതെ സ്വീകരിച്ച അഞ്ച് അടിസ്ഥാനപ്രമാണങ്ങൾ ഇവയാണ്.

1) ഏതു ബിന്ദുവിൽ നിന്നും മറ്റേതു ബിന്ദുവിലേക്കും ഒരു നേർവര വരയ്ക്കാം.

2) പരിമിതമായ ഒരു നേർവരയെ തുടർച്ചയായി നേർവരയായിത്തന്നെ നീട്ടാം.

3) ഏതു കേന്ദ്രവും ഏത് അകലവും വച്ച് വൃത്തം വരയ്ക്കാം.

4) എല്ലാ മട്ടകോണുകളും ഒന്നിനോടൊന്നു തുല്യമാണ്.

5) രണ്ടു നേർവരകളിൽ പതിക്കുന്ന ഒരു നേർവര ഏതെങ്കിലും ഒരു വശത്തുള്ള ഉൾക്കോണുകളുടെ തുക രണ്ടു മട്ടകോണിനേക്കാൾ കുറവാകുകയാണെങ്കിൽ, വരകൾ അനിശ്ചിതമായി നീട്ടിയാൽ കോണുകളുടെ തുക രണ്ടു മട്ടങ്ങളേക്കാൾ കുറവായ വശത്ത് കൂട്ടിമുട്ടും.

നേർവരകളും വൃത്തങ്ങളും നിർമിക്കുന്നതിന് അടിസ്ഥാനമായ ആദ്യത്തെ മൂന്ന് പ്രമാണങ്ങളാണ് ജ്യാമിതീയ നിർമിതികളിൽ പൊതുവെ ഉപയോഗിക്കുന്നത്. ഒരു ബിന്ദുവിൽ കൂടി അനേകം വരകൾ വരയ്ക്കാമെന്നും എന്നാൽ രണ്ടു ബിന്ദുക്കൾ ഉൾപ്പെടുന്ന വിധത്തിൽ ഒരു വര മാത്രമേ വരയ്ക്കാൻ സാധിക്കുകയുള്ളുവെന്നും ജ്യാമിതിയിലെ അടിസ്ഥാന വസ്തുതകളാണ്. ഒരു വരയ്ക്ക് സമാന്തരമായി അനേകം വരകളുണ്ട്. എന്നാൽ ഒരു വരയ്ക്ക് സമാന്തരമായി ഒരു നിശ്ചിത ബിന്ദുവിൽ കൂടി ഒരു വര മാത്രമേയുള്ളു. അതുപോലെ ഒരു വരയ്ക്ക് ലംബമായി അനേകം വരകളുണ്ടെങ്കിലും ഒരു നിശ്ചിത ബിന്ദുവിൽ കൂടി ഒരു ലംബവര മാത്രമേയുള്ളു. ഒരേ വരയിലല്ലാത്ത ഏതു മൂന്ന് ബിന്ദുക്കളും യോജിപ്പിച്ച് ഒരു ത്രികോണം വരയ്ക്കാമെന്നും ഒരു ത്രികോണത്തിന്റെ മൂന്ന് കോണുകളുടെ തുക 180° ആണെന്നും ത്രികോണത്തെ കുറിച്ചുള്ള പ്രാഥമിക അറിവുകളാണ്.

ഇവിടെ ചർച്ച ചെയ്യുന്ന നിർമിതികളിൽ നേർവരകൾ വരയ്ക്കുന്നതിന് റൂളറും (straight edge) വൃത്തം അഥവാ ചാപം വരയ്ക്കുന്നതിന് കോമ്പസും (compass) ഉപയോഗിക്കുന്നു. പലയിടത്തും വൃത്തം പൂർണമായി വരയ്ക്കുന്നതിന് പകരം വൃത്തഭാഗങ്ങൾ (ചാപങ്ങൾ) മാത്രമേ വരച്ചിട്ടുള്ളു.

1.1. അടിസ്ഥാന നിർമിതികൾ

ജ്യാമിതീയനിർമിതിയിലെ അടിസ്ഥാന പാഠങ്ങളാണ് വരയുടെ ലംബസമഭാജിയുടെയും കോണിന്റെ സമഭാജിയുടെയും നിർമിതി. ലംബസമഭാജിയുടെ നിർമിതിയിൽ കൂടി വരയുടെ മധ്യബിന്ദു കൃത്യമായി കണ്ടെത്തുന്നതിന് സാധിക്കുന്നു. ഒരു കോണിന്റെ പകുതി അളവുള്ള കോൺ വരയ്ക്കുന്നതിന് ആ കോണിന്റെ സമഭാജി നിർമിച്ചാൽ മതി. വരയിലെ ഒരു ബിന്ദുവിൽ കൂടിയും വരയിലല്ലാത്ത ഒരു ബിന്ദുവിൽ കൂടിയും ആ വരയ്ക്ക് ലംബം വരയ്ക്കുന്നതും $60°$, $30°$, $45°$ അളവുള്ള കോണുകൾ നിർമിക്കുന്നതും പല സന്ദർഭങ്ങളിലും ആവശ്യമായി വരുന്ന നിർമിതികളാണ്.

1.1.1. വരയുടെ ലംബസമഭാജി

AB എന്ന ഒരു വര പരിഗണിക്കുക. A യിൽ നിന്നും B യിൽ നിന്നും ഒരേ അകലത്തിലുള്ള ബിന്ദുവാണ് P. രണ്ടറ്റങ്ങളിൽ നിന്നും ഒരേ അകലം പാലിച്ചുകൊണ്ട് P യുടെ സ്ഥാനം മാറിക്കൊണ്ടിരിക്കുന്നുവെന്ന് കരുതുക. അപ്പോൾ P യുടെ സഞ്ചാരപാത എന്തായിരിക്കും ?

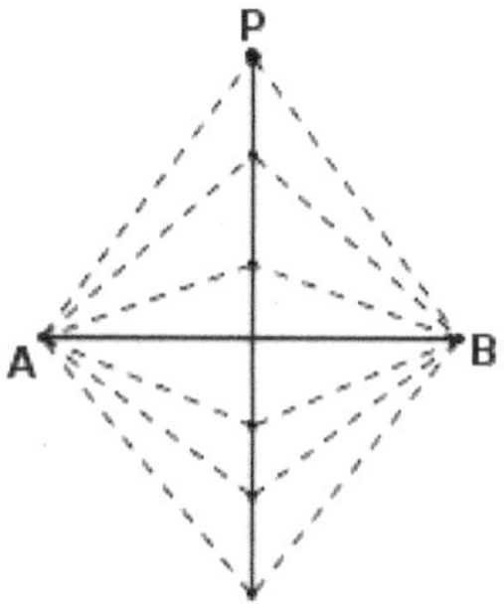

ഒരു നേർവര ആയിരിക്കുമല്ലോ. ഈ വര AB യെ സമഭാഗം ചെയ്യുമെന്ന് വ്യക്തമാണ്. ഇത് AB യ്ക്ക് ലംബമായിരിക്കുമോ ?

AP = BP ആയതുകൊണ്ട് , P യുടെ സ്ഥാനം AB യിലല്ലാത്ത സന്ദർഭത്തിൽ △PAB ഒരു സമപാർശ്വത്രികോണം ആയിരിക്കും. സമപാർശ്വത്രികോണത്തിന്റെ തുല്യവശങ്ങൾ ചേരുന്ന മൂലയിൽ നിന്നും പാദവശത്തിന്റെ മധ്യബിന്ദുവിലൂടെയുള്ള വര ആ വശത്തിന് ലംബമായിരിക്കും എന്നതുകൊണ്ട് P യുടെ സഞ്ചാരപാത AB യ്ക്ക് ലംബമായിരിക്കും . അപ്പോൾ P യുടെ സഞ്ചാരപാതയെ AB യുടെ ലംബസമഭാജി എന്ന് പറയുന്നു.

അതായത് നിശ്ചിത നീളമുള്ള വരയെ സമഭാഗം ചെയ്യുന്നതും അതിന് ലംബമായതുമായ വരയാണ് ലംബസമഭാജി (perpendicular bisector). ലംബസമഭാജി എന്നതിന് മധ്യലംബം എന്നും പറയാറുണ്ട്.

AB എന്ന വരയുടെ ലംബസമഭാജി നിർമിക്കുന്നതിന് A യിൽ നിന്നും B യിൽ നിന്നും ഒരേ അകലത്തിലുള്ള രണ്ട് ബിന്ദുക്കൾ കണ്ടുപിടിക്കണം. അതിനായി ഓരോ അഗ്രബിന്ദുവും കേന്ദ്രമായി ഒരേ ആരത്തിൽ (ആരം വരയുടെ പകുതിയേക്കാൾ കൂടുതൽ ആയിരിക്കണമല്ലോ) വൃത്തങ്ങൾ വരയ്ക്കുക. വൃത്തങ്ങൾ പരസ്പരം മുറിച്ചുകടക്കുന്ന ബിന്ദുക്കളാണ് C യും D യും എങ്കിൽ അവ രണ്ടും A യിൽ നിന്നും B യിൽ നിന്നും ഒരേ അകലത്തിലായിരിക്കും. C യും D യും യോജിപ്പിച്ച് വര വരയ്ക്കുക. ഈ വര AB യുടെ ലംബസമഭാജി ആയിരിക്കും.

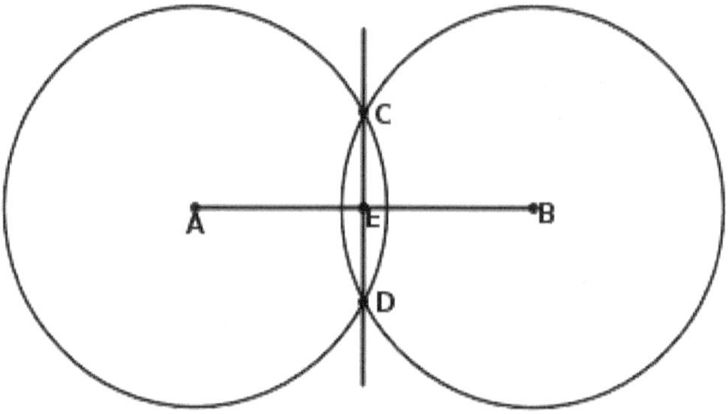

ഒരു ത്രികോണം വരച്ച് അതിന്റെ മൂന്നു വശങ്ങളുടെയും ലംബസമഭാജികൾ വരച്ചു നോക്കൂ. അവ ഒരു ബിന്ദുവിൽ സംഗമിക്കുന്നത് കാണാം. ആ ബിന്ദുവാണ് ത്രികോണത്തിന്റെ പരിവൃത്തകേന്ദ്രം.

ഒരു വൃത്തം വരച്ച് അതിൽ ഒന്നിലധികം ഞാണുകൾ വരയ്ക്കുക. ഓരോ ഞാണിന്റെയും ലംബസമഭാജികൾ വരച്ചു നോക്കിയാൽ അവ വൃത്തകേന്ദ്രത്തിൽ കൂടി കടന്നുപോകുമെന്ന് മനസ്സിലാക്കാം.

ഏതൊരു ത്രികോണത്തിന്റെയും വശങ്ങളുടെ ലംബസമഭാജികൾ ഒരു ബിന്ദുവിൽ സംഗമിക്കുമെന്നതും ഒരു വൃത്തത്തിലെ ഏതൊരു ഞാണിന്റെയും ലംബസമഭാജി വൃത്തകേന്ദ്രത്തിൽ കൂടി കടന്നുപോകുമെന്നതും വരകളുടെ ലംബസമഭാജിയുമായി ബന്ധപ്പെട്ട പ്രധാന വസ്തുതകളാണ്.

1.1.2. കോണിന്റെ സമഭാജി

ചിത്രത്തിൽ $\angle POQ$ ന്റെ രണ്ടു ഭുജങ്ങളിൽ നിന്നും ഒരേ അകലത്തിൽ (ലംബ അകലത്തിൽ) ഉള്ള ബിന്ദുവാണ് A.

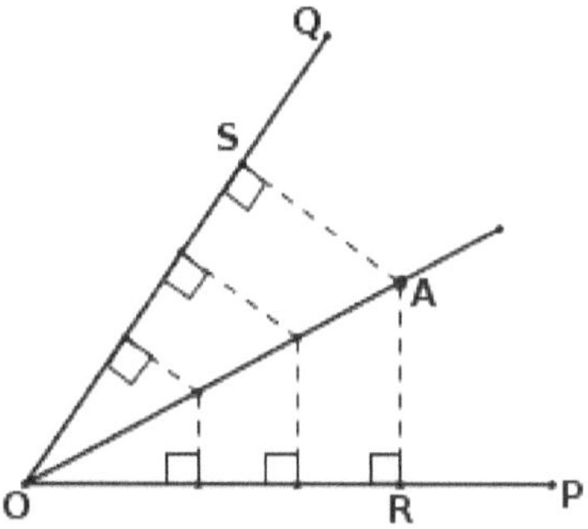

രണ്ടു ഭുജങ്ങളിൽ നിന്നും ഒരേ അകലം പാലിച്ചുകൊണ്ട് A യുടെ സ്ഥാനം മാറിക്കൊണ്ടിരിക്കുന്നു എന്ന് കരുതുക. അപ്പോൾ A യുടെ സഞ്ചാരപാതയുടെ പ്രത്യേകത എന്തായിരിക്കും ?

ഒരു നേർവര ആയിരിക്കുമല്ലോ.

A യുടെ സഞ്ചാരപാത കോണിന്റെ ശീർഷത്തിൽ കൂടി കടന്നുപോകുമെന്ന് വ്യക്തമാണ്. ഈ വര കോണിനെ സമഭാഗം ചെയ്യുമോ ?

ചിത്രത്തിൽ $\triangle ARO$, $\triangle ASO$ എന്നീ മട്ടത്രികോണങ്ങൾ പരിഗണിച്ചാൽ രണ്ടിനും പൊതുവായ കർണമാണ് OA. കൂടാതെ AR = AS ആയതിനാൽ $\triangle ARO$, $\triangle ASO$ എന്നിവ തുല്യ ത്രികോണങ്ങൾ ആകുന്നു.

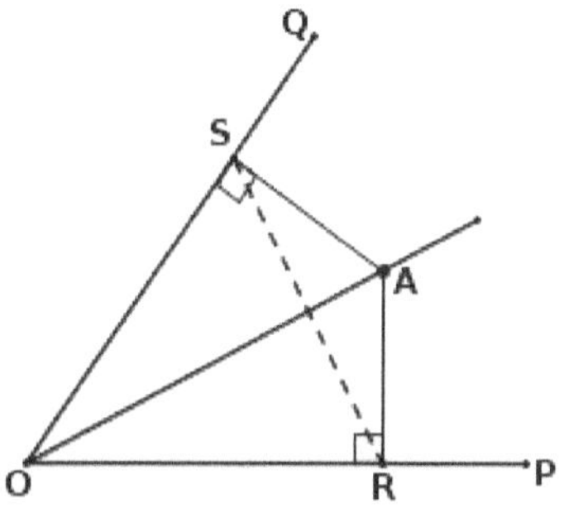

അതുകൊണ്ട് $\angle AOR = \angle AOS$. അതായത് A യുടെ സഞ്ചാരപാത $\angle POQ$ നെ രണ്ട് തുല്യകോണുകളായി ഭാഗിക്കുന്നു.

ഒരു കോണിനെ രണ്ട് തുല്യകോണുകളായി ഭാഗിക്കുന്ന വരയെയാണ് ആ കോണിന്റെ സമഭാജി (angle bisector) എന്ന് പറയുന്നത്.

കൂടാതെ ചിത്രത്തിൽ $\triangle ARO$, $\triangle ASO$ എന്നിവ തുല്യ ത്രികോണങ്ങളായതിനാൽ OR = OS ഉം $\angle OAR = \angle OAS$ ഉം ആകുന്നു. RS എന്ന വര പരിഗണിച്ചാൽ കിട്ടുന്ന $\triangle ORS$, $\triangle ARS$ എന്നീ ത്രികോണങ്ങൾ സമപാർശ്വത്രികോണങ്ങളാണ്. ഒരു സമപാർശ്വ ത്രികോണത്തിന്റെ തുല്യ വശങ്ങൾ ചേരുന്ന മൂലയിലെ കോണിന്റെ സമഭാജി എതിർവശത്തെ ലംബസമഭാഗം

ചെയ്യുമെന്നതുകൊണ്ട് OA എന്ന വര RS ന്റെ ലംബസമഭാജി ആകുന്നു. അതുകൊണ്ട് OA എന്ന വരയിലെ ഓരോ ബിന്ദുവും R , S എന്നീ ബിന്ദുക്കളിൽ നിന്നും ഒരേ അകലത്തിലായിരിക്കും. അഥവാ R , S എന്നീ ബിന്ദുക്കളിൽ നിന്നും ഒരേ അകലത്തിൽ കോണിനകത്തുള്ള ഓരോ ബിന്ദുവും OA എന്ന വരയിലായിരിക്കും. അതായത് ഓരോ ബിന്ദുവും OP , OQ എന്നീ ഭുജങ്ങളിൽ നിന്നും ഒരേ അകലത്തിലായിരിക്കും. ഈ വസ്തുത കോണിന്റെ സമഭാജി നിർമിക്കുന്നതിന് ഉപയോഗപ്പെടുത്താം.

$\angle AOB$ യുടെ സമഭാജി നിർമിക്കണമെന്നിരിക്കട്ടെ . രണ്ടു ഭുജങ്ങളിൽ നിന്നും ഒരേ അകലത്തിലുള്ള ഒരു ബിന്ദു കണ്ടുപിടിക്കണം.

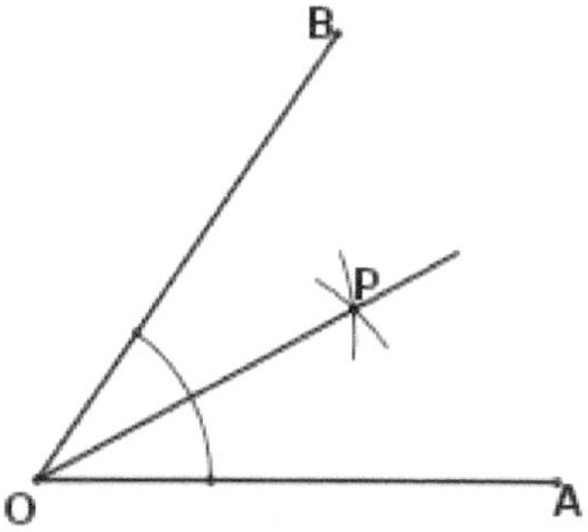

രണ്ട് ഭുജങ്ങളെയും മുറിച്ചുകടക്കുന്ന വിധത്തിൽ ശീർഷം കേന്ദ്രമായി ഒരു ചാപം വരയ്ക്കുക. മുറിച്ചുകടക്കുന്ന ബിന്ദുക്കൾ കേന്ദ്രമായി , കോണിനകത്ത് ഒരു ബിന്ദുവിൽ ഖണ്ഡിക്കുന്ന വിധത്തിൽ ചാപങ്ങൾ വരയ്ക്കുക. ആ ബിന്ദുവും കോണിന്റെ ശീർഷവും യോജിപ്പിച്ച് വരയ്ക്കുന്ന വര കോണിന്റെ സമഭാജി ആയിരിക്കും.

ഒരു ത്രികോണം വരച്ച് അതിന്റെ മൂന്നു കോണുകളുടെയും സമഭാജികൾ വരച്ചു നോക്കൂ. അവ ഒരു ബിന്ദുവിൽ സംഗമിക്കുന്നത് കാണാം. ആ ബിന്ദുവാണ് ത്രികോണത്തിന്റെ അന്തർവൃത്തകേന്ദ്രം.

ഒരു വൃത്തം വരച്ച് , ഒരു ബിന്ദുവിൽ സംഗമിക്കത്തക്കവിധം രണ്ടു തൊട്ടുവരകൾ വരയ്ക്കുക. തൊട്ടുവരകൾക്കിടയിലെ കോണിന്റെ സമഭാജി വരച്ചു നോക്കിയാൽ അത് വൃത്തകേന്ദ്രത്തിൽ കൂടി കടന്നുപോകുമെന്ന് മനസ്സിലാക്കാം.

ഏതൊരു ത്രികോണത്തിന്റെയും കോണുകളുടെ സമഭാജികൾ ഒരു ബിന്ദുവിൽ സംഗമിക്കുമെന്നതും ഒരു വൃത്തത്തിന്റെ രണ്ടു തൊട്ടുവരകൾ ഒരു ബിന്ദുവിൽ ഖണ്ഡിക്കുന്നുവെങ്കിൽ തൊട്ടുവരകൾക്കിടയിലെ കോണിന്റെ സമഭാജി വൃത്തകേന്ദ്രത്തിൽ കൂടി കടന്നുപോകുമെന്നതും കോണിന്റെ സമഭാജിയുമായി ബന്ധപ്പെട്ട സവിശേഷതകളാണ്.

1.1.3. 60° , 30° , 45° കോണുകൾ

സമഭുജത്രികോണത്തിന്റെ ഓരോ കോണും 60° ആണല്ലോ. അതുകൊണ്ട് AB എന്ന വര ഒരു ഭുജം ആകത്തക്കവിധം A എന്ന ബിന്ദുവിൽ 60° കോൺ നിർമിക്കണമെങ്കിൽ AB വശമായ സമഭുജത്രികോണം വരച്ചാൽ മതി. (AB യിലെ ഒരു ബിന്ദുവാണ് P എങ്കിൽ AP വശമായ സമഭുജത്രികോണം വരച്ചാലും മതി).

60° കോൺ നിർമിക്കുന്നതിന് AB എന്ന വര വരയ്ക്കുക.
ആ വരയെ P യിൽ മുറിച്ചുകടക്കുന്ന വിധത്തിൽ A കേന്ദ്രമായി ചാപം വരയ്ക്കുക. ആ ചാപത്തെ Q ൽ മുറിച്ചുകടക്കുന്ന വിധത്തിൽ P കേന്ദ്രമായി അതേ ആരത്തിൽ ചാപം വരയ്ക്കുക.
അപ്പോൾ AP = AQ = PQ ആയിരിക്കും.
അതുകൊണ്ട് ∠PAQ = 60°.

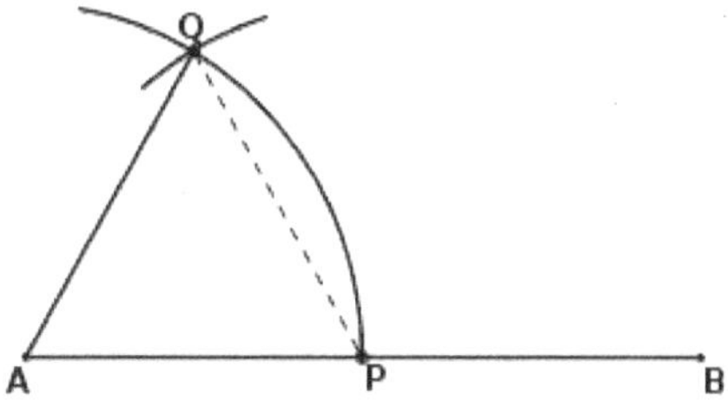

∠PAQ ന്റെ സമഭാജി വരച്ചാൽ 30° കോൺ കിട്ടുന്നു.

ഈ ആശയങ്ങൾ ഉപയോഗിച്ച് 90° കോൺ നിർമിക്കുന്നതെങ്ങിനെയെന്ന് നോക്കാം.

60° അളവിൽ ∠PAQ നിർമിച്ച ശേഷം AQ ഒരു ഭുജമാകത്തക്കവിധം A എന്ന ബിന്ദുവിൽ മറ്റൊരു 60° കോൺ (∠QAR) കൂടി നിർമിച്ചാലോ. അപ്പോൾ ∠PAR = 120° ആകും.
∠QAR ന്റെ സമഭാജി (AS) വരയ്ക്കുന്നുവെന്നിരിക്കട്ടെ.
അപ്പോൾ ∠QAS = 30° യും ∠PAS = 90° യും ആകുന്നു.

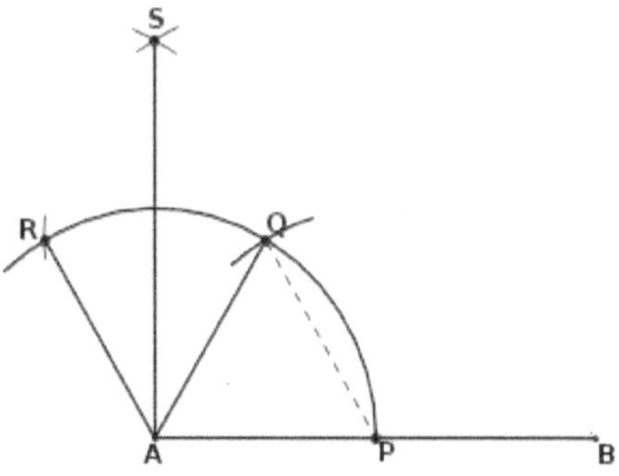

അതായത് AB യ്ക്ക് ലംബം ആയിരിക്കും AS.
∠PAS ന്റെ സമഭാജി (AT) വരച്ചാൽ ∠PAT = 45° ആയിരിക്കും.

(120° കോൺ നിർമിക്കുന്നതിന് , 60° അളവിൽ ∠PAQ നിർമിച്ച ശേഷം PA എന്ന ഭുജം A യുടെ ഭാഗത്തേക്ക് C എന്ന ബിന്ദുവരെ നീട്ടിയാലും മതിയല്ലോ. അപ്പോൾ ∠QAC = 120°).

റൂളറും കോമ്പസ്സും ഉപയോഗിച്ച് 30° , 45° , 60° , 90° , 120° എന്നീ അളവുകളുള്ള കോണുകൾ വരയ്ക്കുന്നതെങ്ങിനെയെന്ന് മനസ്സിലാക്കിയല്ലോ. കോണിന്റെ സമഭാജി എന്ന ആശയം പ്രയോജനപ്പെടുത്തിക്കൊണ്ട് ഈ രീതിയിൽ എതെല്ലാം കോണുകൾ വരയ്ക്കാമെന്ന് കണ്ടെത്താവുന്നതാണ്.

? റൂളറും കോമ്പസ്സും മാത്രം ഉപയോഗിച്ച് 75° കോൺ നിർമിക്കാമോ ? (നിർമിതി അനുബന്ധം 1 ൽ)

1.1.4. **വരയും ലംബവും**

ഒരു വരയുടെ ലംബസമഭാജിയുടെ നിർമിതി മിക്കവാറും എല്ലാ നിർമിതികളിലും ആവശ്യമായി വരുന്നുണ്ട്. വരയുടെ മധ്യബിന്ദുവിലൂടെയല്ലാതെയും ലംബം വരക്കേണ്ടി വരാം.(ഉദാ - ചതുരം നിർമിക്കുന്നതിന് ഒരു വശത്തിന്റെ അഗ്രബിന്ദുവിൽ കൂടി ലംബം വരയ്ക്കണം. വൃത്തത്തിലെ ഒരു ബിന്ദുവിൽ കൂടി തൊടുവര വരയ്ക്കുന്നതിന് ആ ബിന്ദുവിലൂടെ ആരത്തിന് ലംബം വരയ്ക്കണം). അതുപോലെ വരയിൽ അല്ലാത്ത ഒരു ബിന്ദുവിൽ നിന്നും ആ വരയ്ക്ക് ലംബം വരയ്ക്കേണ്ടതായ സന്ദർഭങ്ങളുമുണ്ട്. (ഉദാ - വൃത്തകേന്ദ്രത്തിൽ നിന്നും ഞാണിലേക്കുള്ള ലംബം , ത്രികോണത്തിന്റെ ഒരു മൂലയിൽ നിന്നും എതിർവശത്തേക്കുള്ള ലംബം)
വരയിലെ ഒരു ബിന്ദുവിൽ കൂടി ആ വരയ്ക്ക് ലംബം വരയ്ക്കുന്നതെങ്ങിനെയെന്നും ഒരു വരയ്ക്ക് പുറത്തുള്ള ബിന്ദുവിൽ കൂടി ആ വരയ്ക്ക് ലംബം വരയ്ക്കുന്നതെങ്ങിനെയെന്നും നോക്കാം.

AB എന്ന വരയിലെ ബിന്ദുവാണ് C. C യിൽ കൂടി AB യ്ക്ക് ലംബം വരയ്ക്കണം. AB യെ D എന്ന ബിന്ദുവിൽ മുറിച്ചുകടക്കുന്ന വിധത്തിൽ C കേന്ദ്രമായി നിശ്ചിത ആരത്തിൽ ചാപം വരയ്ക്കുക. ആ ചാപത്തെ E എന്ന ബിന്ദുവിൽ മുറിച്ചുകടക്കുന്ന വിധത്തിൽ D കേന്ദ്രമായും F എന്ന ബിന്ദുവിൽ മുറിച്ചുകടക്കുന്ന വിധത്തിൽ E കേന്ദ്രമായും അതേ ആരത്തിൽ ചാപങ്ങൾ വരയ്ക്കുക.

അപ്പോൾ $\angle DCE = \angle ECF = 60^\circ$.

$\angle ECF$ ന്റെ സമഭാജി CG വരയ്ക്കുക.

(അതിന് G യിൽ ഖണ്ഡിക്കത്തക്കവിധത്തിൽ E യും F ഉം കേന്ദ്രങ്ങളായി ഒരേ ആരത്തിൽ ചാപം വരയ്ക്കുക)

$\angle ECG = 30^\circ$, $\angle DCG = 90^\circ$

CG എന്ന വര AB യ്ക്ക് ലംബമായിരിക്കും.

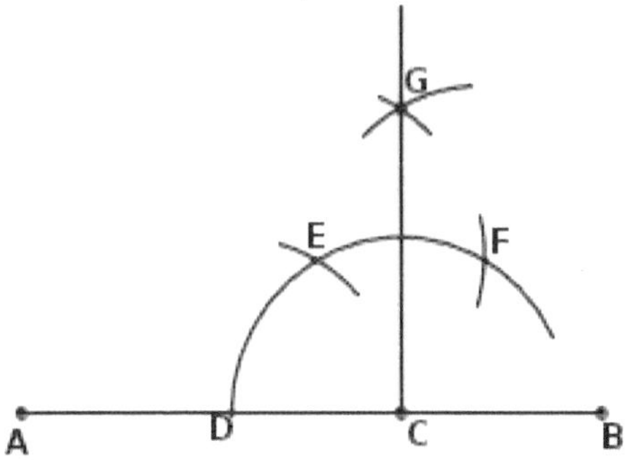

AB എന്ന വരയിലല്ലാത്ത ബിന്ദുവാണ് P. P യിൽ കൂടി AB യ്ക്ക് ലംബം വരയ്ക്കണം. AB യെ Q,R എന്നീ ബിന്ദുക്കളിൽ മുറിച്ചുകടക്കുന്ന വിധത്തിൽ P കേന്ദ്രമായി നിശ്ചിത ആരത്തിൽ ചാപം വരയ്ക്കുക.

PQ = PR. അതായത് $\triangle PQR$ സമപാർശ്വത്രികോണമാണ്.

$\angle QPR$ ന്റെ സമഭാജി PS വരയ്ക്കുക. (അതിന് S ൽ ഖണ്ഡിക്കത്തക്കവിധത്തിൽ Q , R കേന്ദ്രങ്ങളായി ഒരേ ആരത്തിൽ ചാപം വരയ്ക്കുക). QS = RS. സമപാർശ്വത്രികോണത്തിന്റെ തുല്യവശങ്ങൾ ചേരുന്ന മൂലയിലെ കോണിന്റെ സമഭാജി മൂന്നാമത്തെ വശത്തിന് ലംബമാണല്ലോ. അതുകൊണ്ട് PS എന്ന വര AB യ്ക്ക് ലംബമായിരിക്കും.

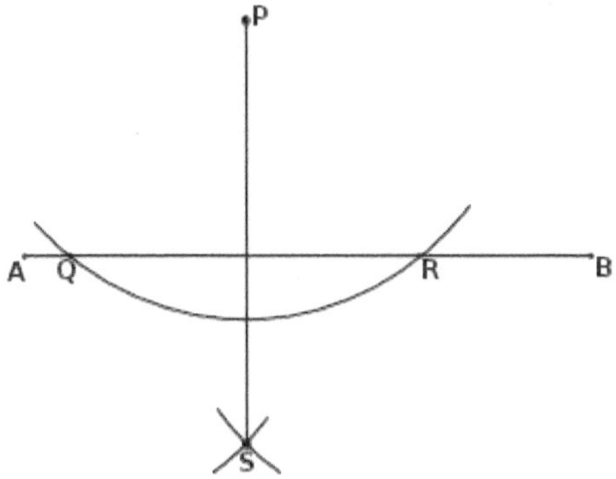

1.1.5. മട്ടത്രികോണവും അർധവൃത്തവും

ഒരു വൃത്തത്തിലെ വ്യാസത്തിന്റെ അഗ്രബിന്ദുക്കൾ വൃത്തത്തിലെ ഏതൊരു ബിന്ദുവിലും ഉണ്ടാക്കുന്ന കോൺ മട്ടകോൺ ആണെന്നും അതുകൊണ്ട് അർധവൃത്തത്തിലെ കോൺ മട്ടകോൺ ആണെന്നും നാം മനസ്സിലാക്കിയിട്ടുണ്ട്.

ഈ പുസ്തകത്തിൽ ചർച്ച ചെയ്യുന്ന നിർമിതികളിൽ പൊതുവെ വരുന്ന വളരെയധികം പ്രാധാന്യമുള്ള ഒരു ആശയം ഇതാണ് : മട്ടത്രികോണത്തിന്റെ മട്ടമൂലയിൽ നിന്നും കർണത്തിലേക്കുള്ള ലംബത്തിന്റെ വർഗം , ആ ലംബം കർണത്തെ ഭാഗിക്കുന്ന നീളങ്ങളുടെ ഗുണനഫലത്തിന് തുല്യമാണ്.

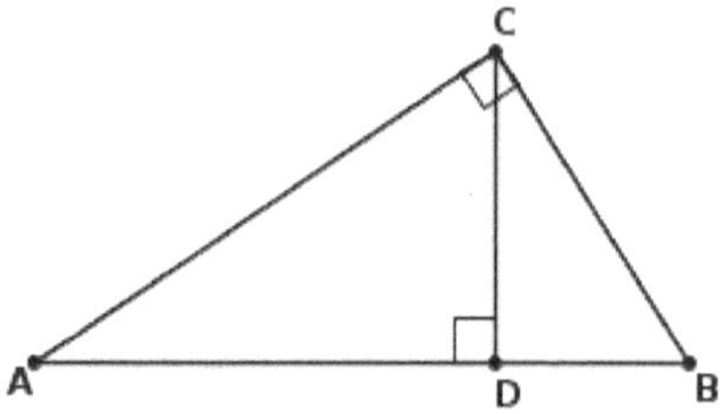

ചിത്രത്തിൽ $\angle ACB = 90°$.
C യിൽ നിന്നും AB യിലേക്കുള്ള ലംബമാണ് CD.
$\triangle ADC$, $\triangle CDB$ എന്നീ ത്രികോണങ്ങളിൽ
$\angle ADC = \angle CDB$,
$\angle ACD = \angle CBD$, $\angle CAD = \angle DCB$.
അതുകൊണ്ട് $\triangle ADC$, $\triangle CDB$ ഇവ സദൃശ ത്രികോണങ്ങളാണ്.
സദൃശ ത്രികോണങ്ങളുടെ തുല്യകോണുകൾക്കെതിരെയുള്ള വശങ്ങൾ ആനുപാതികമായതിനാൽ
AD : CD = CD : DB. അതായത് $CD^2 = AD \times DB$.

ഇതേ ആശയം അർധവൃത്തവുമായി ബന്ധപ്പെടുത്തിയും പറയാവുന്നതാണ്. അർധവൃത്തത്തിലെ ഒരു ബിന്ദുവിൽ നിന്നും വ്യാസത്തിലേക്കുള്ള ലംബത്തിന്റെ വർഗം , ആ ലംബം വ്യാസത്തെ ഭാഗിക്കുന്ന നീളങ്ങളുടെ ഗുണനഫലത്തിന് തുല്യമാണ്.

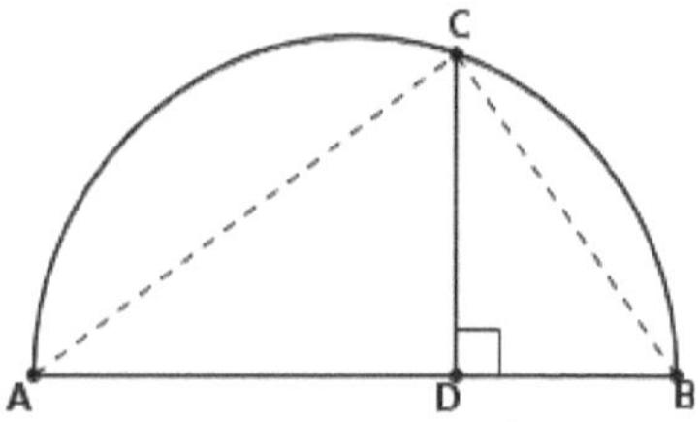

അർധവൃത്തത്തിലെ കോൺ മട്ടകോൺ ആയതിനാൽ
$\angle ACB = 90°$. C യിൽ നിന്നും
AB യിലേക്കുള്ള ലംബം CD.
$CD^2 = AD \times DB$.

ഇതു തന്നെ മറ്റൊരു രീതിയിലും വിശദീകരിക്കാം. ചിത്രം നോക്കു.
വൃത്തത്തിൽ AB , CD എന്നീ ഞാണുകൾ P എന്ന ബിന്ദുവിൽ മുറിച്ചുകടക്കുന്നു. AD,BC ഇവ വരച്ചാൽ കിട്ടുന്ന ത്രികോണങ്ങൾ
($\triangle$ADP, $\triangle$CBP) പരിഗണിക്കുക.
ഒരേ വൃത്തചാപത്തിലെ കോണുകൾ തുല്യമായതിനാൽ
$\angle ADP = \angle CBP$, $\angle DAP = \angle BCP$.
അതുകൊണ്ട് ത്രികോണങ്ങൾ സദൃശമാണ്.

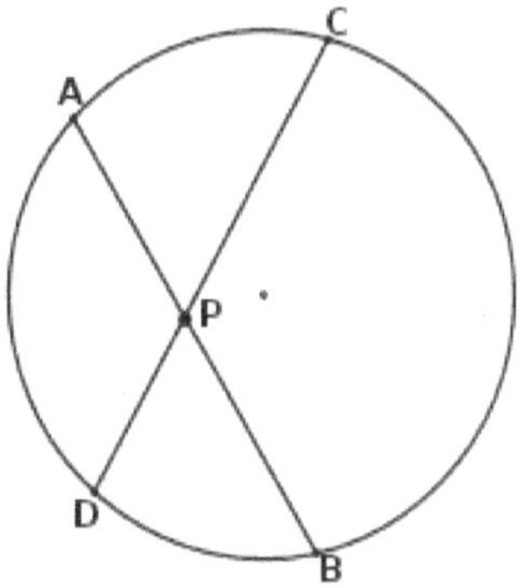

സദൃശത്രികോണങ്ങളുടെ തുല്യകോണുകൾക്കെതിരെയുള്ള വശങ്ങൾ ആനുപാതികമാണ്. അപ്പോൾ AP : CP = DP : BP .
അതായത് $AP \times BP = CP \times DP$

ഇതിൽ AB വ്യാസവും CD അതിന് ലംബവുമാണെങ്കിലോ.
ചിത്രത്തിൽ AB യ്ക്ക് ലംബമാണ് CD.
വൃത്തത്തിലെ ഒരു ഞാണിന് ലംബമായി വൃത്തകേന്ദ്രത്തിൽ കൂടിയുള്ള വര ഞാണിനെ സമഭാഗം ചെയ്യുമെന്നതുകൊണ്ട് AB എന്ന വ്യാസം CD യെ സമഭാഗം ചെയ്യും.
അതായത് CP = DP ആയിരിക്കും.
അപ്പോൾ $AP \times BP = CP^2$

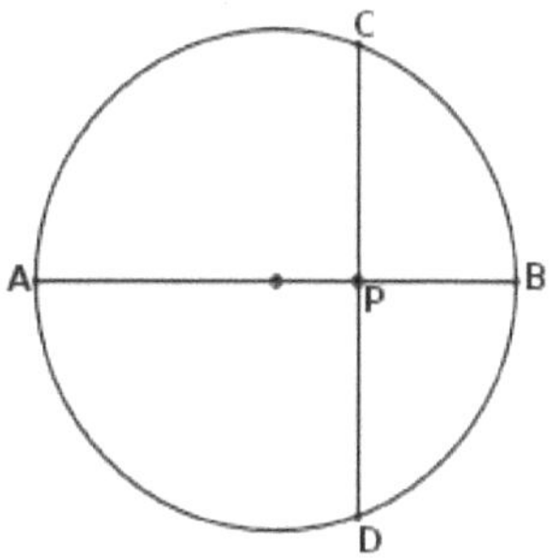

AP = a , BP = b ആകുമ്പോൾ CP = $\sqrt{ab}$ ആകുന്നു.

ഈ ആശയം ഉപയോഗപ്പെടുത്തിക്കൊണ്ട് ഒരു വരയുടെ നീളത്തിന്റെ വർഗമൂലം , വർഗം , വ്യുൽക്രമം എന്നിവ നീളമായി വരുന്ന വരകളുടെ നിർമിതി സാധ്യമാകും. ഒരു വരയുടെ നീളത്തിന്റെ വർഗമൂലം നീളമായി വരുന്ന വരയുടെ നിർമിതി ഉപയോഗപ്പെടുത്തി അഭിന്നകസംഖ്യ നീളമായി വരുന്ന വര വരയ്ക്കുന്നതിനും സാധിക്കും. സമചതുരത്തിന്റെ പരപ്പളവ് വശത്തിന്റെ വർഗം ആണല്ലോ. വർഗം നീളമായി വരുന്ന വരയുടെ നിർമിതിയുടെ സഹായത്തോടെ

സമചതുരത്തിന്റെ പരപ്പളവായ സംഖ്യ നീളമായി വരുന്ന വര നിർമിക്കാനും കഴിയും.

ചിത്രം നോക്കൂ.

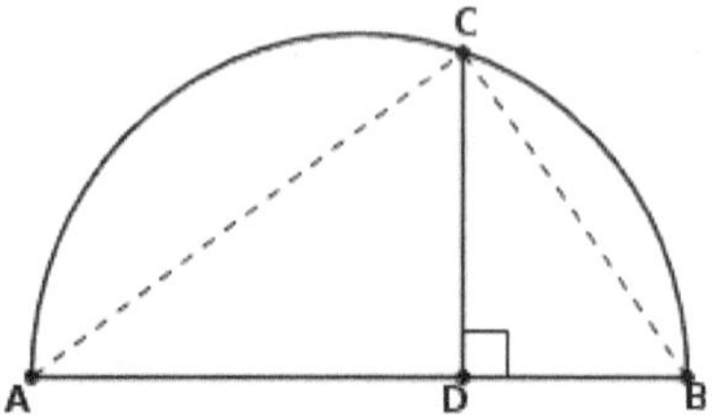

$CD^2 = AD \times DB$ എന്ന വാക്യത്തിൽ

$AD = k$ യൂണിറ്റ്, $DB = 1$ യൂണിറ്റ് ആകുമ്പോൾ $CD = \sqrt{k}$ യൂണിറ്റ്

$CD = m$ യൂണിറ്റ്, $DB = 1$ യൂണിറ്റ് ആകുമ്പോൾ $AD = m^2$ യൂണിറ്റ്

$AD = n$ യൂണിറ്റ്, $CD = 1$ യൂണിറ്റ് ആകുമ്പോൾ $DB = \frac{1}{n}$ യൂണിറ്റ്

ഒരു ചതുരത്തിന് തുല്യപരപ്പളവുള്ള സമചതുരം , സമഭുജത്രികോണം , സമഷഡ്ഭുജം , സമപഞ്ചഭുജം , സമഅഷ്ടഭുജം , സമദശഭുജം , സമദ്വാദശഭുജം എന്നിവ നിർമിക്കുന്നതിന് ഇതേ ആശയം എങ്ങിനെ ഉപയോഗിക്കാമെന്ന് തുടർന്നുള്ള ഭാഗങ്ങളിൽ വിശദീകരിക്കുന്നു.

ഒരു സമബഹുഭുജത്തിന്റെ പരപ്പളവിന് തുല്യപരപ്പളവുള്ള മറ്റൊരു സമബഹുഭുജം നിർമിക്കുന്നതിനും ഇതേ ആശയം പ്രയോജനപ്പെടുത്താവുന്നതാണ്.

ഇതുവരെ വിശദീകരിച്ച അടിസ്ഥാന ആശയങ്ങൾക്ക് ജ്യാമിതീയ നിർമിതികളിൽ എത്രമാത്രം പ്രാധാന്യം ഉണ്ടെന്ന് തുടർന്നുള്ള വിവരണങ്ങളിൽ നിന്നും വ്യക്തമാകും.

1.2. ചതുരവും സമബഹുഭുജങ്ങളും

ചതുരം , സമചതുരം , സമഭുജത്രികോണം , സമഷഡ്ഭുജം എന്നീ രൂപങ്ങളുടെ സവിശേഷതകളും നിർമിതികളും സാധാരണ പഠന സന്ദർഭങ്ങളിൽ വളരെയധികം ചർച്ച ചെയ്യപ്പെടുന്നുണ്ടല്ലോ. ഓരോന്നിന്റെയും നിർമിതി ഇവിടെ വിശദീകരിക്കുന്നില്ല. അവയുടെ പ്രത്യേകതകൾ ചുരുക്കിയെഴുതാം.

കോണുകളെല്ലാം തുല്യമായ ചതുർഭുജമാണ് ചതുരം . ഓരോ കോണും മട്ടകോൺ. എതിർവശങ്ങൾ സമാന്തരവും തുല്യവുമാണ്. വികർണങ്ങൾ തുല്യം. വികർണങ്ങൾ പരസ്പരം സമഭാഗം ചെയ്യും.

എല്ലാ വശങ്ങളും തുല്യമായ ചതുരമാണ് സമചതുരം. വികർണങ്ങൾ പരസ്പരം ലംബസമഭാഗം ചെയ്യും.

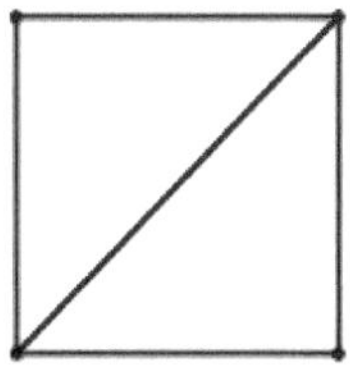

ഒരു വികർണം വരയ്ക്കുമ്പോൾ കിട്ടുന്ന രണ്ടു ത്രികോണങ്ങളുടെയും കോണുകളുടെ അളവുകൾ $45°$, $45°$, $90°$ ആണ്. മാത്രമല്ല വികർണത്തിന്റെ നീളം വശത്തിന്റെ $\sqrt{2}$ മടങ്ങാണ്.

എല്ലാ വശങ്ങളും തുല്യമായ ത്രികോണമാണ് സമഭുജത്രികോണം . കോണുകൾ തുല്യം. ഓരോ കോണും $60°$ വീതം.

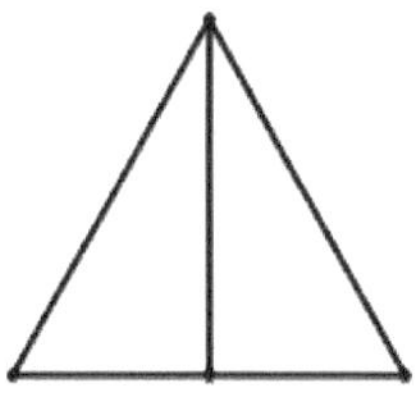

സമഭുജത്രികോണത്തിന്റെ ഓരോ കോണിന്റെയും സമഭാജി ആ കോണിന് എതിരെയുള്ള വശത്തിന്റെ ലംബസമഭാജി ആയിരിക്കും. മാത്രമല്ല ഒരു കോണിന്റെ സമഭാജി വരയ്ക്കുമ്പോൾ കിട്ടുന്ന രണ്ടു ത്രികോണങ്ങളുടെയും കോണുകളുടെ അളവുകൾ $30°$, $60°$, $90°$ ആണ്.

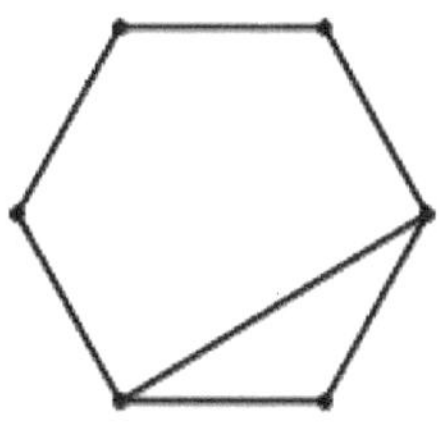

വശങ്ങൾ തുല്യവും കോണുകൾ തുല്യവും ആയ ഷഡ്ഭുജമാണ് സമഷഡ്ഭുജം . ഓരോ കോണും $120°$ വീതം. ഓരോ ബാഹ്യകോണും $60°$ വീതം. ഓരോ ചെറിയ വികർണം വരയ്ക്കുമ്പോഴും കിട്ടുന്ന ത്രികോണത്തിന്റെ കോണളവുകൾ $30°$, $30°$, $120°$ ആണ്.

1.2.1. ചതുരവും സമചതുരവും

ഒരു ചതുരത്തിന്റെ പരപ്പളവിന് തുല്യ പരപ്പളവുള്ള സമചതുരം നിർമിക്കണമെന്നിരിക്കട്ടെ.
ചതുരത്തിന്റെ നീളം a യൂണിറ്റ് , വീതി b യൂണിറ്റ് ആയാൽ പരപ്പളവ് $a \times b$ ചതുരശ്രയൂണിറ്റ്.
സമചതുരത്തിന്റെ വശത്തിന്റെ നീളം k യൂണിറ്റ് ആയാൽ പരപ്പളവ് k^2 ചതുരശ്രയൂണിറ്റ്.
പരപ്പളവ് തുല്യം $(k^2 = a \times b)$ ആകണമെങ്കിൽ $k = \sqrt{ab}$ ആയിരിക്കണമല്ലോ.
$\sqrt{ab}$ യൂണിറ്റ് നീളമുള്ള വര വരച്ച് , ആ വര വശമായി സമചതുരം നിർമിക്കാം.

ABCD എന്ന ചതുരം വരയ്ക്കുക. നീളം a എന്നും വീതി b എന്നുമിരിക്കട്ടെ. ചിത്രത്തിൽ കാണുന്നതുപോലെ CD , CB എന്നീ വശങ്ങൾ ഇരുഭാഗത്തേക്കും നീട്ടിവരയ്ക്കുക. (രണ്ടു വരകളും പരസ്പരം ലംബമാണ്).C കേന്ദ്രമായി CB ആരത്തിൽ വൃത്തം വരയ്ക്കുക. വൃത്തം DC എന്ന വരയെ E എന്ന ബിന്ദുവിൽ ഖണ്ഡിക്കുന്നു.
അപ്പോൾ CE = CB = b

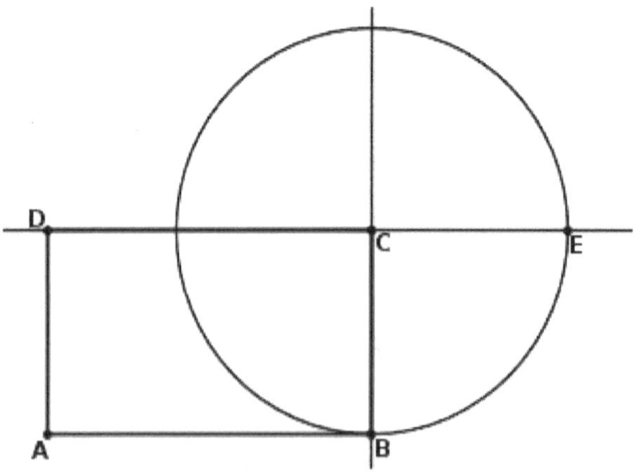

DE എന്ന വരയുടെ ലംബസമഭാജി വരച്ച് മധ്യബിന്ദു M അടയാളപ്പെടുത്തുക. M കേന്ദ്രമായി DE വ്യാസത്തിൽ അർധവൃത്തം വരയ്ക്കുക. അർധവൃത്തം BC എന്ന വരയെ F എന്ന ബിന്ദുവിൽ ഖണ്ഡിക്കുന്നു.

$CF^2 = DC \times CE = a \times b$ അതായത് $CF = \sqrt{ab}$

CF വശമായി സമചതുരം നിർമിക്കുക

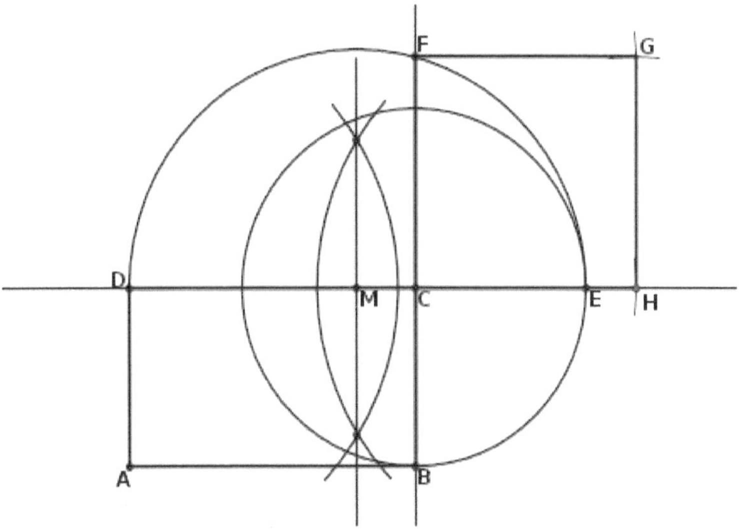

1.2.2. 30° , 60° , 90° കോണളവുള്ള ത്രികോണം

60° അളവുള്ള കോണിന്റെയും 30° അളവുള്ള കോണിന്റെയും നിർമിതി മുമ്പേ വിശദീകരിച്ചല്ലോ. ഇവ കോണുകളായി വരുന്ന ത്രികോണത്തിന്റെ വശങ്ങളുടെ പ്രത്യേകത എന്താണെന്ന് നോക്കാം. മട്ടത്രികോണത്തിന്റെ ഒരു ന്യൂനകോൺ 60° ആയാൽ മറ്റേ ന്യൂനകോൺ 30°. ഇത്തരം മട്ടത്രികോണത്തിന്റെ വശങ്ങളുടെ പ്രത്യേകത എന്ത് ?

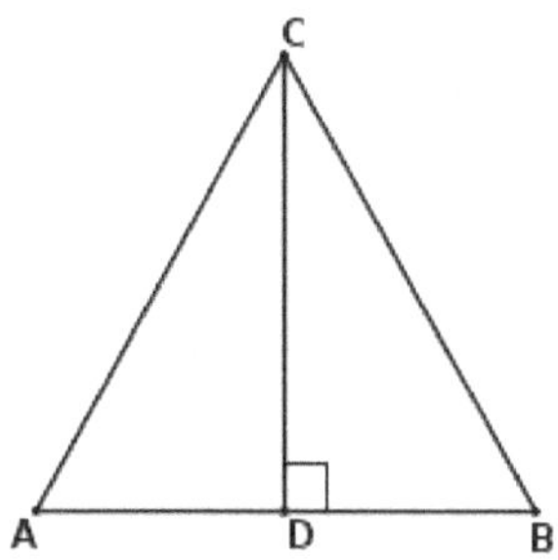

ചിത്രത്തിൽ കാണുന്ന സമഭുജത്രികോണം ABC യുടെ വശത്തിന്റെ നീളം $2a$ യൂണിറ്റ് എന്നിരിക്കട്ടെ. C യിൽ നിന്നും AB യിലേക്കുള്ള ലംബമാണ് CD. അതായത് $\angle ADC = \angle BDC = 90°$.

സമഭുജത്രികോണത്തിന്റെ ഓരോ കോണും 60° വീതമാണല്ലോ.
$\angle ACB$ യുടെ സമഭാജിയാണ് CD എന്നതിനാൽ
$\angle ACD = \angle BCD = 30^\circ$.
അതായത് $\triangle CAD$ യും $\triangle CBD$ യും 30° , 60° , 90° കോണളവുള്ള ത്രികോണമാണ്. CD എന്ന ലംബം AB യെ സമഭാഗം ചെയ്യുന്നതിനാൽ AD = a യൂണിറ്റ്. പൈഥാഗറസ് സിദ്ധാന്തമനുസരിച്ച് CD = $\sqrt{3}a$ യൂണിറ്റ് എന്ന് കാണാം.
AD = a , CD = $\sqrt{3}a$, AC = $2a$

ഒരു ത്രികോണത്തിന്റെ കോണുകൾ 30° , 60° , 90° ആണെങ്കിൽ കോണുകൾക്കെതിരെയുള്ള വശങ്ങൾ $1, \sqrt{3}, 2$ എന്നിവയ്ക്ക് ആനുപാതികമാണ്.

ഒരു വരയുടെ നീളത്തിന്റെ $\sqrt{3}$ മടങ്ങ് നീളമുള്ളതും $\frac{1}{\sqrt{3}}$ ഭാഗമുള്ളതുമായ വരകളുടെ നിർമിതിയ്ക്ക് ഈ ആശയം ഉപയോഗപ്പെടുത്താവുന്നതാണ്.

1.2.3. $\sqrt{3}$ മടങ്ങും $\frac{1}{\sqrt{3}}$ ഭാഗവും

30° , 60° , 90° കോണളവുള്ള ത്രികോണത്തിന്റെ 60° കോണിനെതിരെയുള്ള വശം , 30° കോണിനെതിരെയുള്ള വശത്തിന്റെ $\sqrt{3}$ മടങ്ങാണ്. മറിച്ച് പറഞ്ഞാൽ 30° കോണിനെതിരെയുള്ള വശം , 60° കോണിനെതിരെയുള്ള വശത്തിന്റെ $\frac{1}{\sqrt{3}}$ ഭാഗം.

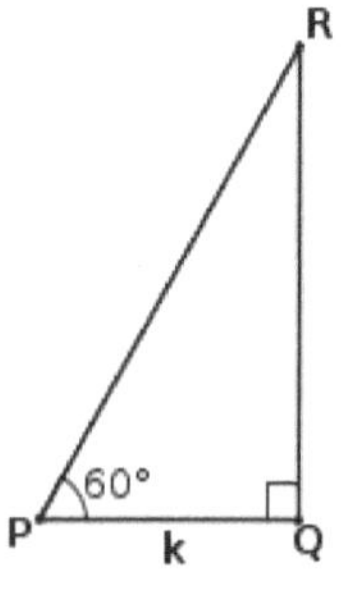

PQ എന്ന വരയുടെ നീളം k യൂണിറ്റ് എന്നിരിക്കട്ടെ. PQ ഒരു ഭുജമാകത്തക്കവിധം P യിൽ 60° കോണും Q-ൽ 90° കോണും വരുന്ന മട്ടത്രികോണം PQR നിർമിക്കുക. അപ്പോൾ $\angle PRQ = 30^\circ$.
PQ = k ആയതിനാൽ QR = $\sqrt{3}k$
അതായത് QR ന്റെ നീളം PQ ന്റെ $\sqrt{3}$ മടങ്ങാണ്.

അതുപോലെ AB ഒരു ഭുജമാകത്തക്കവിധം A യിൽ $30°$ കോണും ($60°$ കോണിന്റെ സമഭാജി) B യിൽ $90°$ കോണും വരുന്ന മട്ടത്രികോണം ABC നിർമിക്കുക. അപ്പോൾ $\angle ACB = 60°$.

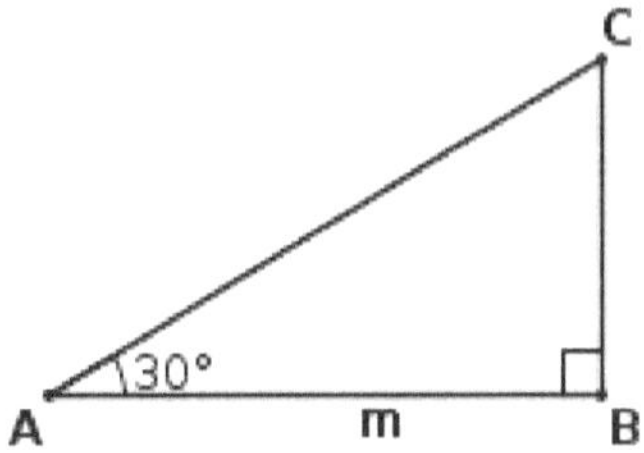

$AB = m$ ആണെങ്കിൽ $BC = \frac{m}{\sqrt{3}}$

അതായത് BC യുടെ നീളം AB യുടെ $\frac{1}{\sqrt{3}}$ ഭാഗമാണ്.

ഈ നിർമിതികളുടെ സഹായത്തോടെ ഒരു ചതുരത്തിന് തുല്യപരപ്പളവുള്ള സമഭുജത്രികോണം നിർമിക്കാവുന്നതാണ്.

1.2.4. ചതുരവും സമഭുജത്രികോണവും

സമഭുജത്രികോണത്തിന്റെ ഒരു വശം കിട്ടിയാൽ ആ ത്രികോണം നിർമിക്കാം. സമഭുജത്രികോണത്തിന്റെ പരപ്പളവ് ചതുരത്തിന്റെ പരപ്പളവിന് തുല്യമാകണമെങ്കിൽ അതിന്റെ വശം എന്തായിരിക്കണം.

സമഭുജത്രികോണത്തിന്റെ വശത്തിന്റ നീളം k ആയാൽ

പരപ്പളവ് $= \frac{\sqrt{3}k^2}{4}$

$\frac{\sqrt{3}k^2}{4} = a \times b$ ആകണമെങ്കിൽ $k^2 = \frac{4ab}{\sqrt{3}}$.

അപ്പോൾ $k = \sqrt{\frac{4ab}{\sqrt{3}}}$. അതായത് സമഭുജത്രികോണത്തിന്റെ വശം $\sqrt{\frac{4ab}{\sqrt{3}}}$ യൂണിറ്റ് ആയിരിക്കണം.

$\sqrt{\frac{4ab}{\sqrt{3}}}$ യൂണിറ്റ് നീളമുള്ള വര വരച്ച് , അത് വശമായി സമഭുജത്രികോണം നിർമിച്ചാൽ അതിന്റെ പരപ്പളവ് ചതുരത്തിന്റെ പരപ്പളവിന് തുല്യമായിരിക്കും.

ചിത്രം നോക്കൂ.

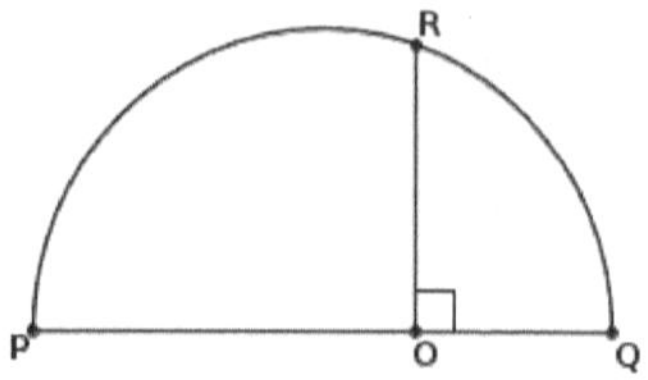

$OR^2 = OP \times OQ$ ആയതിനാൽ

$OP = 2a$, $OQ = \dfrac{2b}{\sqrt{3}}$ ആകുമ്പോൾ

$OR = \sqrt{\dfrac{4ab}{\sqrt{3}}}$

$2a$ എന്നത് ചതുരത്തിന്റെ നീളത്തിന്റെ 2 മടങ്ങും

$\dfrac{2b}{\sqrt{3}}$ എന്നത് വീതിയുടെ 2 മടങ്ങിന്റെ $\dfrac{1}{\sqrt{3}}$ ഭാഗവുമാണ്.

ABCD എന്ന ചതുരം വരയ്ക്കുക . നീളം a എന്നും വീതി b എന്നുമിരിക്കട്ടെ. ചിത്രത്തിൽ കാണുന്നതുപോലെ CD , CB എന്നീ വശങ്ങൾ ഇരുഭാഗത്തേക്കും നീട്ടിവരയ്ക്കുക.

B കേന്ദ്രമായി BC ആരത്തിലും D കേന്ദ്രമായി DC ആരത്തിലും വൃത്തങ്ങൾ വരയ്ക്കുക. B കേന്ദ്രമായ വൃത്തം CB എന്ന വരയെ E എന്ന ബിന്ദുവിലും D കേന്ദ്രമായ വൃത്തം CD എന്ന വരയെ F എന്ന ബിന്ദുവിലും ഖണ്ഡിക്കുന്നു.

അപ്പോൾ $CF = 2a$, $CE = 2b$.

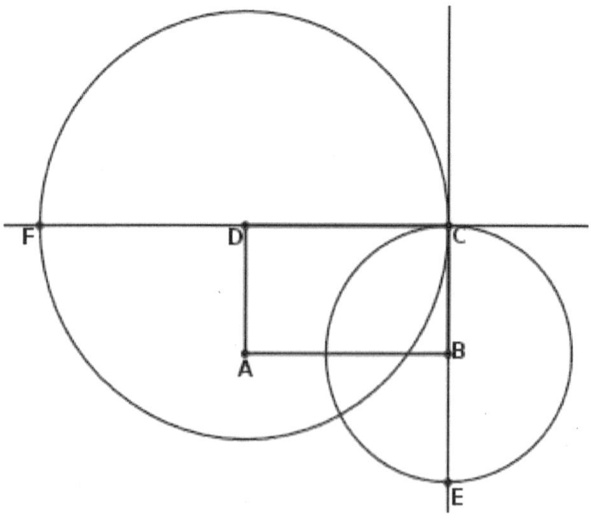

EC ഒരു ഭുജമാകത്തക്കവിധം E യിൽ 30° കോൺ നിർമിക്കണം. അതിനായി B കേന്ദ്രമായ വൃത്തത്തെ മുറിച്ചുകടക്കുന്ന വിധത്തിൽ E കേന്ദ്രമായി EB ആരത്തിൽ ചാപം വരയ്ക്കുക. ചാപം മുറിച്ചുകടക്കുന്ന ബിന്ദു (P) കേന്ദ്രമായി അതേ ആരത്തിൽ വീണ്ടും ചാപം വരയ്ക്കുക. ഈ ചാപം വൃത്തത്തെ മുറിച്ചുകടക്കുന്ന ബിന്ദു Q ആണെങ്കിൽ

$\angle CEP = 60^\circ$ യും $\angle CEQ = 30^\circ$ യും ആയിരിക്കും.

DC എന്ന വരയെ G എന്ന ബിന്ദുവിൽ ഖണ്ഡിക്കുന്ന വിധത്തിൽ EQ നീട്ടിവരയ്ക്കുക.

$\triangle CEG$ യിൽ $\angle ECG = 90^\circ$, $\angle CEG = 30^\circ$, $\angle CGE = 60^\circ$.

$CE = 2b$ ആയതുകൊണ്ട് $CG = \dfrac{2b}{\sqrt{3}}$

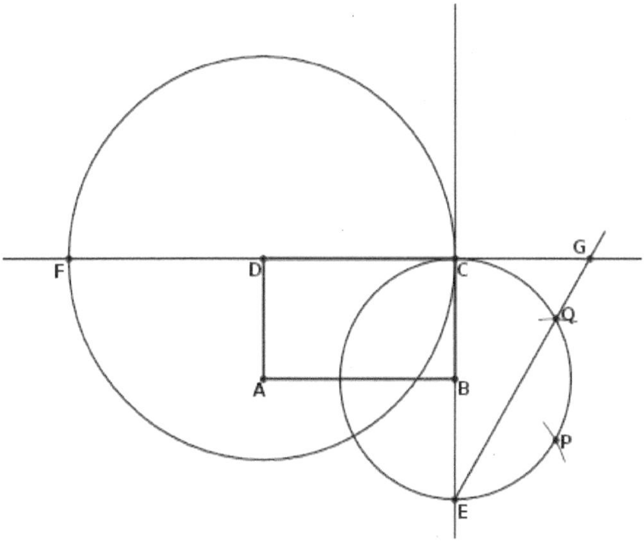

FG എന്ന വരയുടെ ലംബസമഭാജി വരച്ച് മധ്യബിന്ദു M അടയാളപ്പെടുത്തുക. M കേന്ദ്രമായി FG വ്യാസത്തിൽ അർധവൃത്തം വരയ്ക്കുക. അർധവൃത്തം BC എന്ന വരയെ H എന്ന ബിന്ദുവിൽ ഖണ്ഡിക്കുന്നു.

$CH^2 = CF \times CG = 2a \times \dfrac{2b}{\sqrt{3}} = \dfrac{4ab}{\sqrt{3}}$

അപ്പോൾ $CH = \sqrt{\dfrac{4ab}{\sqrt{3}}}$

CH വശമായി സമഭുജത്രികോണം നിർമിക്കുക.

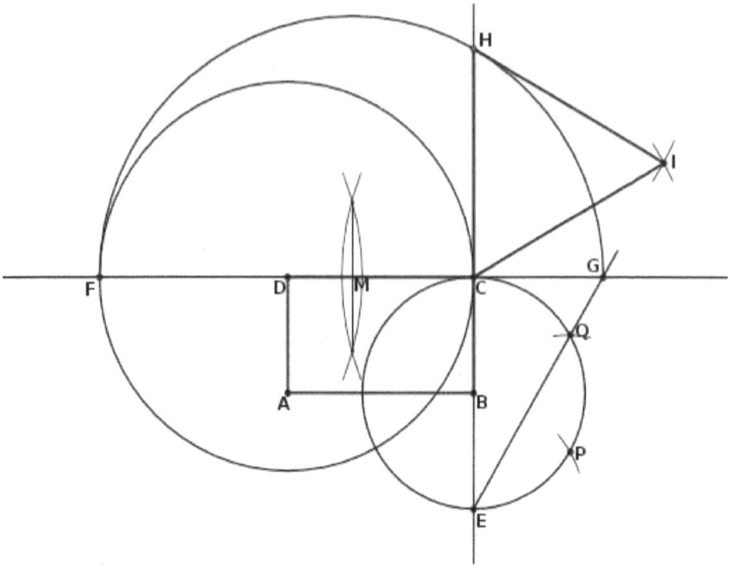

$a = b$ ആകുന്ന സന്ദർഭത്തിൽ സമചതുരത്തിന് തുല്യപരപ്പളവുള്ള സമഭുജത്രികോണത്തിന്റെ നിർമിതി ആകും.

1.2.5. സമാന്തര വരകളും കോണുകളും

ലംബവരകൾ (perpendicular lines) , സമാന്തരവരകൾ (parallel lines) എന്നിവ ജ്യാമിതിയിൽ വളരെയധികം പ്രാധാന്യമുള്ള രണ്ട് ആശയങ്ങളാണ്. ഒരു വരയ്ക്ക് ലംബമായ വര വരയ്ക്കുന്നതെങ്ങിനെയെന്ന് മനസ്സിലാക്കിയല്ലോ. ഒരു വരയ്ക്ക് സമാന്തരമായ വര എങ്ങിനെ വരയ്ക്കാം.
ഒരു ജോടി സമാന്തര വരകളിൽ ഒന്നിന് ലംബമായ വര മറ്റേതിനും ലംബമായിരിക്കും . ഒരു വര വരച്ച് അതിലെ ഒരു ബിന്ദുവിൽ കൂടി അതിന് ലംബമായി രണ്ടാമതൊരു വര വരയ്ക്കുക. ആ ലംബവരയിലെ ഒരു ബിന്ദുവിൽ കൂടി അതിന് ലംബമായി മൂന്നാമത്തെ വര വരയ്ക്കുക. ഈ വര ആദ്യത്തേതിന് സമാന്തരമായിരിക്കും.

ഒരു ജോടി സമാന്തര വരകളെ മുറിച്ചുകടക്കുന്ന വര , മുറിച്ചുകടക്കുന്ന ബിന്ദുക്കളിൽ ഉണ്ടാക്കുന്ന മറുകോണുകൾക്ക് (സമാനകോണുകൾക്കും) ഒരേ അളവാണെന്ന് നാം മനസ്സിലാക്കിയിട്ടുണ്ട്.

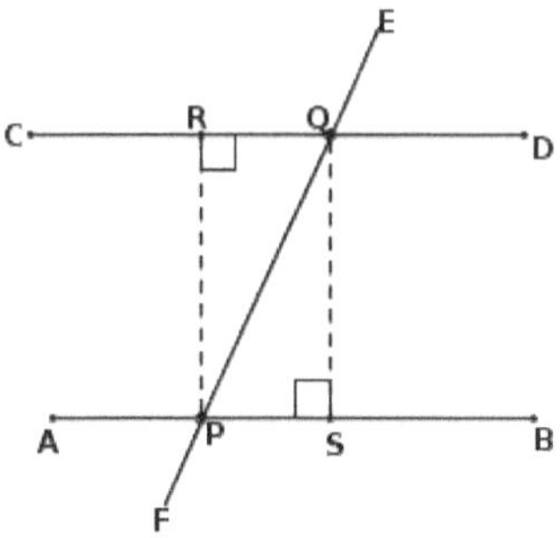

ചിത്രത്തിൽ AB , CD എന്നിവ സമാന്തരവരകളാണ്. ഈ വരകളെ P, Q എന്നീ ബിന്ദുക്കളിൽ മുറിച്ചുകടക്കുന്ന വരയാണ് EF . P യിൽ നിന്നും CD യിലേക്കുള്ള ലംബം PR ഉം Q ൽ നിന്നും AB യിലേക്കുള്ള ലംബം QS ഉം വരച്ചാൽ കിട്ടുന്ന രണ്ടു മട്ടത്രികോണങ്ങളുടെയും കർണം PQ ആണ് .

കൂടാതെ PR = QS ആയതിനാൽ

QR = PS ആയിരിക്കും. അതായത് രണ്ടും തുല്യത്രികോണങ്ങളാണ്. അവയുടെ തുല്യവശങ്ങൾക്കെതിരെയുള്ള കോണുകളും തുല്യമായിരിക്കും.

$\angle BPQ = \angle CQP$ [മറുകോണുകൾ അഥവാ ഏകാന്തരകോണുകൾ (alternate angles)]

$\angle CQP$ യും $\angle DQE$ യും എതിർകോണുകൾ (opposite angles) ആയതിനാൽ തുല്യമാണ്.

അതുകൊണ്ട് $\angle BPQ = \angle DQE$ [സമാനകോണുകൾ (corresponding angles)]

മറിച്ച് , ഒരു ജോടി വരകളെ മുറിച്ചുകടക്കുന്ന വര മുറിച്ചുകടക്കുന്ന ബിന്ദുക്കളിൽ ഉണ്ടാകുന്ന മറുകോണുകൾക്ക് (അഥവാ സമാനകോണുകൾക്ക്) ഒരേ അളവാണെങ്കിൽ വരകൾ സമാന്തരമായിരിക്കും.

ചിത്രത്തിൽ കാണുന്നതുപോലെ AB , CD എന്നീ വരകളെ മറ്റൊരു വര E , F എന്നീ ബിന്ദുക്കളിൽ മുറിച്ചുകടക്കുന്നു. F ൽ നിന്നും CD യിലേക്കുള്ള ലംബം FG ഉം E യിൽ നിന്നും AB യിലേക്കുള്ള ലംബം EH ഉം പരിഗണിച്ചാൽ കിട്ടുന്ന ത്രികോണങ്ങളിൽ

$\angle FGE = \angle EHF = 90°$.

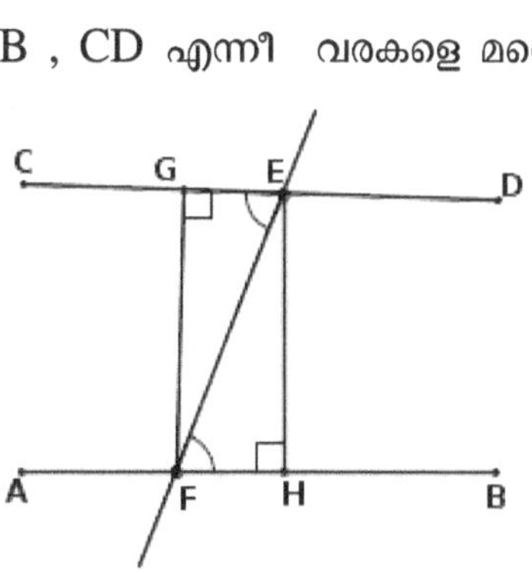

$\angle HFE = \angle GEF$ ആണെങ്കിൽ

$\angle FEH = \angle EFG$ ആയിരിക്കും.

EF എന്ന വര രണ്ടു ത്രികോണങ്ങളുടെയും പൊതുവശം ആയതിനാൽ ത്രികോണങ്ങൾ തുല്യം. അവയുടെ തുല്യകോണുകൾക്കെതിരെയുള്ള വശങ്ങൾ തുല്യമായിരിക്കും. അതുകൊണ്ട് FG = EH .
അപ്പോൾ AB , CD എന്നീ വരകൾ സമാന്തരമാകുന്നു.
ഒരു വരയ്ക്ക് സമാന്തരമായ വരയുടെ നിർമിതിക്ക് ഈ ആശയം പ്രയോജനപ്പെടുത്താവുന്നതാണ്.

AB എന്ന വരയ്ക്ക് സമാന്തരമായി , അതിന് പുറത്തുള്ള P എന്ന ബിന്ദുവിൽ കൂടി ഒരു വര വരക്കണമെന്നിരിക്കട്ടെ. AP യോജിപ്പിക്കുക. AB , AP എന്നീ വരകളെ യഥാക്രമം C , D എന്നീ ബിന്ദുക്കളിൽ മുറിച്ചുകടക്കുന്ന വിധത്തിൽ A കേന്ദ്രമായി ചാപം വരയ്ക്കുക. അതേ ആരത്തിൽ P കേന്ദ്രമായി വരക്കുന്ന ചാപം PA എന്ന വരയെ Q എന്ന ബിന്ദുവിൽ ഖണ്ഡിക്കുന്നു. P കേന്ദ്രമായി വരച്ച ചാപത്തെ R എന്ന ബിന്ദുവിൽ മുറിച്ചുകടക്കുന്ന വിധത്തിൽ Q കേന്ദ്രമായി CD ആരത്തിൽ ചാപം വരയ്ക്കുക. ∠APR = ∠PAB ആയിരിക്കുമല്ലോ.
ആയതിനാൽ P , R എന്നീ ബിന്ദുക്കളിലൂടെ വരയ്ക്കുന്ന വര AB യ്ക്ക് സമാന്തരമായിരിക്കും

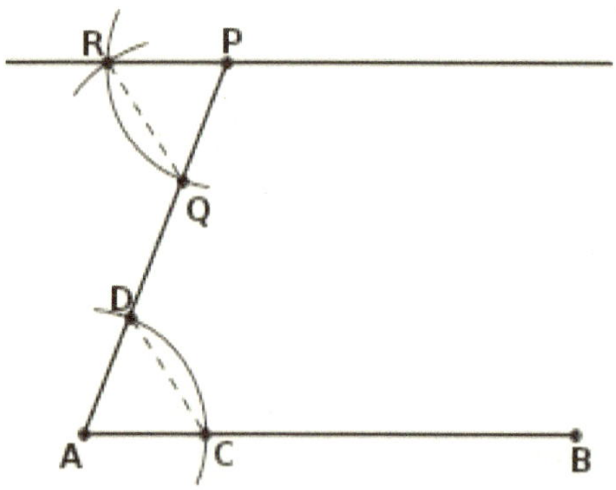

ലംബകത്തിന്റെ ഒരു ജോടി എതിർവശങ്ങൾ സമാന്തരമായതിനാൽ ലംബകം നിർമിക്കുന്നതിന് ഈ നിർമിതി ഉപയോഗപ്പെടുത്താവുന്നതാണ്. കൂടാതെ മൂന്ന് സമാന്തരവരകൾ അതിനെ മുറിച്ചുകടക്കുന്ന ഏതു രണ്ട് വരകളെയും ഒരേ അംശബന്ധത്തിൽ ഭാഗിക്കുമെന്നതുകൊണ്ട് ഒരു വരയെ നിശ്ചിത അംശബന്ധത്തിൽ ഭാഗിക്കുന്നതിനും സമാന്തരവരകളുടെ നിർമിതി പ്രയോജനപ്പെടുത്താം.

1.2.6. വരയും ഭാഗവും

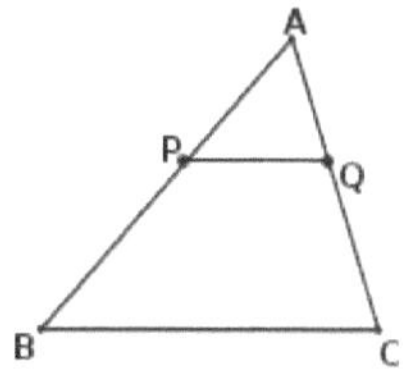

ത്രികോണത്തിന്റെ ഒരു വശത്തിന് സമാന്തരമായ വര മറ്റു രണ്ട് വശങ്ങളെ ഒരേ അംശബന്ധത്തിൽ ഭാഗിക്കുമല്ലോ.
ചിത്രത്തിൽ BC യ്ക്ക് സമാന്തരമായ വരയാണ് PQ . ഈ വര AB , AC എന്നീ വശങ്ങളെ ഒരേ അംശബന്ധത്തിൽ ഭാഗിക്കും.
അതായത് AP : PB = AQ : QC.
ഒരു വരയുടെ നിശ്ചിത ഭാഗം കണ്ടെത്താൻ ഈ ആശയത്തോടൊപ്പം സമാന്തരവരയുടെ നിർമിതിയും പ്രയോജനപ്പെടുത്താം.

AP : PB = 3 : 4 ആണെങ്കിൽ AB യുടെ $\frac{3}{7}$ ഭാഗം AP യും $\frac{4}{7}$ ഭാഗം PB യും ആയിരിക്കും.
റൂളറും കോമ്പസ്സും മാത്രം ഉപയോഗിച്ച് ഒരു വരയെ നിശ്ചിത അംശബന്ധത്തിൽ ഭാഗിക്കുന്നതെങ്ങിനെയെന്ന് നോക്കാം.
AB എന്ന വരയെ 2 : 3 എന്ന അംശബന്ധത്തിൽ ഭാഗിക്കുന്ന ബിന്ദു കണ്ടുപിടിക്കണമെങ്കിൽ AB വരച്ച ശേഷം B യിൽ കൂടി മറ്റൊരു വര വരയ്ക്കുക. കോമ്പസ്സ് ഉപയോഗിച്ച് ആ വരയിൽ B യിൽ നിന്ന് ഒരേ അകലത്തിൽ 5 ബിന്ദുക്കൾ അടയാളപ്പെടുത്തുക. അഞ്ചാമത്തെ ബിന്ദു P എന്നും മൂന്നാമത്തെ ബിന്ദു Q എന്നുമിരിക്കട്ടെ.
അപ്പോൾ PQ : QB = 2 : 3
AP യോജിപ്പിച്ച ശേഷം AP യ്ക്ക് സമാന്തരമായി Q എന്ന ബിന്ദുവിൽ കൂടി ഒരു വര വരയ്ക്കുക. ആ വര AB യെ C യിൽ ഖണ്ഡിക്കുന്നുവെങ്കിൽ AC : CB = 2 : 3 ആയിരിക്കും.

അതായത് AB യുടെ $\frac{2}{5}$ ഭാഗം AC യും $\frac{3}{5}$ ഭാഗം CB യും ആകുന്നു.

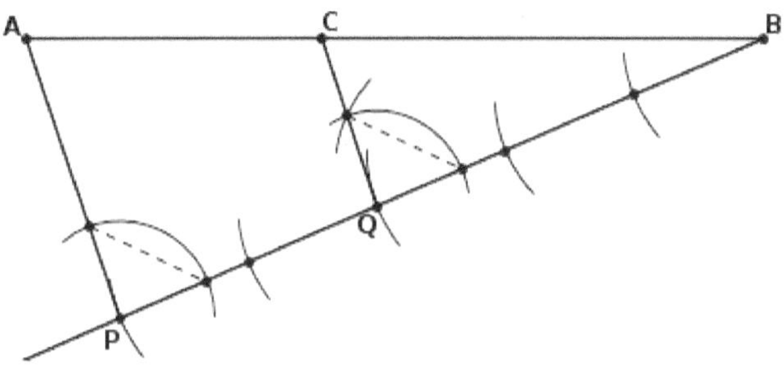

ഒരു ചതുരത്തിന് തുല്യപരപ്പളവുള്ള സമഭുജത്രികോണം നിർമിച്ചതുപോലെ സമഷഡ്ഭുജം നിർമിക്കാനും കഴിയും. സമഷഡ്ഭുജം നിർമിക്കാൻ മുമ്പ് വിശദീകരിച്ച നിർമിതികൾ കൂടാതെ വരയുടെ നിശ്ചിത ഭാഗത്തിന്റെ നിർമിതിയും പ്രയോജനപ്പെടുത്താവുന്നതാണ്.

1.2.7. ചതുരവും സമഷഡ്ഭുജവും

സമഷഡ്ഭുജം നിർമിക്കാൻ അതിന്റെ ഒരു വശം അറിഞ്ഞാൽ മതി. പരപ്പളവ് ചതുരത്തിന്റേതിനു തുല്യമായി വരണമെങ്കിൽ സമഷഡ്ഭുജത്തിന്റെ വശം എന്തായിരിക്കണം ?

സമഷഡ്ഭുജത്തിന്റെ വശത്തിന്റ നീളം k ആയാൽ

പരപ്പളവ് $= \dfrac{3\sqrt{3}k^2}{2}$

$\dfrac{3\sqrt{3}k^2}{2} = a \times b$ ആകണമെങ്കിൽ $k^2 = \dfrac{2ab}{3\sqrt{3}}$

അതായത് $k = \sqrt{\dfrac{2ab}{3\sqrt{3}}}$

$\sqrt{\dfrac{2ab}{3\sqrt{3}}}$ യൂണിറ്റ് നീളമുള്ള വര നിർമിച്ച് ആ വര വശമായി സമഷഡ്ഭുജം വരച്ചാൽ അതിന്റെ പരപ്പളവ് ചതുരത്തിന്റെ പരപ്പളവിന് തുല്യമായിരിക്കും.

ചിത്രം നോക്കുക. $OR^2 = OP \times OQ$ ആയതിനാൽ

$OP = \dfrac{2a}{3}$, $OQ = \dfrac{b}{\sqrt{3}}$ ആകുമ്പോൾ

$OR = \sqrt{\dfrac{2ab}{3\sqrt{3}}}$

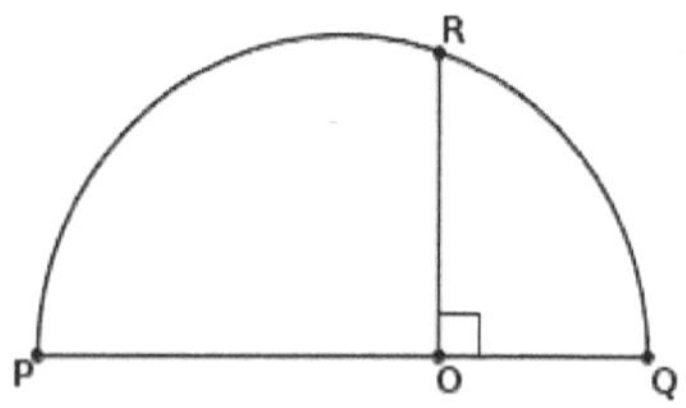

$\dfrac{2a}{3}$ എന്നത് ചതുരത്തിന്റെ നീളത്തിന്റെ $\dfrac{2}{3}$ ഭാഗവും $\dfrac{b}{\sqrt{3}}$ എന്നത് വീതിയുടെ $\dfrac{1}{\sqrt{3}}$ ഭാഗവും ആകുന്നു.

ABCD എന്ന ചതുരം വരയ്ക്കുക . നീളം a എന്നും വീതി b എന്നുമിരിക്കട്ടെ. CD , CB എന്നീ വശങ്ങൾ ഇരുഭാഗത്തേക്കും നീട്ടിവരയ്ക്കുക.. ചിത്രത്തിൽ കാണുന്നതുപോലെ DC എന്ന വശത്തെ 1 : 2 എന്ന അംശബന്ധത്തിൽ ഭാഗിക്കുന്ന ബിന്ദു E കണ്ടെത്തുക (DE : EC = 1 : 2). DC യുടെ $\frac{2}{3}$ ഭാഗമായിരിക്കും EC .

അതുകൊണ്ട് $EC = \frac{2a}{3}$

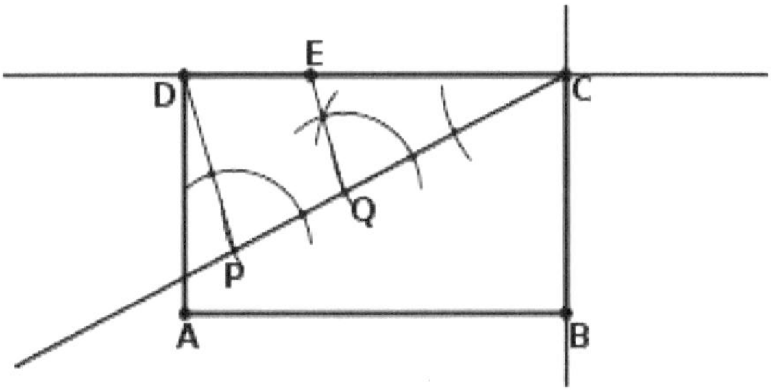

BC ഒരു ഭുജമാകത്തക്കവിധം B യിൽ 30° കോൺ നിർമിക്കുന്നതിന് , B യിൽ 60° കോൺ ($\angle CBR$) നിർമിച്ച് അതിന്റെ സമഭാജി വരച്ചാൽ മതി. ഈ സമഭാജി DC എന്ന വരയെ F എന്ന ബിന്ദുവിൽ ഖണ്ഡിക്കുന്നുവെങ്കിൽ $\angle CBF = 30^\circ$, $\angle CFB = 60^\circ$

അതുകൊണ്ട് $CF = \frac{b}{\sqrt{3}}$

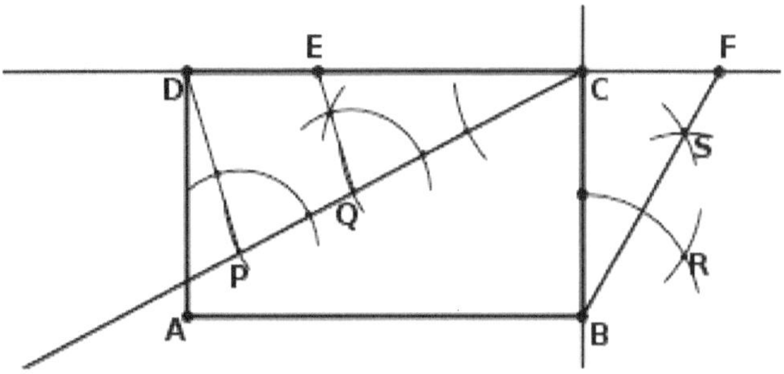

EF എന്ന വരയുടെ ലംബസമഭാജി വരച്ച് മധ്യബിന്ദു M അടയാളപ്പെടുത്തുക. M കേന്ദ്രമായി EF വ്യാസത്തിൽ അർധവൃത്തം വരയ്ക്കുക. അർധവൃത്തം BC എന്ന വരയെ G എന്ന ബിന്ദുവിൽ ഖണ്ഡിക്കുന്നു.

$$CG^2 = EC \times CF = \frac{2a}{3} \times \frac{b}{\sqrt{3}} = \frac{2ab}{3\sqrt{3}}.$$

അപ്പോൾ $CG = \sqrt{\frac{2ab}{3\sqrt{3}}}$

CG വശമായി സമഷഡ്ഭുജം നിർമിക്കുക.

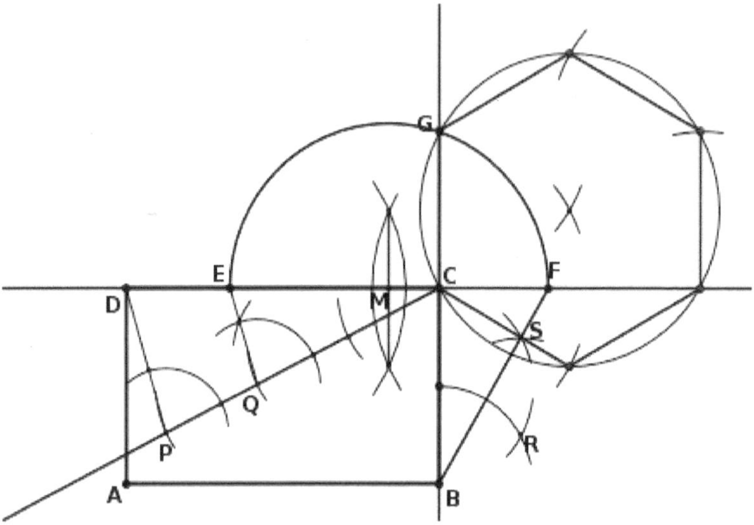

$a = b$ ആകുന്ന സന്ദർഭത്തിൽ സമചതുരത്തിന് തുല്യപരപ്പളവുള്ള സമഷഡ്ഭുജത്തിന്റെ നിർമിതി ആകും.

ചതുരത്തിന് തുല്യപരപ്പളവുള്ള സമചതുരം , സമഭുജത്രികോണം , സമഷഡ്ഭുജം എന്നിവയുടെ നിർമിതികളാണല്ലോ ഇതുവരെ ചർച്ച ചെയ്തത്. മറിച്ച് സമചതുരത്തിന് തുല്യപരപ്പളവുള്ള ചതുരം നിർമിക്കാമോ . ചതുരത്തിന്റെ പരപ്പളവ് കണക്കാക്കുന്നതിന് നീളവും വീതിയും ഗുണിക്കുകയാണ് ചെയ്യുന്നത്. അതുകൊണ്ട് ഒരേ പരപ്പളവ് വരുന്ന ഒന്നിലധികം ചതുരങ്ങളുണ്ടാകും. (ഉദാ - 12 ചതുരശ്രയൂണിറ്റ് പരപ്പളവുള്ള ചതുരത്തിന്റെ വശങ്ങളുടെ അളവുകൾ 4×3 , 6×2 , 5×2.4 എന്നിങ്ങനെയാകാം). എന്നാൽ സമചതുരത്തിന്റെ കാര്യത്തിലോ. ഒരു നിശ്ചിത പരപ്പളവുള്ള ഒരേയൊരു സമചതുരം മാത്രം. അതിനാൽ സമചതുരത്തിന് തുല്യപരപ്പളവുള്ള അനേകം ചതുരങ്ങളുണ്ടാകും.

അതുപോലെ തന്നെയാണ് സമഭുജത്രികോണത്തിന്റെയും സമഷഡ്ഭുജത്തിന്റെയും പരപ്പളവിന് തുല്യപരപ്പളവുള്ള ചതുരത്തിന്റെ കാര്യത്തിലും. എന്നാൽ ഇതുവരെ ചർച്ച ചെയ്ത ആശയങ്ങളുടെയും നിർമിതികളുടെയും സഹായത്തോടെ സമഭുജത്രികോണത്തിന് തുല്യപരപ്പളവുള്ള സമചതുരവും സമഷഡ്ഭുജത്തിന് തുല്യപരപ്പളവുള്ള സമചതുരവും നിർമിക്കാവുന്നമാണ്.

1.2.8. സമഭുജത്രികോണവും സമചതുരവും

സമഭുജത്രികോണത്തിന്റെ വശത്തിന്റ നീളം a ആയാൽ

പരപ്പളവ് $= \dfrac{\sqrt{3}a^2}{4}$

ഇതേ പരപ്പളവുള്ള സമചതുരം നിർമിക്കണമെങ്കിൽ അതിന്റെ വശം $\sqrt{\dfrac{\sqrt{3}a^2}{4}}$ ആയിരിക്കണം .

ചിത്രത്തിൽ $OR^2 = OP \times OQ$ ആയതിനാൽ

$OP = \dfrac{a}{2}$, $OQ = \dfrac{\sqrt{3}a}{2}$ ആകുമ്പോൾ

$OR = \sqrt{\dfrac{\sqrt{3}a^2}{4}}$

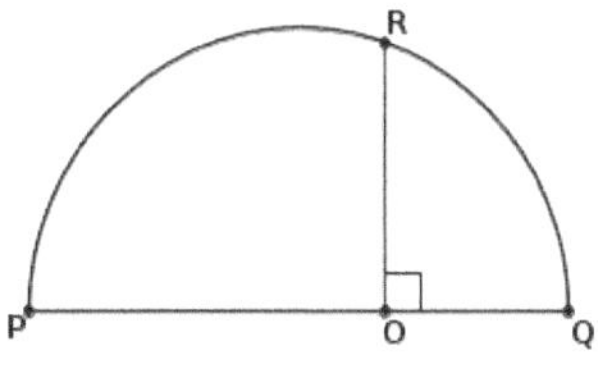

$\dfrac{a}{2}$എന്നത് സമഭുജത്രികോണത്തിന്റെ വശത്തിന്റെ പകുതിയും $\dfrac{\sqrt{3}a}{2}$ എന്നത് അതിന്റെ ഉന്നതിയുമാണ്.

സമഭുജത്രികോണം ABC വരയ്ക്കുക. വശത്തിന്റെ നീളം a എന്നിരിക്കട്ടെ. ചിത്രത്തിൽ കാണുന്നതുപോലെ AB എന്ന വര ഇരുഭാഗത്തേക്കും നീട്ടിവരച്ചശേഷം അതിന് ലംബമായി B എന്ന മൂലയിൽ കൂടി ഒരു വര വരയ്ക്കുക. AB യിലേക്കും ലംബവരയിലേക്കും C യിൽ നിന്ന് ലംബം വരയ്ക്കുക. AB യിലേക്കുള്ള ലംബം അതിനെ D എന്ന ബിന്ദുവിലും ലംബവരയിലേക്കുള്ള ലംബം അതിനെ E എന്ന ബിന്ദുവിലും ഖണ്ഡിക്കുന്നു. അപ്പോൾ $DB = \dfrac{a}{2}$, $BE = CD = \dfrac{\sqrt{3}a}{2}$

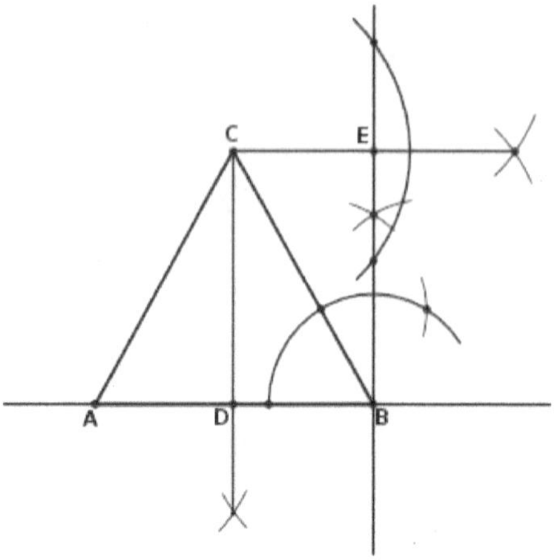

ലംബവരയിൽ B യുടെ കീഴ്ഭാഗത്ത് F എന്ന ബിന്ദുവിൽ മുറിച്ചുകടക്കുന്ന വിധത്തിൽ B കേന്ദ്രമായി BD ആരത്തിൽചാപം വരയ്ക്കുക. BF = $\frac{a}{2}$. EF എന്ന വരയുടെ മധ്യബിന്ദു M കേന്ദ്രമായി EF വ്യാസത്തിൽ അർധവൃത്തം വരയ്ക്കുക. അർധവൃത്തം AB എന്ന വരയെ G എന്ന ബിന്ദുവിൽ ഖണ്ഡിക്കുന്നു.

$BG^2 = BE \times BF = \frac{\sqrt{3}a}{2} \times \frac{a}{2} = \frac{\sqrt{3}a^2}{4}$ അപ്പോൾ $BG = \sqrt{\frac{\sqrt{3}a^2}{4}}$
BG വശമായി സമചതുരം നിർമിക്കുക.

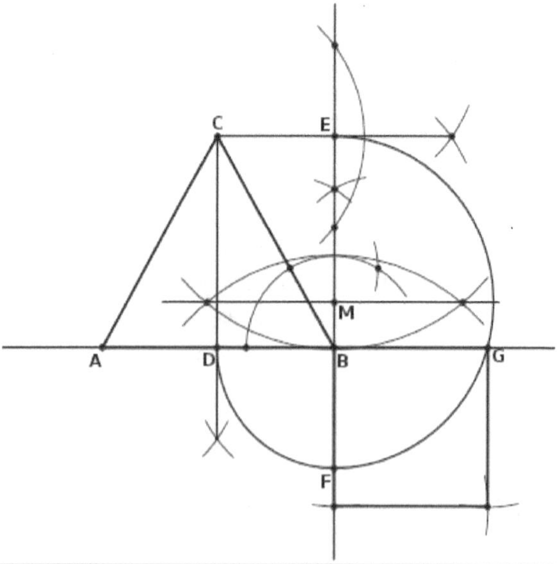

1.2.9. 30° , 30° , 120° കോണളവുള്ള ത്രികോണം

45°, 45°, 90° കോണളവുള്ള ത്രികോണത്തിന്റെയും 30°, 60°, 90° കോണളവുള്ള ത്രികോണത്തിന്റെയും വശങ്ങളുടെ നീളം തമ്മിലുള്ള ബന്ധം നമുക്കറിയാം. അതുപോലെ പ്രാധാന്യമുള്ള ഒന്നാണ് 30°, 30°, 120° കോണളവുള്ള ത്രികോണവും.

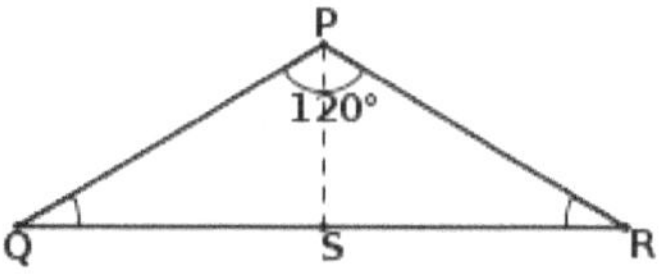

ചിത്രത്തിൽ ഒരു കോൺ 120° ആയ സമപാർശ്വത്രികോണമാണ് $\triangle PQR$. അതുകൊണ്ട് $\angle PQR = \angle PRQ = 30^\circ$
QR ന്റെ മധ്യബിന്ദു S എങ്കിൽ QR ന് ലംബമായിരിക്കും PS.
അതുകൊണ്ട് $\triangle PSQ$, $\triangle PSR$ ഇവയുടെ കോണുകൾ 30° , 60° , 90° ആകുന്നു. PQ = PR = 1 ആയാൽ

$PS = \frac{1}{2}$, $QS = RS = \frac{\sqrt{3}}{2}$ അപ്പോൾ $QR = \sqrt{3}$

അതായത് $PQ : PR : QR = 1 : 1 : \sqrt{3}$

ഒരു ത്രികോണത്തിന്റെ കോണുകൾ 30° , 30° , 120° ആണെങ്കിൽ കോണുകൾക്കെതിരെയുള്ള വശങ്ങൾ $1, 1, \sqrt{3}$ എന്നിവയ്ക്ക് ആനുപാതികമാണ്.

1.2.10. സമഷഡ്ഭുജത്തിന്റെ വികർണങ്ങൾ

ഒരു ഷഡ്ഭുജത്തിന് ആകെ 9 വികർണങ്ങളാണുള്ളത്. അവ തുല്യമാകണമെന്നില്ല. എന്നാൽ സമഷഡ്ഭുജത്തിന്റെ 9 വികർണങ്ങളിൽ 6 എണ്ണത്തിന് ഒരേ നീളവും മറ്റു 3 എണ്ണത്തിന് ഒരേ നീളവുമായിരിക്കും.

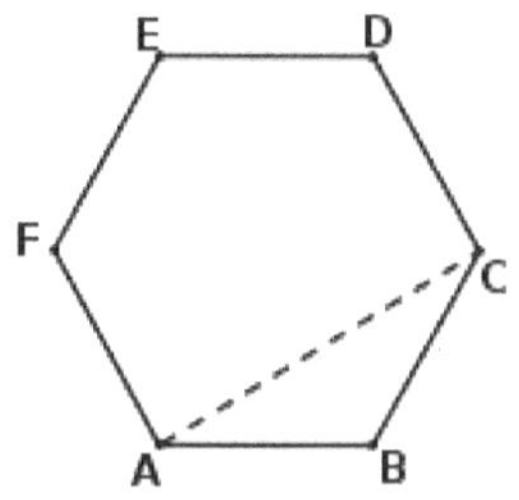

ചിത്രത്തിൽ സമഷഡ്ഭുജം ABCDEF ൽ
$\angle ABC = 120^\circ$,
AC എന്ന വികർണം പരിഗണിച്ചാൽ
$\angle BAC = \angle BCA = 30^\circ$
അതുകൊണ്ട് $AB : BC : AC = 1 : 1 : \sqrt{3}$
അതായത് $AC = \sqrt{3} \times AB$

ഈ ചിത്രം നോക്കൂ. സമഷഡ്ഭുജത്തിന്റെ ഒരു വശവും അതിന്റെ ഒരറ്റത്തുനിന്ന് വരക്കുന്ന ചെറിയ വികർണവും മറ്റേ അറ്റത്തുനിന്ന് വരക്കുന്ന വലിയ വികർണവും ചേർന്നാൽ മട്ടത്രികോണം ആകും. $\triangle ABD$ യിൽ $\angle ABD = 90°$, $\angle BAD = 60°$, $\angle ADB = 30°$

$BD = \sqrt{3} \times AB$, $AD = 2 \times AB$.

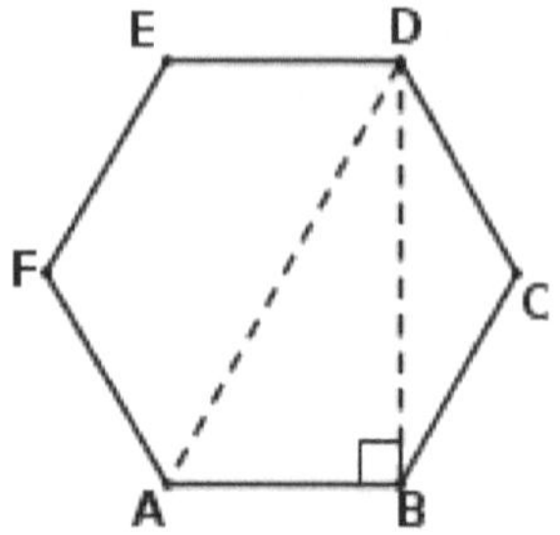

അതായത് സമഷഡ്ഭുജത്തിന്റെ വികർണങ്ങളിൽ ചെറുതിന്റെ നീളം വശത്തിന്റെ $\sqrt{3}$ മടങ്ങും വലുതിന്റെ നീളം വശത്തിന്റെ 2 മടങ്ങും ആയിരിക്കും.

സമഷഡ്ഭുജത്തിന് തുല്യപരപ്പളവുള്ള സമചതുരം നിർമിക്കുന്നതിന് ഈ ആശയങ്ങൾ എങ്ങിനെ പ്രയോജനപ്പെടുമെന്ന് നോക്കാം. .

1.2.11. **സമഷഡ്ഭുജവും സമചതുരവും**

സമഷഡ്ഭുജത്തിന്റെ വശത്തിന്റ നീളം a ആയാൽ

പരപ്പളവ് = $\dfrac{3\sqrt{3}a^2}{2}$

സമചതുരത്തിന്റെ വശത്തിന്റ നീളം k ആയാൽ പരപ്പളവ് = k^2

$$k^2 = \frac{3\sqrt{3}a^2}{2} \text{ ആകണമെങ്കിൽ } k = \sqrt{\frac{3\sqrt{3}a^2}{2}} = \sqrt{\frac{3a}{2} \times \sqrt{3}a}$$

ചിത്രത്തിൽ $OR^2 = OP \times OQ$ ആയതിനാൽ

$OP = \dfrac{3a}{2}$, $OQ = \sqrt{3}a$ ആകുമ്പോൾ

$OR = \sqrt{\dfrac{3\sqrt{3}a^2}{2}}$

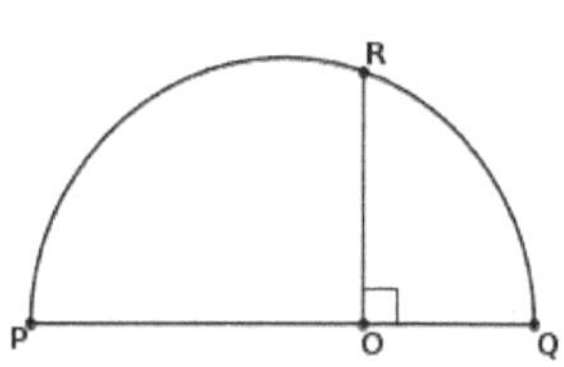

$\sqrt{\dfrac{3\sqrt{3}a^2}{2}}$ യൂണിറ്റ് വശമായി സമചതുരം നിർമിക്കാമല്ലോ.

(നിർമിതി അനുബന്ധം 1 ൽ)

1.2.12. സമഭുജത്രികോണവും സമഷഡ്ഭുജവും

ഒരു സമഷഡ്ഭുജത്തിന്റെ 3 വലിയ വികർണങ്ങൾ വരച്ചാൽ 6 തുല്യ സമഭുജത്രികോണങ്ങളായി ഭാഗിക്കപ്പെടുമെന്നും ഒരു ബിന്ദുവിനു ചുറ്റും 6 തുല്യ സമഭുജത്രികോണങ്ങൾ ചേർത്തുവച്ചാൽ സമഷഡ്ഭുജം ആകുമെന്നും കാണാമല്ലോ. അതുകൊണ്ട് സമഭുജത്രികോണത്തിന്റെ അതേ വശമുള്ള സമഷഡ്ഭുജത്തിന്റെ പരപ്പളവ് സമഭുജത്രികോണത്തിന്റെ പരപ്പളവിന്റെ 6 മടങ്ങായിരിക്കും. അഥവാ സമഷഡ്ഭുജത്തിന്റെ അതേ വശമുള്ള സമഭുജത്രികോണത്തിന്റെ പരപ്പളവ് സമഷഡ്ഭുജത്തിന്റെ പരപ്പളവിന്റെ $\frac{1}{6}$ ഭാഗം ആയിരിക്കും.

ഒരേ പരപ്പളവുള്ള സമഭുജത്രികോണവും സമഷഡ്ഭുജവും നിർമിക്കണമെങ്കിൽ സമഷഡ്ഭുജത്തിന്റെ വശം സമഭുജത്രികോണത്തിന്റെ വശത്തിന്റെ $\frac{1}{\sqrt{6}}$ ഭാഗം അല്ലെങ്കിൽ സമഭുജത്രികോണത്തിന്റെ വശം സമഷഡ്ഭുജത്തിന്റെ വശത്തിന്റെ $\sqrt{6}$ മടങ്ങ് ആയിരിക്കണം.

അതായത് $\frac{3\sqrt{3}k^2}{2} = \frac{\sqrt{3}a^2}{4}$ ആകണമെങ്കിൽ $k = \frac{a}{\sqrt{6}}$ ഉം $\frac{\sqrt{3}k^2}{4} = \frac{3\sqrt{3}a^2}{2}$ ആകണമെങ്കിൽ $k = \sqrt{6}a$ യും ആയിരിക്കണം.

സമഭുജത്രികോണത്തിന്റെ പരപ്പളവിന് തുല്യ പരപ്പളവുള്ള സമഷഡ്ഭുജം നിർമിക്കാം.
വശത്തിന്റ നീളം a ആയി സമഭുജത്രികോണംABC വരയ്ക്കുക. AB യ്ക്ക് ലംബമായി B യിൽ കൂടി വര വരയ്ക്കുക. ആ വരയെ D യിൽ ഖണ്ഡിക്കുന്ന വിധത്തിൽ $\angle$BAC യുടെ സമഭാജി വരയ്ക്കുക.
അപ്പോൾ $\angle$BAD = 30° .
$\angle$ABD = 90° ആയതുകൊണ്ട് $\angle$ADB = 60°
അതുകൊണ്ട് BD = $\frac{a}{\sqrt{3}}$
BD യുടെ ലംബസമഭാജി വരച്ച് മധ്യബിന്ദു M അടയാളപ്പെടുത്തുക. ലംബസമഭാജിയെ E യിൽ മുറിച്ചുകടക്കുന്ന വിധത്തിൽ M കേന്ദ്രമായി MD ആരത്തിൽ ചാപം വരയ്ക്കുക.

$ME = MD = \frac{a}{2\sqrt{3}}$

$\triangle DME$ ഒരു സമപാർശ്വമട്ടത്രികോണം ആയതിനാൽ

$DE = \sqrt{2} \times MD$. അതായത് $DE = \sqrt{2} \times \frac{a}{2\sqrt{3}} = \frac{a}{\sqrt{6}}$

DE വശമായി സമഷഡ്ഭുജം നിർമിക്കുക. അതിന്റെ പരപ്പളവ് സമഭുജത്രികോണത്തിന്റെ പരപ്പളവിന് തുല്യമായിരിക്കും.

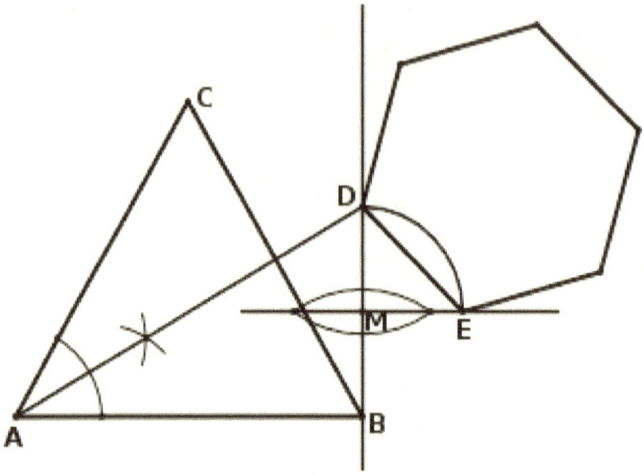

? ഒരു സമഷഡ്ഭുജം വരച്ച് തുല്യ പരപ്പളവുള്ള സമഭുജത്രികോണം നിർമിക്കുക.
(നിർമിതി അനുബന്ധം 1 ൽ)

1.3. സദൃശരൂപങ്ങളും നിർമിതിയും

ഒരു ജ്യാമിതീയ രൂപവും അത് ഒരേ തോതിൽ വലുതാക്കുകയോ ചെറുതാക്കുകയോ ചെയ്യുമ്പോൾ കിട്ടുന്ന രൂപവും സദൃശരൂപങ്ങളാണെന്ന് പൊതുവെ പറയാം. ഒരു ത്രികോണത്തിന്റെ കോണുകൾ മറ്റൊരു ത്രികോണത്തിന്റെ കോണുകൾക്ക് തുല്യമാണെങ്കിൽ അവയുടെ വശങ്ങൾ ആനുപാതികമായിരിക്കും. അതിനാൽ അവ സദൃശത്രികോണങ്ങളാണ്. എല്ലാ സമഭുജത്രികോണങ്ങളും സദൃശമാണ്. അതുപോലെ എല്ലാ സമചതുരങ്ങളും സദൃശമാണ്. എന്നാൽ എല്ലാ ചതുരങ്ങളും സദൃശമാണോ ? ചതുരങ്ങൾക്കെല്ലാം ഒരേ കോണളവാണെങ്കിലും വശങ്ങൾ ആനുപാതികമാകണമെന്നില്ല. അതുകൊണ്ട് എല്ലാ ചതുരങ്ങളും സദൃശമല്ല.

1.3.1. സദൃശത്രികോണങ്ങളും പരപ്പളവും

ഒരേ കോണളവുള്ള ത്രികോണങ്ങൾ സദൃശത്രികോണങ്ങൾ (similar triangles) ആണ്. അവയുടെ തുല്യകോണുകൾക്ക് എതിരെയുള്ള വശങ്ങൾ ആനുപാതികമായിരിക്കും.

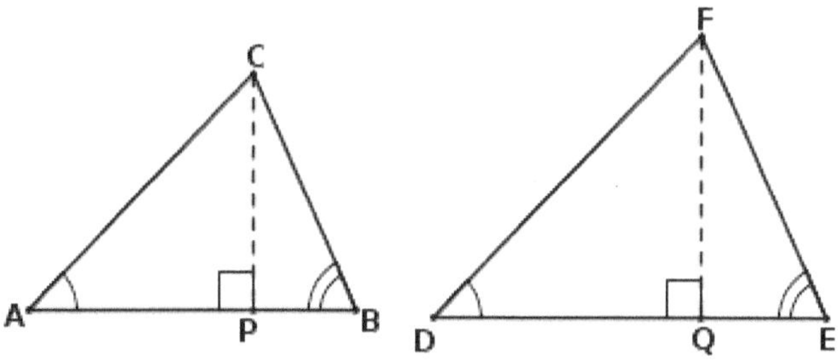

ചിത്രത്തിൽ $\angle A = \angle D$ യും $\angle B = \angle E$ യും ആകുന്നു. അതുകൊണ്ട് $\triangle ABC$, $\triangle DEF$ ഇവ സദൃശത്രികോണങ്ങളാണ്.

C യിൽ നിന്നും AB യിലേക്കുള്ള ലംബം CP യും F ൽ നിന്നും DE യിലേക്കുള്ള ലംബം FQ ഉം ആകുന്നു.

കോണുകൾ തുല്യമായതുകൊണ്ട്

$\triangle APC$, $\triangle DQF$ എന്നിവയും സദൃശമാണ്.

അപ്പോൾ $CP : FQ = AC : DF = AB : DE$

അതായത് സദൃശത്രികോണങ്ങളുടെ ഉന്നതികൾ തമ്മിലുള്ള അംശബന്ധം വശങ്ങളുടെ നീളങ്ങൾ തമ്മിലുള്ള അംശബന്ധത്തിന് തുല്യമാണ്. അഥവാ ഉന്നതികൾ വശങ്ങളുടെ നീളങ്ങൾക്ക് ആനുപാതികമാണ്.

രണ്ട് സദൃശത്രികോണങ്ങളുടെ വശങ്ങളുടെ നീളം തമ്മിലുള്ള അംശബന്ധം $a : b$ ആണെങ്കിൽ ഉന്നതികൾ തമ്മിലുള്ള അംശബന്ധവും $a : b$ ആയിരിക്കും.

ത്രികോണത്തിന്റെ ഒരു വശത്തിന്റെ നീളവും എതിർമൂലയിൽ നിന്നും ആ വശത്തേക്കുള്ള ഉന്നതിയും ഗുണിച്ചതിന്റെ പകുതിയാണ് അതിന്റെ പരപ്പളവ് എന്ന് നമുക്കറിയാം. അതുകൊണ്ട് രണ്ട് ത്രികോണങ്ങളുടെയും പരപ്പളവ് തമ്മിലുള്ള അംശബന്ധം $a^2 : b^2$

അതായത് സദൃശത്രികോണങ്ങളുടെ പരപ്പളവ് തുല്യകോണുകൾക്കെതിരെയുള്ള വശങ്ങളുടെ നീളത്തിന്റെ വർഗത്തിന് ആനുപാതികമായിരിക്കും.

1.3.2. $\sqrt{2}$ മടങ്ങും $\sqrt{3}$ മടങ്ങും

സമചതുരത്തിന്റെ വികർണത്തിന്റെ നീളം വശത്തിന്റെ $\sqrt{2}$ മടങ്ങാണെന്നും സമഷഡ്ഭുജത്തിന്റെ വികർണങ്ങളിൽ ചെറുതിന്റെ നീളം വശത്തിന്റെ $\sqrt{3}$ മടങ്ങാണെന്നും അറിയാമല്ലോ. അതുകൊണ്ടുതന്നെ ഒരു സമചതുരത്തിന്റെ വികർണം വശമായി വരുന്ന സമചതുരം നിർമിച്ചാൽ അതിന്റെ പരപ്പളവ് ആദ്യസമചതുരത്തിന്റെ പരപ്പളവിന്റെ 2 മടങ്ങ് ആയിരിക്കും. അതുപോലെ ഒരു സമഷഡ്ഭുജത്തിന്റെ ചെറിയ വികർണം വശമായി വരുന്ന സമഷഡ്ഭുജം നിർമിച്ചാൽ അതിന്റെ പരപ്പളവ് ആദ്യസമഷഡ്ഭുജത്തിന്റെ പരപ്പളവിന്റെ 3 മടങ്ങ് ആയിരിക്കും.

ഒരു വരയുടെ $\sqrt{3}$ മടങ്ങ് എന്നത് സമഭുജസാമാന്തരികവുമായി ബന്ധപ്പെടുത്തിയും വിശദീകരിക്കാവുന്നതാണ്. ഒരു കോൺ $60°$ ആയ സമഭുജസാമാന്തരികം പരിഗണിക്കുക. അതിന്റെ മറ്റേ കോൺ $120°$ ആയിരിക്കുമല്ലോ. അത്തരം സമഭുജസാമാന്തരികത്തിന്റെ ചെറിയ വികർണം വരച്ചാൽ അത് രണ്ട് സമഭുജത്രികോണങ്ങളായി

ഭാഗിക്കപ്പെടും. അപ്പോൾ ചെറിയ വികർണത്തിന്റെ നീളം വശത്തിന് തുല്യമാകും.

ചിത്രത്തിൽ സമഭുജസാമാന്തരികം PQRS ൽ $\angle QPS = 60^\circ$ ആയാൽ $\angle PQR = 120^\circ$.

അപ്പോൾ $QS = PQ$,

$PR = \sqrt{3} \times PQ$

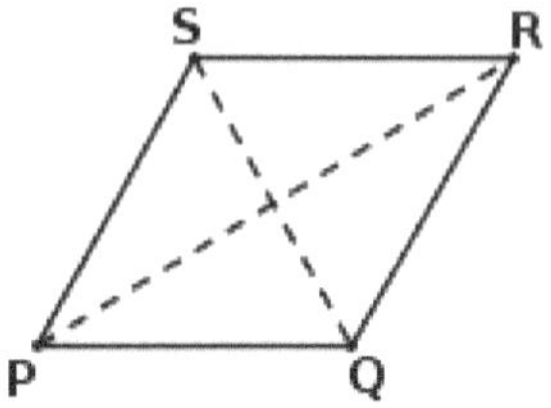

അതായത് ഒരു കോൺ 60° ആയ സമഭുജസാമാന്തരികത്തിന്റെ വികർണങ്ങളിൽ ചെറുതിന്റെ നീളം വശത്തിന് തുല്യവും വലുതിന്റെ നീളം വശത്തിന്റെ $\sqrt{3}$ മടങ്ങും ആയിരിക്കും.

ഒരു ത്രികോണത്തിന്റെ പരപ്പളവിന്റെ 2 മടങ്ങ് പരപ്പളവുള്ള ത്രികോണം നിർമിക്കുന്നതിനും 3 മടങ്ങ് പരപ്പളവുള്ള ത്രികോണം നിർമിക്കുന്നതിനും മേൽ വിവരിച്ച ആശയങ്ങൾ പ്രയോജനപ്പെടുത്താം.

1.3.3. **പരപ്പളവ് 2 മടങ്ങ്**

ത്രികോണം : രണ്ടു സദൃശത്രികോണങ്ങളുടെ പരപ്പളവ് തമ്മിലുള്ള അംശബന്ധം $1 : 2$ ആകണമെങ്കിൽ അവയുടെ വശങ്ങളുടെ നീളം തമ്മിലുള്ള അംശബന്ധം $1 : \sqrt{2}$ ആയിരിക്കണം. അതായത് രണ്ടാമത്തെ ത്രികോണത്തിന്റെ വശം ഒന്നാമത്തേതിന്റെ $\sqrt{2}$മടങ്ങ് ആകണം.

ഒരു ത്രികോണത്തിന്റെ പരപ്പളവിന്റെ 2 മടങ്ങ് പരപ്പളവുള്ള ത്രികോണം നിർമിക്കുന്നതിന് അതിന്റെ വശത്തിന്റെ $\sqrt{2}$ മടങ്ങ് വശമുള്ള സദൃശത്രികോണം നിർമിച്ചാൽ മതി.

$\triangle ABC$ വരയ്ക്കുക. AB എന്ന വശം B യുടെ ഭാഗത്തേക്ക് നീട്ടിവരയ്ക്കുക. അതിന് ലംബമായി B യിൽ കൂടി ഒരു വര വരയ്ക്കുക. ലംബവരയെ D യിൽ ഖണ്ഡിക്കത്തക്കവിധം B കേന്ദ്രമായി BA ആരത്തിൽ ചാപം വരയ്ക്കുക. $AD = \sqrt{2} \times AB$ ആയിരിക്കും.

AB എന്ന വരയെ E യിൽ ഖണ്ഡിക്കത്തക്കവിധം A കേന്ദ്രമായി AD ആരത്തിൽ ചാപം വരയ്ക്കുക. അപ്പോൾ $AE = \sqrt{2} \times AB$.

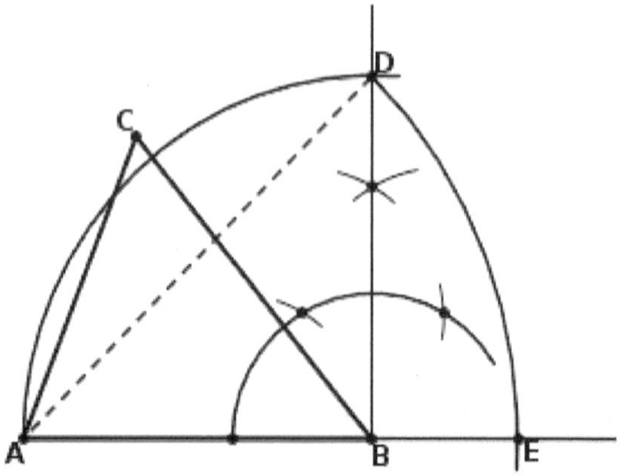

BC യ്ക്ക് സമാന്തരമായി E യിൽ കൂടി ഒരു വര വരയ്ക്കുക. ഈ വരയും AC എന്ന വശം C യുടെ ഭാഗത്തേക്ക് നീട്ടിയ വരയും F എന്ന ബിന്ദുവിൽ ഖണ്ഡിക്കുന്നു. $\triangle$AEF ഉം $\triangle$ABC യും സദൃശത്രികോണങ്ങളാണ്. മാത്രമല്ല $\triangle$AEF ന്റെ ഓരോ വശവും $\triangle$ABC യുടെ സമാന വശത്തിന്റെ $\sqrt{2}$മടങ്ങാണ്. അതുകൊണ്ട് $\triangle$AEF ന്റെ പരപ്പളവ് , $\triangle$ABC യുടെ പരപ്പളവിന്റെ 2 മടങ്ങായിരിക്കും.

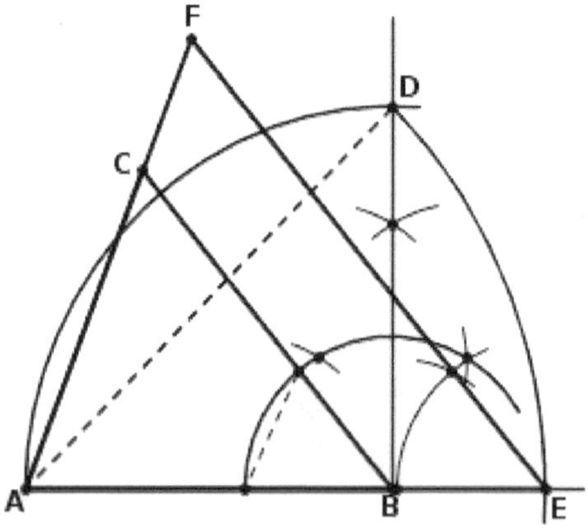

ത്രികോണത്തിന്റെ 2 മടങ്ങ് പരപ്പളവുള്ള ത്രികോണം നിർമിച്ചതു പോലെ പകുതി പരപ്പളവുള്ള ത്രികോണം നിർമിക്കുന്നതിനും കഴിയും.

? ഒരു സമഭുജത്രികോണം വരച്ച് അതിന്റെ പകുതി പരപ്പളവുള്ള സമഭുജത്രികോണം നിർമിക്കുക.
(നിർമിതി അനുബന്ധം 1 ൽ)

സമഷഡ്ഭുജം : സമഷഡ്ഭുജത്തിന്റെ ചെറിയ വികർണം വശമായി വരുന്ന സമഷഡ്ഭുജം നിർമിച്ചാൽ അതിന്റെ പരപ്പളവ് ആദ്യസമഷഡ്ഭുജത്തിന്റെ പരപ്പളവിന്റെ 3 മടങ്ങ് ആയിരിക്കുമല്ലോ. എന്നാൽ ഒരു സമഷഡ്ഭുജത്തിന്റെ പരപ്പളവിന്റെ 2 മടങ്ങ് പരപ്പളവുള്ള സമഷഡ്ഭുജം എങ്ങിനെ നിർമിക്കാം ?

പരപ്പളവ് 2 മടങ്ങ് ആകണമെങ്കിൽ വശം $\sqrt{2}$ മടങ്ങായിരിക്കണം.

സമഷഡ്ഭുജംABCDEF വരയ്ക്കുക. വശത്തിന്റെ നീളം aഎന്നിരിക്കട്ടെ. BD എന്ന വികർണം വരച്ച് , അതിനെ P എന്ന ബിന്ദുവിൽ ഖണ്ഡിക്കുന്ന വിധത്തിൽ B കേന്ദ്രമായി BA ആരത്തിൽ ചാപം വരയ്ക്കുക. BP = BA = a . അതുകൊണ്ട് AP = $\sqrt{2}a$

AP വശമായി സമഷഡ്ഭുജം വരച്ചാൽ അതിന്റെ പരപ്പളവ് ആദ്യത്തേതിന്റെ 2 മടങ്ങ് ആയിരിക്കും.

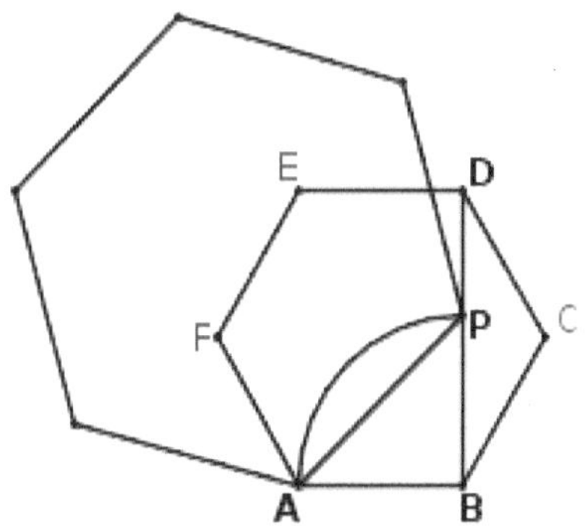

1.3.4. **പരപ്പളവ് 3 മടങ്ങ്**

ത്രികോണം : ഒരു ത്രികോണത്തിന്റെ പരപ്പളവിന്റെ 3 മടങ്ങ് പരപ്പളവുള്ള ത്രികോണം നിർമിക്കുന്നതിന് അതിന്റെ വശത്തിന്റെ $\sqrt{3}$ മടങ്ങ് വശമുള്ള സദൃശത്രികോണം നിർമിച്ചാൽ മതി.

$\triangle$PQR വരയ്ക്കുക. PQ എന്ന വശം Q ന്റെ ഭാഗത്തേക്ക് നീട്ടിവരയ്ക്കുക. S എന്ന ബിന്ദുവിൽ മുറിച്ചുകടക്കുന്ന വിധത്തിൽ P കേന്ദ്രമായും Q കേന്ദ്രമായും PQ ആരത്തിൽ ചാപങ്ങൾ വരയ്ക്കുക. തുടർന്ന് Q കേന്ദ്രമായും S കേന്ദ്രമായും അതേ ആരത്തിൽ ചാപങ്ങൾ വരച്ച്

മുറിച്ചുകടക്കുന്ന ബിന്ദു T അടയാളപ്പെടുത്തുക. വരകൾ യോജിപ്പിച്ചാൽ കിട്ടുന്ന △PQS ഒരു സമഭുജത്രികോണവും ചതുർഭുജം PQTS ഒരു സമഭുജസാമാന്തരികവും ആയിരിക്കും.

സമഭുജസാമാന്തരികം PQTS ൽ QS = PQ ആയതിനാൽ

$PT = \sqrt{3} \times PQ.$

PQ എന്ന വരയെ U എന്ന ബിന്ദുവിൽ ഖണ്ഡിക്കത്തക്കവിധം P കേന്ദ്രമായി PT ആരത്തിൽ ചാപം വരയ്ക്കുക.

അപ്പോൾ $PU = \sqrt{3} \times PQ$.

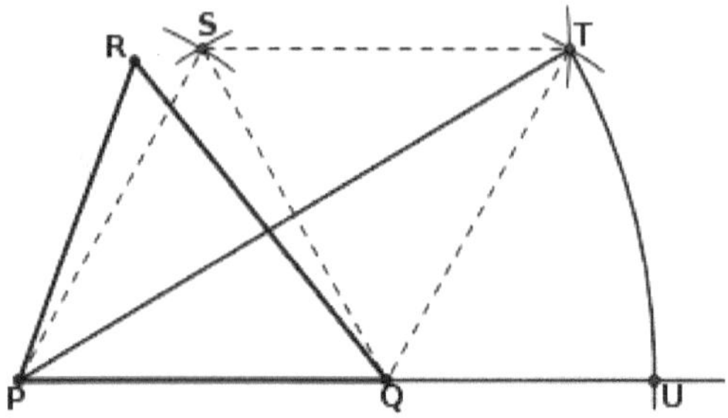

QR ന് സമാന്തരമായി U ൽ കൂടി ഒരു വര വരയ്ക്കുക.

ഈ വരയും PR എന്ന വശം R ന്റെ ഭാഗത്തേക്ക് നീട്ടിയ വരയും V എന്ന ബിന്ദുവിൽ മുറിച്ചുകടക്കുന്നു.

△PQR , △PUV ഇവ സദൃശത്രികോണങ്ങളാണ്.

മാത്രമല്ല △PUV യുടെ ഓരോ വശവും △PQR ന്റെ സമാന വശത്തിന്റെ $\sqrt{3}$ മടങ്ങാണ്.

അതുകൊണ്ട് △PUV യുടെ പരപ്പളവ് △PQR ന്റെ പരപ്പളവിന്റെ 3 മടങ്ങായിരിക്കും.

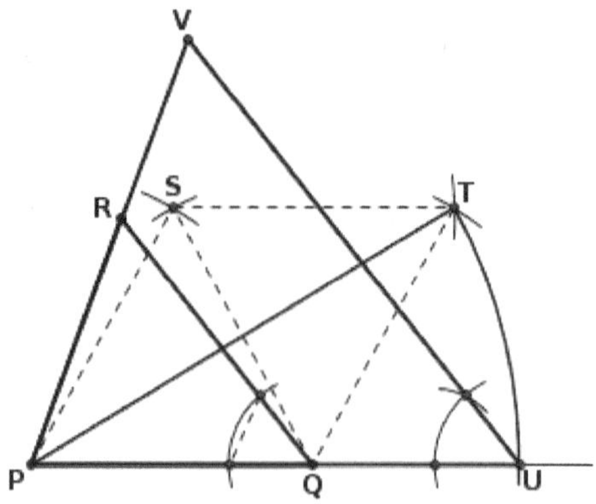

സമചതുരം : സമചതുരത്തിന്റെ വികർണം വശമായി വരുന്ന സമചതുരം നിർമിച്ചാൽ അതിന്റെ പരപ്പളവ് ആദ്യസമചതുരത്തിന്റെ പരപ്പളവിന്റെ 2 മടങ്ങ് ആയിരിക്കുമല്ലോ.
സമചതുരത്തിന്റെ പരപ്പളവിന്റെ 3 മടങ്ങ് പരപ്പളവുള്ള സമചതുരം നിർമിക്കുന്നതെങ്ങിനെ ?

സമചതുരംABCD വരയ്ക്കുക. വശം a എന്നിരിക്കട്ടെ. BD = $\sqrt{2}a$
മട്ടത്രികോണത്തിന്റെ ലംബവശങ്ങളുടെ നീളം a , $\sqrt{2}a$ ആകുമ്പോൾ കർണം $\sqrt{3}a$ ആയിരിക്കും.
AB എന്ന വശം B യുടെ ഭാഗത്തേക്ക് നീട്ടിവരയ്ക്കുക. ആ വരയെ E ൽ ഖണ്ഡിക്കത്തക്കവിധം B കേന്ദ്രമായി BD ആരത്തിൽ ചാപം വരയ്ക്കുക.
CE യോജിപ്പിക്കുക. $\triangle$BCE ൽ $\angle$CBE = 90° , BC = a ,
BE = $\sqrt{2}a$ അതുകൊണ്ട് CE = $\sqrt{3}a$.

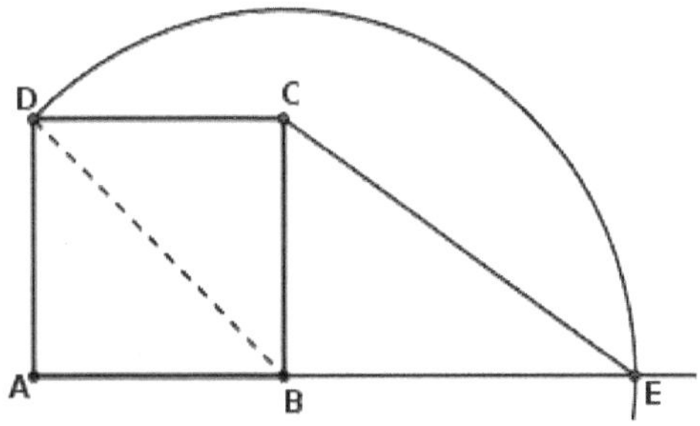

CE വശമായി സമചതുരം വരച്ചാൽ അതിന്റെ പരപ്പളവ് ആദ്യത്തേതിന്റെ 3 മടങ്ങ് ആയിരിക്കും.

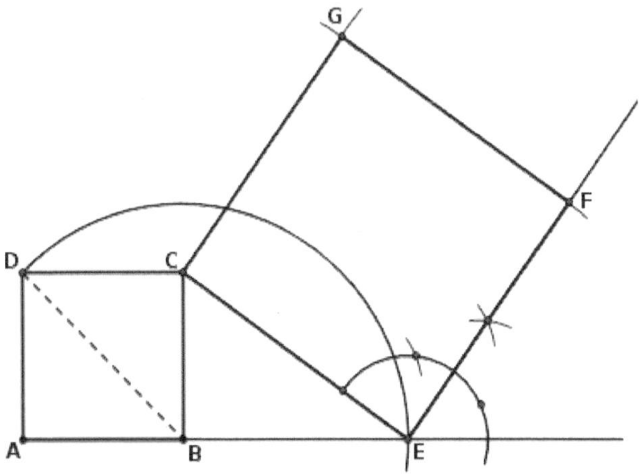

1.3.5. വൃത്തവും പരപ്പളവും

ഇതേ രീതിയിൽ വൃത്തത്തിന്റെ പരപ്പളവിന്റെ 2 മടങ്ങ് പരപ്പളവുള്ള വൃത്തം നിർമിക്കുന്നതിനും 3 മടങ്ങ് പരപ്പളവുള്ള വൃത്തം നിർമിക്കുന്നതിനും സാധിക്കും.

വൃത്തത്തിന്റെ പരപ്പളവ് അതിന്റെ ആരത്തിന്റെ വർഗത്തിന് ആനുപാതികമാണെന്നും ആനുപാതികസ്ഥിരസംഖ്യ π ആണെന്നും നാം മനസ്സിലാക്കിയിട്ടുണ്ട്. അതായത് ആരം r ആയ വൃത്തത്തിന്റെ പരപ്പളവ് $= \pi r^2$

ആരം $\sqrt{2}r$ ആയ വൃത്തത്തിന്റെ പരപ്പളവ് $= 2\pi r^2$

അതായത് ആരം $\sqrt{2}$ മടങ്ങ് ആകുമ്പോൾ പരപ്പളവ് 2 മടങ്ങാകും.

P കേന്ദ്രമായി വൃത്തം വരയ്ക്കുക. PQ എന്ന ആരം വരച്ച് അതിന് ലംബമായി Q യിൽ കൂടി ഒരു വര വരയ്ക്കുക.

ആ വരയെ R എന്ന ബിന്ദുവിൽ മുറിച്ചുകടക്കുന്ന വിധത്തിൽ Q കേന്ദ്രമായി PQ ആരത്തിൽ ചാപം വരയ്ക്കുക.

$\angle PQR = 90^\circ$, QR = PQ . അതുകൊണ്ട് PR = $\sqrt{2} \times$ PQ

P കേന്ദ്രമായി PR ആരത്തിൽ വരയ്ക്കുന്ന വൃത്തത്തിന്റെ പരപ്പളവ് ആദ്യവൃത്തത്തിന്റെ പരപ്പളവിന്റെ 2 മടങ്ങ് ആയിരിക്കും.

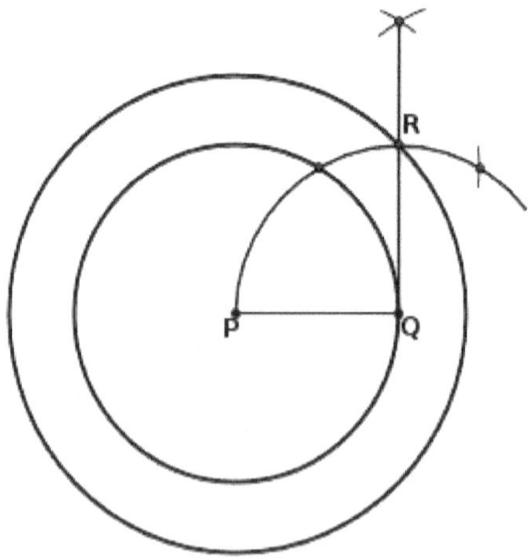

? ഒരു വൃത്തം വരച്ച് അതിന്റെ 3 മടങ്ങ് പരപ്പളവുള്ള വൃത്തം നിർമിക്കുക. (നിർമിതി അനുബന്ധം 1 ൽ)

1.4. കനകാനുപാതം

രണ്ട് അളവുകൾ തമ്മിലുള്ള അംശബന്ധം , അവയുടെ തുകയും അവയിൽ വലിയ അളവും തമ്മിലുള്ള അംശബന്ധത്തിന് തുല്യമാണെങ്കിൽ ആ അളവുകൾ കനകാനുപാതത്തിലാണെന്ന് പറയുന്നു.
അതായത് a, b $(a > b)$ എന്നീ അളവുകളിൽ $(a+b) : a = a : b$ ആണെങ്കിൽ a യും b യും കനകാനുപാതത്തിലാണ്. അളവുകൾ കനകാനുപാതത്തിലാണെങ്കിൽ ആനുപാതികസ്ഥിരസംഖ്യയെ $\left(\frac{a}{b}\right)$ കനകസംഖ്യ എന്നും പറയുന്നു. നീളവും വീതിയും കനകാനുപാതത്തിലായ ചതുരത്തെ കനകചതുരം എന്നാണ് വിളിക്കുന്നത്. ഏതൊരു സമപഞ്ചഭുജത്തിന്റെയും വികർണത്തിന്റെ നീളവും വശത്തിന്റെ നീളവും കനകാനുപാതത്തിലാണ്.

1.4.1. കനകാനുപാതവും കനകസംഖ്യയും

ചിത്രം നോക്കൂ.
AB എന്ന വരയിലെ ബിന്ദുവാണ് P. (AP > PB)

AB : AP = AP : PB ആണെങ്കിൽ AP യും PB യും (അഥവാ AB യും AP യും) കനകാനുപാതത്തിലാണെന്ന് പറയാം.

AP = k എന്നും PB = 1 എന്നുമെടുത്താൽ AB = $k+1$
$(k+1) : k = k : 1$ ആകണമെങ്കിൽ $k^2 = k+1$ ആയിരിക്കണം.
അതായത് $k^2 - k = 1$
ഇരുഭാഗത്തും $\frac{1}{4}$ കൂട്ടിയാൽ $k^2 - k + \frac{1}{4} = 1 + \frac{1}{4}$
അതായത് $\left(k - \frac{1}{2}\right)^2 = \frac{5}{4}$. $k - \frac{1}{2} = \pm\frac{\sqrt{5}}{2}$

അതുകൊണ്ട് $k = \frac{1}{2} \pm \frac{\sqrt{5}}{2} = \frac{1 \pm \sqrt{5}}{2}$

ന്യൂനസംഖ്യ ആയതിനാൽ $\frac{1-\sqrt{5}}{2}$ സ്വീകാര്യമല്ല.

അപ്പോൾ $k = \frac{1+\sqrt{5}}{2}$.   AP : PB = $\left(\frac{1+\sqrt{5}}{2}\right) : 1$

$\left(\frac{1+\sqrt{5}}{2}\right) : 1$ എന്ന അംശബന്ധത്തെ കനകാംശബന്ധം (Golden Ratio) എന്ന് പറയുന്നു.

$\frac{1+\sqrt{5}}{2}$ എന്ന സംഖ്യയെ കനകസംഖ്യ (Golden Number) എന്നും പറയുന്നു.

$k = \frac{1+\sqrt{5}}{2}$ ആകുമ്പോൾ $k+1 = \frac{1+\sqrt{5}}{2} + 1 = \frac{3+\sqrt{5}}{2}$

$$k-1 = \frac{1+\sqrt{5}}{2} - 1 = \frac{\sqrt{5}-1}{2}$$

$$k^2 = \left(\frac{1+\sqrt{5}}{2}\right)^2 = \frac{6+2\sqrt{5}}{4} = \frac{3+\sqrt{5}}{2} = k+1$$

$$\frac{1}{k} = 1 \div \left(\frac{1+\sqrt{5}}{2}\right) = \frac{2}{1+\sqrt{5}} = \frac{2(\sqrt{5}-1)}{(\sqrt{5}+1)(\sqrt{5}-1)}$$

$$= \frac{2(\sqrt{5}-1)}{4} = \frac{\sqrt{5}-1}{2} = k-1$$

അതായത് കനകസംഖ്യയുടെ വർഗം അതിനേക്കാൾ 1 കൂടുതലും കനകസംഖ്യയുടെ വ്യുൽക്രമം അതിനേക്കാൾ 1 കുറവും ആകുന്നു.

$\left(\frac{\sqrt{5}+1}{2}\right)\left(\frac{\sqrt{5}-1}{2}\right) = 1$ ആകുന്നു.

അതായത് $\frac{\sqrt{5}+1}{2}$ ന്റെ വ്യുൽക്രമമാണ് $\frac{\sqrt{5}-1}{2}$

1.4.2. വരയുടെ $\sqrt{5}$ മടങ്ങ്

ഒരു വരയുടെ $\sqrt{2}$ മടങ്ങും $\sqrt{3}$ മടങ്ങും നീളമുള്ള വരകൾ നിർമിക്കുന്ന വിധം മുമ്പേ വിശദീകരിച്ചല്ലോ. അതുപോലെ ഒരു വരയുടെ $\sqrt{5}$ മടങ്ങ് നീളമുള്ള വരയും നിർമിക്കാം.

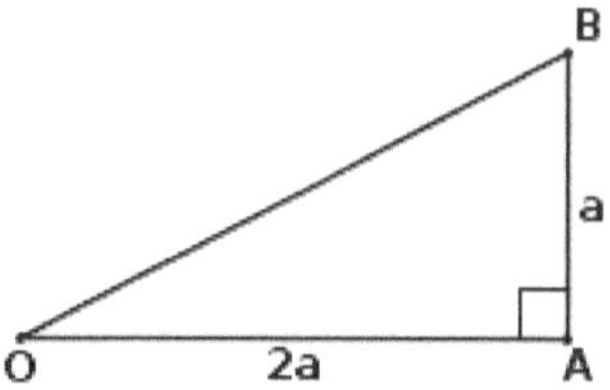

ചിത്രത്തിൽ AB = a , OA = $2a$ ആണെങ്കിൽ

OB = $\sqrt{a^2 + 4a^2}$ = $\sqrt{5a^2}$ = $\sqrt{5}a$

ആണ്.

അതായത് മട്ടത്രികോണത്തിന്റെ ലംബവശങ്ങളിൽ വലുത് , ചെറുതിന്റെ 2 മടങ്ങ് ആണെങ്കിൽ കർണം ചെറുതിന്റെ $\sqrt{5}$ മടങ്ങ് ആയിരിക്കും.

ഒരു വരയുടെ $\sqrt{5}$ മടങ്ങ് നീളമുള്ള വര നിർമിക്കുന്നതിന്, PQ എന്ന വര വരയ്ക്കുക. ലംബവശങ്ങളിലൊന്ന് PQ ആയും മറ്റേത് PQ ന്റെ രണ്ടു മടങ്ങായും ഉള്ള മട്ടത്രികോണം നിർമിച്ചാൽ അതിന്റെ കർണം PQ ന്റെ $\sqrt{5}$ മടങ്ങ് ആകും.

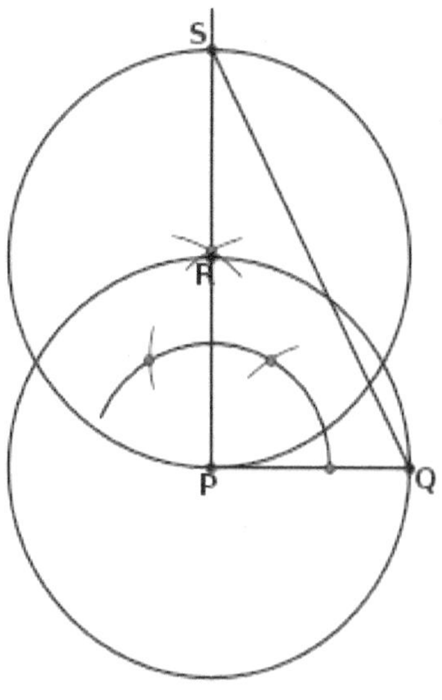

അതിന് P യിൽ കൂടി ലംബം വരയ്ക്കുക. ലംബത്തെ R ൽ മുറിച്ചുകടക്കുന്ന വിധത്തിൽ P കേന്ദ്രമായി PQ ആരത്തിൽ വൃത്തം വരയ്ക്കുക. R കേന്ദ്രമായി അതേ ആരത്തിൽ മറ്റൊരു വൃത്തം വരയ്ക്കുക. ഈ വൃത്തം ലംബത്തെ S ൽ ഖണ്ഡിക്കുന്നു. QS വരയ്ക്കുക.

PS = 2 PQ ആയതിനാൽ

QS = $\sqrt{5} \times$ PQ .

1.4.3. $\frac{\sqrt{5}+1}{2}$ മടങ്ങും $\frac{\sqrt{5}-1}{2}$ ഭാഗവും

രണ്ടു വരകളുടെ നീളം കനകാനുപാതത്തിലാണെങ്കിൽ അവയിൽ വലുത് ചെറുതിന്റെ $\frac{\sqrt{5}+1}{2}$ മടങ്ങും ചെറുത് വലുതിന്റെ $\frac{\sqrt{5}-1}{2}$ ഭാഗവും ആയിരിക്കും.

ഒരു വരയുടെ $\sqrt{5}$ മടങ്ങ് നീളമുള്ള വര നിർമിക്കാൻ മനസ്സിലാക്കിയല്ലോ. വരയുടെ $\sqrt{5}$ മടങ്ങിനോട് ആ വര ചേർത്താൽ $(\sqrt{5}+1)$ മടങ്ങ് നീളമുള്ള വരയാകും. $(\sqrt{5}+1)$ മടങ്ങ് നീളമുള്ള വരയുടെ ലംബസമഭാജി വരച്ചാൽ അതിന്റെ പകുതി നീളം (അതായത് $\frac{\sqrt{5}+1}{2}$ മടങ്ങ് നീളം) ഉള്ള വരയായി. അതുപോലെ ഒരു വരയുടെ $\sqrt{5}$ മടങ്ങിൽ നിന്ന് ആ വര മാറ്റിയാൽ $(\sqrt{5}-1)$മടങ്ങ് നീളമുള്ള വരയും അതിന്റെ പകുതി കണ്ടാൽ $\frac{\sqrt{5}-1}{2}$ ഭാഗം നീളമുള്ള വരയും നിർമിക്കാം.

PQ എന്ന വര വരച്ച് അതിന്റെ $\sqrt{5}$ മടങ്ങ് നീളമുള്ള വര QS നിർമിക്കുക. $QS = \sqrt{5} \times PQ$

PQ എന്ന വര ഇരുഭാഗത്തേക്കും നീട്ടിവരയ്ക്കുക. Q കേന്ദ്രമായി QS ആരത്തിൽ വരയ്ക്കുന്ന അർധവൃത്തം PQ എന്ന വരയുടെ വലതുഭാഗത്ത് A എന്ന ബിന്ദുവിലും ഇടതുഭാഗത്ത് B എന്ന ബിന്ദുവിലും മുറിച്ചുകടക്കുന്നുവെങ്കിൽ $QA = QB = \sqrt{5} \times PQ$

$$PA = PQ + QA = PQ + \sqrt{5} \times PQ = PQ\,(\sqrt{5}+1)$$

$$PB = QB - PQ = \sqrt{5} \times PQ - PQ = PQ\,(\sqrt{5}-1)$$

PA യുടെ ലംബസമഭാജി വരച്ച് മധ്യബിന്ദു M എന്നും PB യുടെ ലംബസമഭാജി വരച്ച് മധ്യബിന്ദു N എന്നും അടയാളപ്പെടുത്തുക.

$$PM = \left(\frac{\sqrt{5}+1}{2}\right)PQ \quad , \quad PN = \left(\frac{\sqrt{5}-1}{2}\right)PQ$$

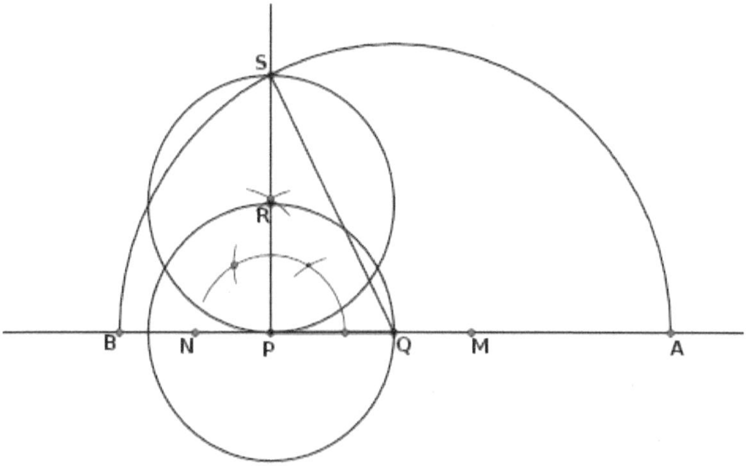

1.4.4. കനകചതുരങ്ങൾ

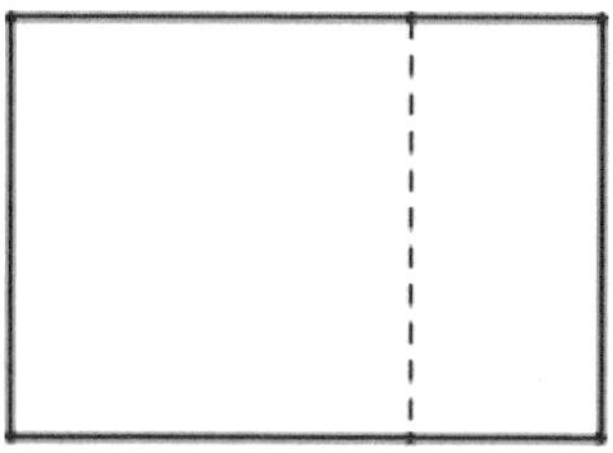

ഒരു ചതുരത്തിൽ നിന്നും പരമാവധി വലിപ്പമുള്ള സമചതുരം മാറ്റുമ്പോൾ ശേഷിക്കുന്ന ചതുരത്തിന്റെ നീളവും വീതിയും തമ്മിലുള്ള അംശബന്ധം വലിയ ചതുരത്തിന്റെ നീളവും വീതിയും തമ്മിലുള്ള അംശബന്ധത്തിന് തുല്യമാണെങ്കിൽ ചതുരത്തിന്റെ നീളവും വീതിയും കനകാനുപാതത്തിലായിരിക്കും. ഇത്തരം ചതുരങ്ങളാണ് കനകചതുരങ്ങൾ എന്നറിയപ്പെടുന്നത്.

ചിത്രത്തിൽ ചതുരത്തിന്റെ നീളം $k(k > 1)$ എന്നും വീതി 1 എന്നുമിരിക്കട്ടെ.
പരമാവധി വലിപ്പമുള്ള സമചതുരം മാറ്റുമ്പോൾ ശേഷിക്കുന്ന ചതുരത്തിന്റെ നീളം = 1 വീതി = $k-1$
$k : 1 = 1 : (k-1)$ ആകണമെങ്കിൽ $k(k-1) = 1$

അതായത് $k^2 - k = 1$. അപ്പോൾ $k = \dfrac{\sqrt{5}+1}{2}$
ചതുരത്തിന്റെ നീളവും വീതിയും കനകാനുപാതത്തിലാണ്.
അതായത് ഇതൊരു കനകചതുരമാണ്.

അതിന്റെ നീളം വീതിയുടെ $\frac{\sqrt{5}+1}{2}$ മടങ്ങ് ആയിരിക്കും. മാത്രമല്ല ശേഷിക്കുന്ന ചതുരവും കനകചതുരമാണ്. അതിന്റെ വീതി നീളത്തിന്റെ $\frac{\sqrt{5}-1}{2}$ ഭാഗം ആയിരിക്കും.

ഒരു വരയുടെ $\frac{\sqrt{5}+1}{2}$ മടങ്ങ് നീളമുള്ള വരയും $\frac{\sqrt{5}-1}{2}$ ഭാഗം നീളമുള്ള വരയും നിർമിക്കാമെന്നതുകൊണ്ട് ആ വര നീളമായി വരുന്നതോ , വീതിയായി വരുന്നതോ ആയ കനകചതുരം നിർമിക്കാം.

കനകചതുരം നിർമിക്കുന്നതിന് ചെറിയ വശം വരയ്ക്കുക. അതിന്റെ $\frac{\sqrt{5}+1}{2}$ മടങ്ങ് നീളത്തിൽ വലിയ വശം വരയ്ക്കുക.

ചിത്രത്തിൽ AD ചതുരത്തിന്റെ വീതി. AD എന്ന വര A യുടെ ഭാഗത്തേക്ക് നീട്ടിവരച്ച് അതിന് ലംബമായി A യിൽ കൂടി ഒരു വര വരയ്ക്കുക. A കേന്ദ്രമായി AD ആരത്തിൽ വൃത്തം വരയ്ക്കുക.

AP = AQ = AD. Q കേന്ദ്രമായി QA ആരത്തിൽ വരയ്ക്കുന്ന ചാപം DA എന്ന വരയെ R ൽ ഖണ്ഡിക്കുന്നു.

അപ്പോൾ PR = $\sqrt{5}$AD

PS = PR ,അതുകൊണ്ട് PS = $\sqrt{5}$AD , AS = $(\sqrt{5}+1)$AD

AS ന്റെ മധ്യബിന്ദുവാണ് B.അപ്പോൾ AB = $\left(\frac{\sqrt{5}+1}{2}\right)$AD

കനകചതുരം ABCD പൂർത്തിയാക്കുക.

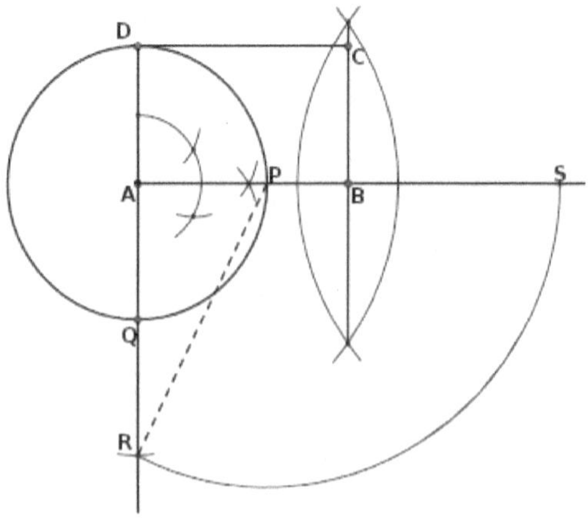

അല്ലെങ്കിൽ വലിയ വശം വരയ്ക്കുക. അതിന്റെ $\frac{\sqrt{5}-1}{2}$ ഭാഗം നീളത്തിൽ ചെറിയ വശം വരയ്ക്കുക.

ചിത്രത്തിൽ AB വലിയ വശം. AB എന്ന വര B യുടെ ഭാഗത്തേക്ക് നീട്ടിവരച്ച് അതിന് ലംബമായി A യിൽ കൂടി ഒരു വര വരയ്ക്കുക. A കേന്ദ്രമായി AB ആരത്തിൽ വൃത്തം വരയ്ക്കുക. AP = AB. B കേന്ദ്രമായി BA ആരത്തിൽ വരയ്ക്കുന്ന ചാപം AB എന്ന വരയെ Q ൽ ഖണ്ഡിക്കുന്നു. അപ്പോൾ PQ = $\sqrt{5}\times$AB

PR = PQ , അതുകൊണ്ട് PR = $\sqrt{5}\times$AB ,

AR = $(\sqrt{5}-1)$AB.

AR ന്റെ മധ്യബിന്ദുവാണ് D. അപ്പോൾ AD = $\left(\frac{\sqrt{5}-1}{2}\right)$AB

കനകചതുരം ABCD പൂർത്തിയാക്കുക.

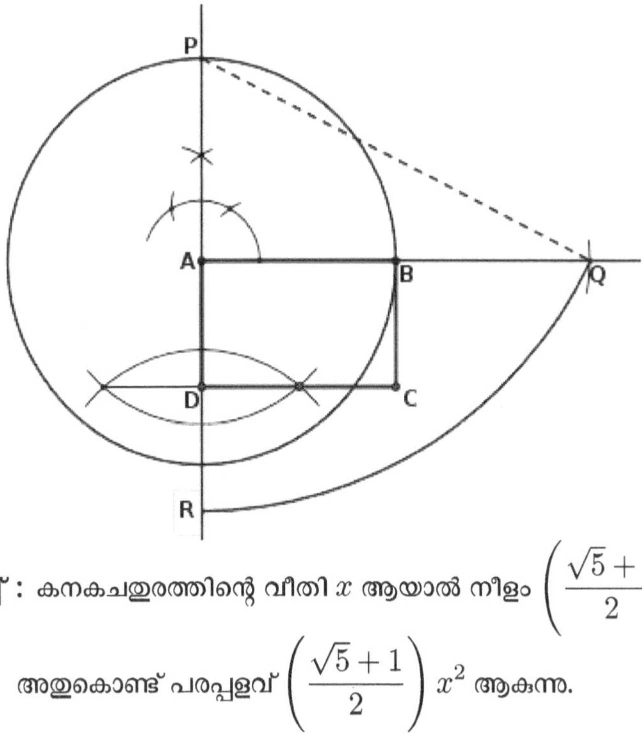

കുറിപ്പ് : കനകചതുരത്തിന്റെ വീതി x ആയാൽ നീളം $\left(\frac{\sqrt{5}+1}{2}\right)x$

അതുകൊണ്ട് പരപ്പളവ് $\left(\frac{\sqrt{5}+1}{2}\right)x^2$ ആകുന്നു.

1.4.5. 36° , 36° , 108° കോണളവുള്ള ത്രികോണം

30° , 30° , 120° കോണളവുള്ള ത്രികോണത്തിന്റെ വശങ്ങൾ $1, 1, \sqrt{3}$ എന്നീ സംഖ്യകൾക്ക് ആനുപാതികമാണെന്ന് അറിയാമല്ലോ. ഇതൊരു സമപാർശ്വത്രികോണമാണ്.
അതുപോലെ ഒരു സമപാർശ്വത്രികോണത്തിന്റെ കോണളവുകളാണ് 36° , 36° , 108°. ഈ ത്രികോണത്തിന്റെ വശങ്ങളുടെ നീളം തമ്മിലുള്ള ബന്ധം എന്തായിരിക്കും ?

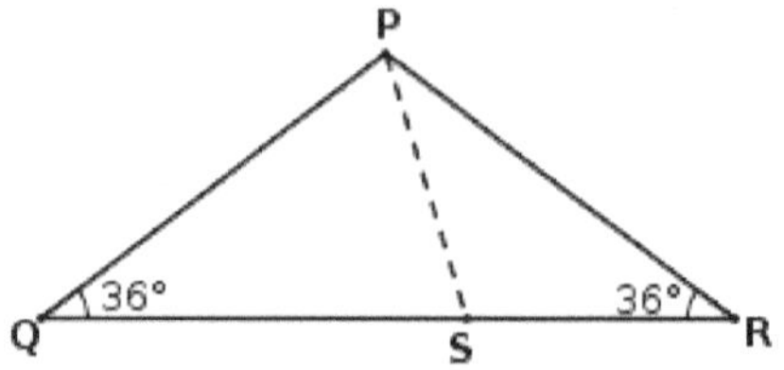

ചിത്രത്തിൽ △PQR ൽ ∠QPR = 108° , ∠PQR = ∠PRQ = 36°.
QS = QP ആകത്തക്കവിധത്തിലുള്ള ഒരു ബിന്ദുവാണ് S എങ്കിൽ
∠QPS = ∠QSP = 72° . അപ്പോൾ ∠PSR = 108° ∠SPR = 36°
△QPR , △PSR ഇവയുടെ കോണുകൾ 36° , 36° , 108° ആകുന്നു. അതുകൊണ്ട് രണ്ട് ത്രികോണങ്ങളുടെയും തുല്യകോണുകൾക്ക് എതിരെയുള്ള വശങ്ങൾ ആനുപാതികമായിരിക്കും.
അതായത് QR : PQ = PR : SR
PQ = PR = 1 എന്നും QR = k എന്നുമെടുത്താൽ SR = $k - 1$
അപ്പോൾ $k : 1 = 1 : (k - 1)$
ഈ വാക്യത്തെ ഗുണനരൂപത്തിൽ എഴുതിയാൽ $k(k-1) = 1$

$k^2 - k = 1$ അപ്പോൾ $k = \dfrac{\sqrt{5}+1}{2}$

അതായത് PQ : PR : QR = 1 : 1 : $\left(\dfrac{\sqrt{5}+1}{2}\right)$

ഒരു ത്രികോണത്തിന്റെ കോണുകൾ 36° , 36° , 108° ആണെങ്കിൽ കോണുകൾക്കെതിരെയുള്ള വശങ്ങൾ $1, 1, \left(\dfrac{\sqrt{5}+1}{2}\right)$ എന്നിവയ്ക്ക് ആനുപാതികമാണ്.

36° കോണിനെതിരെയുള്ള വശത്തിന്റെ $\dfrac{\sqrt{5}+1}{2}$ മടങ്ങാണ് 108° കോണിനെതിരെയുള്ള വശം .

മേൽക്കൊടുത്ത ചിത്രത്തിൽ $\triangle PQS$ ന്റെ കോണുകളുടെ അളവുകൾ $72°$, $72°$, $36°$ ആണല്ലോ.

$PQ = QS = 1$, $PS = SR = k - 1 = \frac{\sqrt{5}-1}{2}$

അതുകൊണ്ട് $72°$, $72°$, $36°$ കോണളവുള്ള ത്രികോണത്തിന്റെ വശങ്ങൾ $1 : 1 : \left(\frac{\sqrt{5}-1}{2}\right)$ എന്നിവയ്ക്ക് ആനുപാതികമാണ്. (അഥവാ $\left(\frac{\sqrt{5}+1}{2}\right), \left(\frac{\sqrt{5}+1}{2}\right), 1$ എന്നിവയ്ക്ക് ആനുപാതികമാണ്).

ഈ ത്രികോണത്തിൽ $36°$ കോണിനെതിരെയുള്ള വശത്തിന്റെ $\frac{\sqrt{5}+1}{2}$ മടങ്ങാണ് $72°$ കോണിനെതിരെയുള്ള വശം .

ഈ ആശയങ്ങളുടെ വിപരീത പ്രസ്താവന പരിശോധിക്കാം.

അതായത് വശങ്ങൾ $1, 1, \left(\frac{\sqrt{5}+1}{2}\right)$ എന്നിവയ്ക്ക് ആനുപാതികമായ ത്രികോണത്തിന്റെ കോണുകളുടെ പ്രത്യേകത എന്തായിരിക്കും.

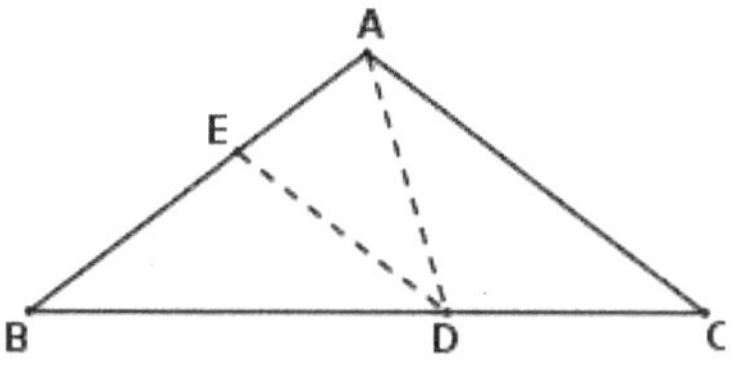

$\triangle ABC$ യിൽ $AB = AC = 1$,

$BC = \frac{\sqrt{5}+1}{2}$ എന്നിരിക്കട്ടെ.

$\angle ABC = \theta$ ആയാൽ $\angle ACB = \theta$

BD = BA ആകത്തക്കവിധം BC യിലെ ഒരു ബിന്ദുവാണ് D .

$BD = 1$, $DC = \frac{\sqrt{5}-1}{2}$

AC യ്ക്ക്സമാന്തരമായി D യിൽ കൂടിയുള്ള വരയാണ് DE.

അപ്പോൾ $\angle BDE = \angle BCA = \theta$

കൂടാതെ $BE : BD = BA : BC$

അതായത് $BE : 1 = 1 : \left(\frac{\sqrt{5}+1}{2}\right)$. ഇതിൽ നിന്നും $BE = \frac{\sqrt{5}-1}{2}$ എന്ന് കിട്ടുന്നു.

$\triangle$ADC , $\triangle$BED എന്നീ ത്രികോണങ്ങളിൽ DC = BE , AC = BD , $\angle$ACD = $\angle$DBE ആയതിനാൽ അവ തുല്യത്രികോണങ്ങൾ ആണ്. അതുകൊണ്ട് $\angle DAC = \theta$

AC യും ED യും സമാന്തരവരകളായതിനാൽ $\angle ADE = \angle DAC = \theta$

$\triangle$ABD യിൽ $\angle BDA = \angle BAD = 2\theta$.

$2\theta + 2\theta + \theta = 180°$ ആയതുകൊണ്ട് $\theta = 36°$.

$\angle ABC = \angle ACB = 36°$. $\angle BAC = 108°$.

$\triangle$ABC യുടെ കോണളവുകൾ $36°$, $36°$, $108°$ ആകുന്നു.

അതായത് വശങ്ങൾ $1, 1, \left(\frac{\sqrt{5}+1}{2}\right)$ എന്നിവയ്ക്ക് ആനുപാതികമായ ത്രികോണത്തിന്റെ കോണുകൾ $36°$, $36°$, $108°$ ആയിരിക്കും.

1.4.6. 36° കോണിന്റെ നിർമിതി

$36°$ അളവുള്ള കോൺ വരയ്ക്കുന്നതിന് വശങ്ങൾ $1, 1, \left(\frac{\sqrt{5}+1}{2}\right)$ എന്നിവയ്ക്ക് ആനുപാതികമായ ത്രികോണം നിർമിച്ചാൽ മതിയല്ലോ.

PQ ഭുജമായി വരുന്ന $36°$ അളവുള്ള കോൺ നിർമിക്കണമെന്നിരിക്കട്ടെ.

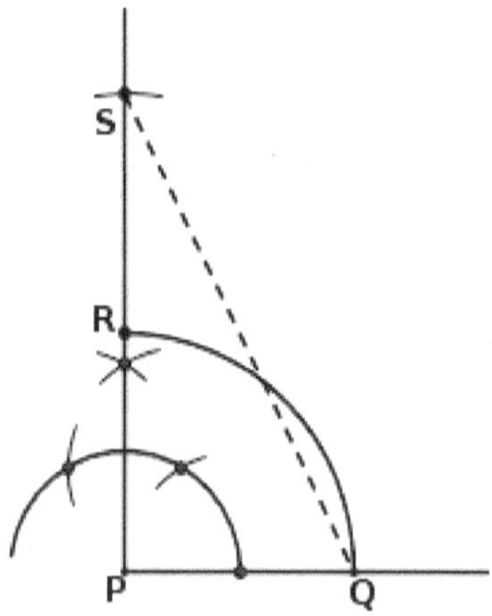

PQ വരച്ച് Q ന്റെ ഭാഗത്തേക്ക് നീട്ടിവരയ്ക്കുക. അതിന് ലംബമായി P യിൽ കൂടി ഒരു വര വരയ്ക്കുക. P കേന്ദ്രമായി PQ ആരത്തിൽ ചാപം വരയ്ക്കുക. ഈ ചാപം ലംബത്തെ R ൽ ഖണ്ഡിക്കുന്നു. ലംബത്തെ S ൽ ഖണ്ഡിക്കുന്ന വിധത്തിൽ R കേന്ദ്രമായി PR ആരത്തിൽ ചാപം വരയ്ക്കുക.

QS യോജിപ്പിക്കുക.

QS= $\sqrt{5} \times$ PQ

PQ എന്ന വരയെ വലതുഭാഗത്ത് A യിൽ ഖണ്ഡിക്കുന്ന വിധത്തിൽ Q കേന്ദ്രമായി QS ആരത്തിൽ ചാപം വരയ്ക്കുക.

PA= PQ $\times (\sqrt{5}+1)$. PA യുടെ ലംബസമഭാജി വരച്ച് മധ്യബിന്ദു M അടയാളപ്പെടുത്തുക. PM = PQ $\times \left(\frac{\sqrt{5}+1}{2}\right)$

P കേന്ദ്രമായി PM ആരത്തിലും Q കേന്ദ്രമായി QP ആരത്തിലും ചാപങ്ങൾ വരച്ച് സംഗമബിന്ദു B അടയാളപ്പെടുത്തുക.
BP യോജിപ്പിക്കുക. $\triangle$PQB യിൽ BQ = PQ

PB= PQ $\times \left(\frac{\sqrt{5}+1}{2}\right)$. PQ : QB : PB = $1 : 1 : \left(\frac{\sqrt{5}+1}{2}\right)$

അതുകൊണ്ട് $\angle$BPQ = $36°$

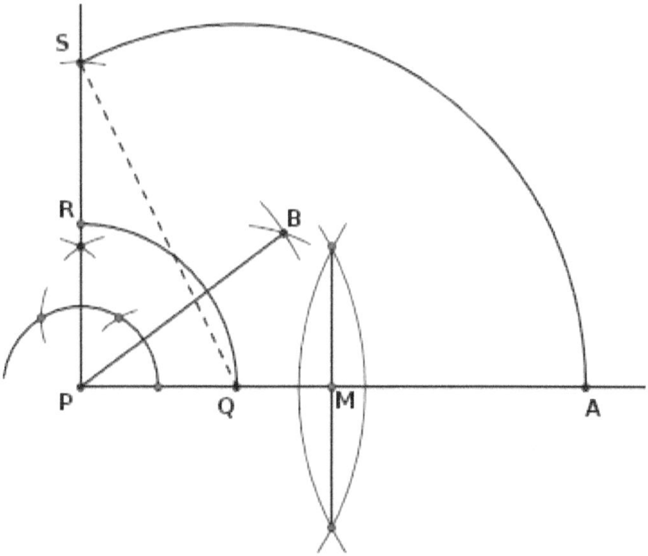

ഇവിടെ $\angle$BPS = $54°$ എന്നും $\angle$PQB = $108°$ എന്നും കാണാം. മാത്രമല്ല C എന്ന മറ്റൊരു ബിന്ദുവിൽ ഖണ്ഡിക്കുന്ന വിധത്തിൽ P കേന്ദ്രമായും Q കേന്ദ്രമായും PM ആരത്തിൽ ചാപങ്ങൾ വരച്ച് CP യോജിപ്പിച്ചാൽ $\angle$CPQ = $72°$ എന്നും കിട്ടുന്നു.

? $6°$ അളവിൽ കോൺ നിർമിക്കുക. (സൂചന അനുബന്ധം 1 ൽ).

1.5. സമപഞ്ചഭുജം

ഒരു പഞ്ചഭുജത്തിന് 5 വശങ്ങളും 5 വികർണങ്ങളുമാണുള്ളത്. വശങ്ങളുടെ എണ്ണവും വികർണങ്ങളുടെ എണ്ണവും തുല്യമായ ഒരേയൊരു ബഹുഭുജമേയുള്ളൂ. അത് പഞ്ചഭുജമാണ്. ഒരു പഞ്ചഭുജത്തിന്റെ എല്ലാ കോണുകളുടെയും തുക $540°$ ആണ്.

വശങ്ങൾ തുല്യവും കോണുകൾ തുല്യവും ആയ പഞ്ചഭുജമാണ് സമപഞ്ചഭുജം (Regular Pentagon) . അതിന്റെ ഓരോ കോണും $108°$ യും ഓരോ ബാഹ്യകോണും $72°$ യും ആകുന്നു. സമപഞ്ചഭുജത്തിന്റെ ഓരോ വശവും അതിന്റെ പരിവൃത്തകേന്ദ്രത്തിലുണ്ടാക്കുന്ന കോണിന്റെ അളവും $72°$ ആണ്.

1.5.1. **സമപഞ്ചഭുജത്തിന്റെ വികർണങ്ങൾ**

സമപഞ്ചഭുജത്തിന്റെ 5 വികർണങ്ങൾക്കും ഒരേ നീളമാണ്. ഒരു വികർണവും രണ്ടു വശങ്ങളും ചേർന്നുണ്ടാകുന്ന ത്രികോണത്തിന്റെ കോണുകൾ $36°$, $36°$, $108°$ യും ഒരു വശവും രണ്ടു വികർണങ്ങളും ചേർന്നുണ്ടാകുന്ന ത്രികോണത്തിന്റെ കോണുകൾ $36°$, $72°$, $72°$ യും ആകുന്നു.

ചിത്രത്തിൽ ABCDE സമപഞ്ചഭുജമാണ്.

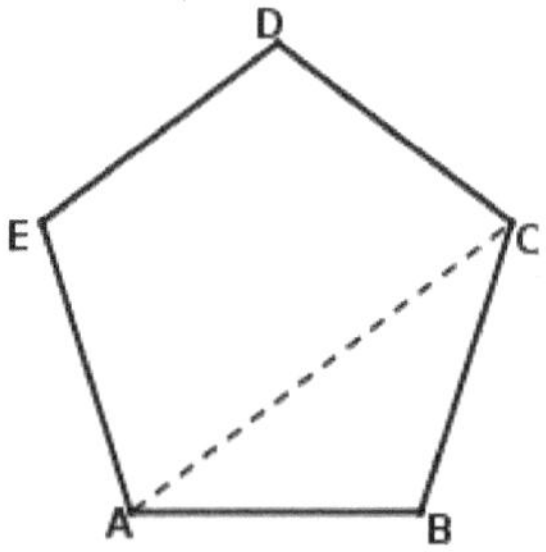

$\triangle ABC$ യിൽ $\angle ABC = 108°$,

$\angle BAC = \angle BCA = 36°$

$$AB : BC : AC = 1 : 1 : \left(\frac{\sqrt{5}+1}{2}\right)$$

അതായത് $AC = AB \times \left(\frac{\sqrt{5}+1}{2}\right)$

വികർണത്തിന്റെ നീളം വശത്തിന്റെ നീളത്തിന്റെ

$\left(\frac{\sqrt{5}+1}{2}\right)$ മടങ്ങാണ്.

അഥവാ സമപഞ്ചഭുജത്തിന്റെ വികർണത്തിന്റെ നീളവും വശത്തിന്റെ നീളവും കനകാനുപാതത്തിലാണ്.

സമപഞ്ചഭുജത്തിന്റെ ഒരു വികർണം വരയ്ക്കുമ്പോൾ ആ മൂലയിൽ ഉണ്ടാകുന്ന രണ്ടു കോണുകളിൽ ഒന്ന് 36° യും മറ്റേത് 72° യും ആകുന്നു. സമപഞ്ചഭുജത്തിന്റെ വികർണത്തിന്റെ നീളം വശത്തിന്റെ നീളത്തിന്റെ $\left(\frac{\sqrt{5}+1}{2}\right)$ മടങ്ങാണ് എന്ന പ്രത്യേകതയും 36° കോണിന്റെ നിർമിതിയും ഉപയോഗപ്പെടുത്തിക്കൊണ്ട് സമപഞ്ചഭുജം നിർമിക്കാം. ഒരു വര വശമായി വരുന്ന സമപഞ്ചഭുജം നിർമിക്കുമ്പോൾ വശത്തിന്റെ നീളവും വികർണത്തിന്റെ നീളവും ഉപയോഗിച്ച് മൂന്നാമത്തെ മൂല കണ്ടുപിടിക്കാം. തുടർന്ന് മറ്റു മൂലകൾ കണ്ടെത്തി സമപഞ്ചഭുജം പൂർത്തിയാക്കാം.

1.5.2. സമപഞ്ചഭുജത്തിന്റെ നിർമിതി

സമപഞ്ചഭുജംABCDE നിർമിക്കുന്നതിനായി AB എന്ന വശം വരയ്ക്കുക. A എന്ന മൂലയിൽ 36° അളവിൽ കോൺ നിർമിക്കണം. അതിന് AB ഒരു വശമായതും വശങ്ങളുടെ നീളം $1, 1, \left(\frac{\sqrt{5}+1}{2}\right)$ എന്നിവയ്ക്ക് ആനുപാതികവുമായ ത്രികോണം നിർമിച്ചാൽ മതിയല്ലോ.

ആദ്യം AB യുടെ $\left(\frac{\sqrt{5}+1}{2}\right)$ മടങ്ങ് നീളമുള്ള വര നിർമിക്കാം.

AB യ്ക്ക് ലംബമായി A യിൽ കൂടി ഒരു വര വരയ്ക്കുക. ലംബത്തെ P യിൽ ഖണ്ഡിക്കത്തക്കവിധം A കേന്ദ്രമായി AB ആരത്തിൽ വൃത്തം വരയ്ക്കുക. P കേന്ദ്രമായി അതേ ആരത്തിൽ വരയ്ക്കുന്ന ചാപം ലംബത്തെ Q ൽ ഖണ്ഡിക്കുന്നുവെന്നിരിക്കട്ടെ. BQ യോജിപ്പിക്കുക.

$BQ = \sqrt{5} \times AB$

AB എന്ന വശം B യുടെ ഭാഗത്തേക്ക് നീട്ടിവരയ്ക്കുക. ആ വരയെ R ൽ ഖണ്ഡിക്കത്തക്കവിധം B കേന്ദ്രമായി BQ ആരത്തിൽ ചാപം വരയ്ക്കുക.

$BR = \sqrt{5} \times AB$, $AR = AB \times (\sqrt{5}+1)$

AR ന്റെ ലംബസമഭാജി വരച്ച് മധ്യബിന്ദു M അടയാളപ്പെടുത്തുക.

$AM = AB \times \left(\frac{\sqrt{5}+1}{2}\right)$ (സമപഞ്ചഭുജത്തിന്റെ വികർണത്തിന്റെ നീളം)

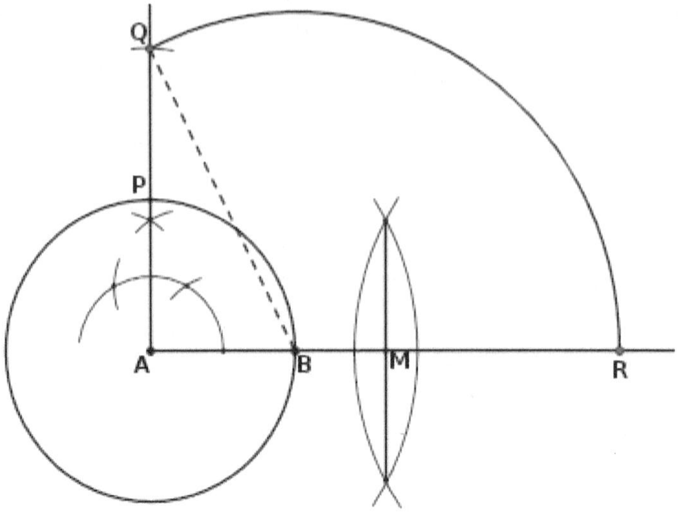

B കേന്ദ്രമായി BA ആരത്തിലും A കേന്ദ്രമായി AM ആരത്തിലും ചാപങ്ങൾ വരച്ച് സംഗമബിന്ദു C അടയാളപ്പെടുത്തുക. BC യോജിപ്പിക്കുക. ഇത് സമപഞ്ചഭുജത്തിന്റെ രണ്ടാമത്തെ വശം ആയിരിക്കും.

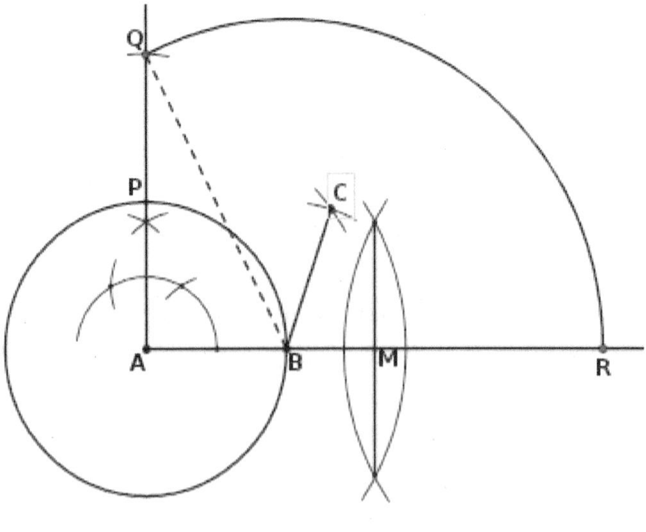

C കേന്ദ്രമായി CB ആരത്തിലും A കേന്ദ്രമായി AM ആരത്തിലും ചാപങ്ങൾ വരച്ച് സംഗമബിന്ദു D യും , D കേന്ദ്രമായി DC ആരത്തിൽ ചാപം വരച്ച് A കേന്ദ്രമായ വൃത്തത്തെ ഖണ്ഡിക്കുന്ന ബിന്ദു E യും അടയാളപ്പെടുത്തി സമപഞ്ചഭുജം പൂർത്തിയാക്കാം.

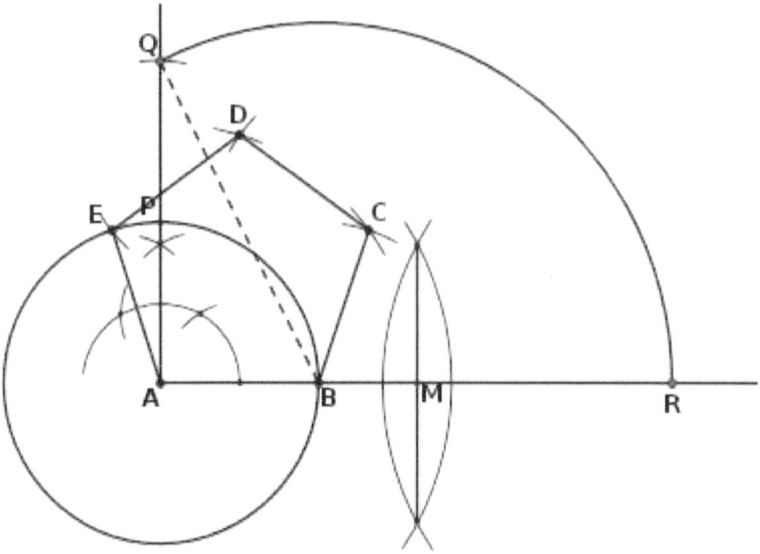

1.5.3. tan54° മടങ്ങും tan36° ഭാഗവും

ത്രികോണമിതി ആശയങ്ങളുടെ അടിസ്ഥാനത്തിൽ ത്രികോണത്തിന്റെ വശങ്ങളുടെ നീളം sine അളവായും cosine അളവായും tangent അളവായും അവയുടെ മടങ്ങുകളായും പറയാമെന്ന് നാം മനസ്സിലാക്കിയിട്ടുണ്ട്. കോണിന്റെ അളവ് 0 ഡിഗ്രിക്കും 90 ഡിഗ്രിക്കും ഇടയിലാകുമ്പോൾ sine അളവും cosine അളവും പൂജ്യത്തിനും ഒന്നിനും ഇടയിലാണെന്നും നമുക്കറിയാം. എന്നാൽ tangent അളവ് പൂജ്യത്തിനും ഒന്നിനും ഇടയിലായി വരുന്നത് കോണിന്റെ അളവ് 0 ഡിഗ്രിക്കും 45 ഡിഗ്രിക്കും ഇടയിലാകുമ്പോഴാണ്. കോണളവ് 45 ഡിഗ്രി ആകുമ്പോൾ 1 ഉം 45 ഡിഗ്രിക്കും 90 ഡിഗ്രിക്കും ഇടയിലാകുമ്പോൾ 1 ൽ കൂടുതലുമാണ് tangent അളവ്. അപ്പോൾ tan36° ന്റെ വില 1 ൽ കുറവും tan54° ന്റെ വില 1 ൽ കൂടുതലുമാണ് .

ചിത്രത്തിൽ ത്രികോണത്തിന്റെ കോണുകൾ $36°$, $54°$, $90°$ ആണ്.

$\tan 36° = \dfrac{BC}{AB}$, $\tan 54° = \dfrac{AB}{BC}$

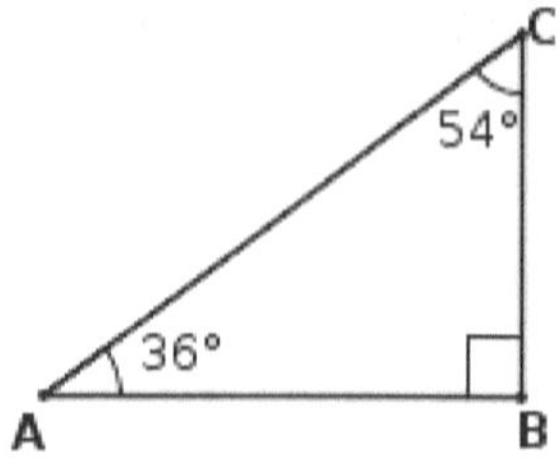

$$BC = AB \times tan36$$
$$AB = BC \times tan54 .$$

AB യുടെ $tan36$ ഭാഗമാണ് BC.
BC യുടെ $tan54$ മടങ്ങാണ് AB.

$\tan 54° \times \tan 36° = 1$ ആകുന്നു.
അതായത് $\tan 54°$ന്റെ വ്യുൽക്രമമാണ് $\tan 36°$

$$\frac{1}{tan54} = tan36 \quad , \quad \frac{1}{tan36} = tan54$$

ഒരു വരയുടെ $\tan 36°$ ഭാഗം വരയ്ക്കണമെങ്കിൽ ആ വര $36°$ കോണിന്റെ സമീപവശമായി വരുന്ന മട്ടത്രികോണം വരച്ചാൽ മതി. $36°$ കോണിന്റെ എതിർവശം വരയുടെ $\tan 36°$ ഭാഗം ആയിരിക്കും.

അതുപോലെ ഒരു വരയുടെ $\tan 54°$ മടങ്ങ് വരയ്ക്കണമെങ്കിൽ ആ വര $54°$ കോണിന്റെ സമീപവശമായി വരുന്ന മട്ടത്രികോണം വരച്ചാൽ മതി. $54°$ കോണിന്റെ എതിർവശം വരയുടെ $\tan 54°$ മടങ്ങ് ആയിരിക്കും.

1.5.4. സമപഞ്ചഭുജത്തിന്റെ പരപ്പളവ്

സമചതുരം , സമഭുജത്രികോണം , സമഷഡ്ഭുജം എന്നിവയുടെ വശത്തിന്റെ നീളം അറിഞ്ഞാൽ പരപ്പളവ് കണ്ടുപിടിക്കാം. സമചതുരത്തിന്റെ പരപ്പളവ് വശത്തിന്റെ വർഗം ആണെന്നും സമഭുജത്രികോണത്തിന്റെ പരപ്പളവ് വശത്തിന്റെ വർഗത്തിന്റെ $\dfrac{\sqrt{3}}{4}$ ഭാഗം ആണെന്നും സമഷഡ്ഭുജത്തിന്റെ പരപ്പളവ് വശത്തിന്റെ വർഗത്തിന്റെ $\dfrac{3\sqrt{3}}{2}$ മടങ്ങ് ആണെന്നും നമുക്കറിയാം. സമപഞ്ചഭുജത്തിന്റെ പരപ്പളവ് വശത്തിന്റെ വർഗത്തിന്റെ എത്ര മടങ്ങായിരിക്കുമെന്ന് നോക്കാം.

ചിത്രത്തിൽ സമപഞ്ചഭുജം ABCDE യുടെ പരിവൃത്തകേന്ദ്രമാണ് O. കേന്ദ്രത്തിൽ നിന്നും AB യിലേക്കുള്ള ലംബമാണ് OP. ഓരോ വശവും പരിവൃത്തകേന്ദ്രവുമായി ഉണ്ടാക്കുന്ന അഞ്ച് ത്രികോണങ്ങളുടെയും പരപ്പളവുകളുടെ തുകയാണ് സമപഞ്ചഭുജത്തിന്റെ പരപ്പളവ്.

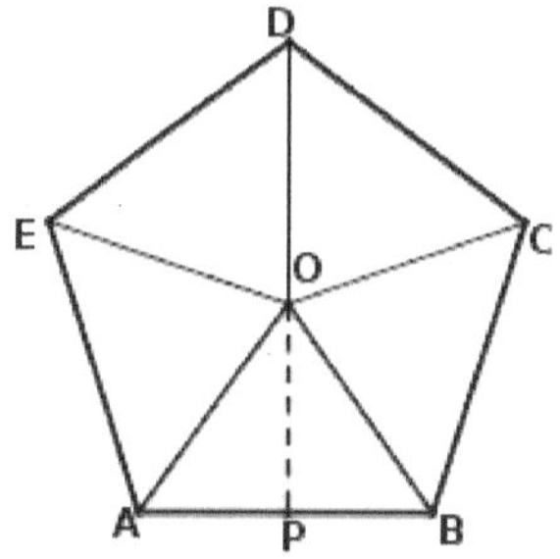

$\angle BAE = 108°$. $\angle OAB = 54°$

അതുകൊണ്ട് $OP = AP \times tan54$

$AB = a$ ആണെങ്കിൽ $AP = \frac{a}{2}$, $OP = \frac{a}{2} \times tan54$

$\triangle AOB$ യുടെ പരപ്പളവ് $= \frac{1}{2} \times a \times \frac{a}{2} \times tan54 = \frac{a^2 tan54}{4}$

സമപഞ്ചഭുജത്തിന്റെ പരപ്പളവ് $= \frac{5a^2 tan54}{4}$

സമപഞ്ചഭുജത്തിന്റെ പരപ്പളവ് എങ്ങിനെ കണക്കാക്കാമെന്നും സമപഞ്ചഭുജം നിർമിക്കുന്നതെങ്ങിനെയെന്നും അറിയാവുന്നതിനാൽ മുമ്പേ വിശദീകരിച്ച രീതികൾ ഉപയോഗിച്ച തന്നെ സമപഞ്ചഭുജത്തിന് തുല്യപരപ്പളവുള്ള മറ്റു സമബഹുഭുജങ്ങൾ നിർമിക്കാനും തിരിച്ച് ഓരോ സമബഹുഭുജത്തിനും തുല്യപരപ്പളവുള്ള സമപഞ്ചഭുജം നിർമിക്കാനും സാധിക്കും.

1.5.5. സമപഞ്ചഭുജവും സമചതുരവും

ഒരു സമപഞ്ചഭുജം വരച്ച് അതിനു തുല്യ പരപ്പളവുള്ള സമചതുരം നിർമിക്കുന്നതിനുള്ള മാർഗം പരിശോധിക്കാം.

സമപഞ്ചഭുജത്തിന്റെ വശത്തിന്റെ നീളം a ആയാൽ

പരപ്പളവ് $= \frac{5a^2 tan54}{4}$

സമചതുരത്തിന്റെ വശത്തിന്റെ നീളം k ആയാൽ പരപ്പളവ് $= k^2$

പരപ്പളവ് തുല്യമാകണമെങ്കിൽ $k^2 = \frac{5a^2 tan54}{4}$ അപ്പോൾ

$k = \sqrt{\frac{5a^2 tan54}{4}}$

ചിത്രത്തിൽ $OR^2 = OP \times OQ$

ആയതിനാൽ

$OP = \frac{5a}{4}$, $OQ = atan54$

ആകുമ്പോൾ

$OR = \sqrt{\frac{5a^2tan54}{4}}$

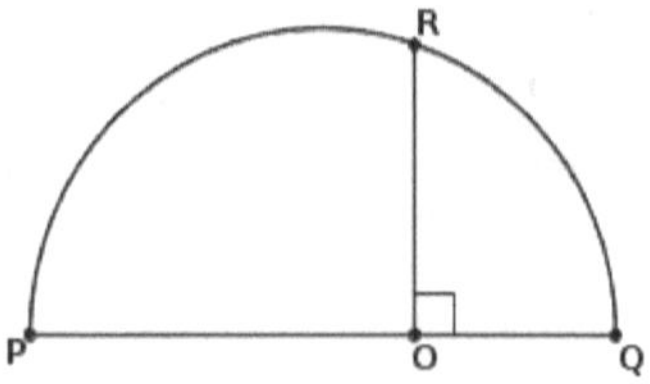

$\frac{5a}{4}$ എന്നത് വശത്തിന്റെ $\frac{5}{4}$ മടങ്ങും $atan54$ എന്നത് വശത്തിന്റെ $tan54$ മടങ്ങും ആകുന്നു.

സമപഞ്ചഭുജം ABCDE വരയ്ക്കുക. അതിന്റെ വശത്തിന്റെ നീളം a എന്നിരിക്കട്ടെ. AB എന്ന വശം ഇരുഭാഗത്തേക്കും നീട്ടുക. അതിന് ലംബമായി B യിൽ കൂടി വര വരയ്ക്കുക. ലംബത്തെ F ൽ ഖണ്ഡിക്കുന്ന വിധത്തിൽ $\angle BAE$ യുടെ സമഭാജി വരയ്ക്കുക. അപ്പോൾ BF = $atan54$. AB എന്ന വരയെ P യിൽ ഖണ്ഡിക്കുന്ന വിധത്തിൽ A കേന്ദ്രമായി AB ആരത്തിൽ വൃത്തം വരയ്ക്കുക. AP യുടെ ലംബസമഭാജി വരച്ച് മധ്യബിന്ദു Q ഉം AQ ന്റെ ലംബസമഭാജി വരച്ച് മധ്യബിന്ദു R ഉം അടയാളപ്പെടുത്തുക. AP = a , AQ = $\frac{a}{2}$, AR = $\frac{a}{4}$, BR = $\frac{5a}{4}$

B കേന്ദ്രമായി BR ആരത്തിൽ വരയ്ക്കുന്ന ചാപം ലംബത്തെ G യിൽ മുറിച്ചുകടക്കുന്നുവെന്നിരിക്കട്ടെ. അപ്പോൾ BG = $\frac{5a}{4}$

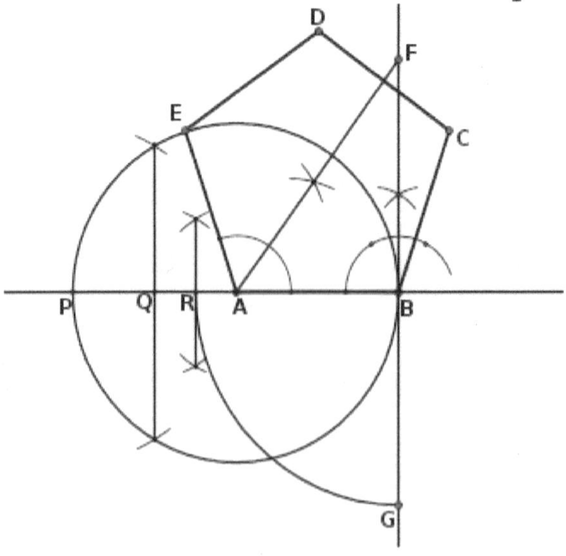

GF വ്യാസത്തിൽ അർധവൃത്തം വരയ്ക്കുക. അർധവൃത്തം AB എന്ന വരയെ H എന്ന ബിന്ദുവിൽ ഖണ്ഡിക്കുന്നു.

$BH^2 = BG \times BF = \frac{5a}{4} \times atan54 = \frac{5a^2tan54}{4}$.

അപ്പോൾ $BH = \sqrt{\frac{5a^2tan54}{4}}$

BH വശമായി സമചതുരം വരയ്ക്കുക.

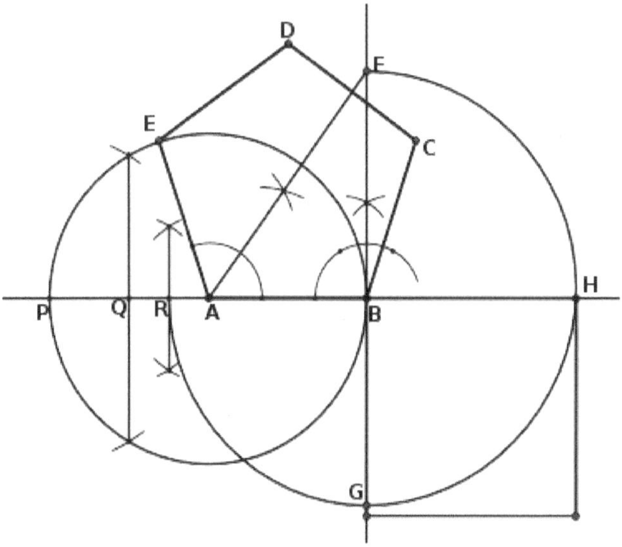

1.5.6. **ചതുരവും സമപഞ്ചഭുജവും**

ചതുരത്തിന്റെ പരപ്പളവിന് തുല്യ പരപ്പളവുള്ള സമചതുരം , സമഭുജത്രികോണം , സമഷഡ്ഭുജം എന്നിവ നിർമിച്ചല്ലോ. ഇവിടെ $tan54$ ന്റെ വ്യുൽക്രമമാണ് $tan36$ എന്ന വസ്തുത കൂടി ഉപയോഗപ്പെടുത്തിക്കൊണ്ട് ചതുരത്തിന്റെ പരപ്പളവിന് തുല്യ പരപ്പളവുള്ള സമപഞ്ചഭജം നിർമിക്കുന്നതെങ്ങിനെയെന്ന് പരിശോധിക്കാം.

ചതുരത്തിന്റെ വശങ്ങളുടെ നീളം a, b ആയാൽ പരപ്പളവ് $= a \times b$

സമപഞ്ചഭുജത്തിന്റെ വശത്തിന്റെ നീളം k ആയാൽ

പരപ്പളവ് $= \frac{5k^2tan54}{4}$

$\frac{5k^2 tan54}{4} = a \times b$ ആകണമെങ്കിൽ $k^2 = \frac{4ab}{5tan54} = \frac{4abtan36}{5}$

അപ്പോൾ $k = \sqrt{\frac{4abtan36}{5}}$

ചിത്രത്തിൽ $OR^2 = OP \times OQ$ ആയതിനാൽ

$OP = \frac{4b}{5}$, $OQ = atan36$ ആകുമ്പോൾ

$OR = \sqrt{\frac{4abtan36}{5}}$

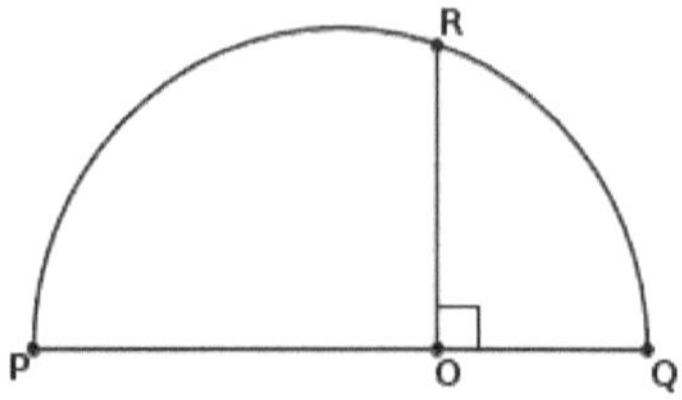

ഇതിൽ $\frac{4b}{5}$ എന്നത് ചതുരത്തിന്റെ വീതിയുടെ $\frac{4}{5}$ ഭാഗവും $atan36$ എന്നത് നീളത്തിന്റെ $tan36$ ഭാഗവും ആകുന്നു.

AB = a , BC = b ആയ ചതുരംABCD വരയ്ക്കുക. AB യും BC യും ഇരുഭാഗത്തേക്കും നീട്ടിവരയ്ക്കുക. AB എന്ന വരയെ P, Q എന്നീ ബിന്ദുക്കളിലും AD യെ R എന്ന ബിന്ദുവിലും മുറിച്ചുകടക്കുന്ന തരത്തിൽ A കേന്ദ്രമായി വൃത്തം വരയ്ക്കുക. അതേ ആരത്തിൽ R കേന്ദ്രമായി വരയ്ക്കുന്ന ചാപം AD യെ S ൽ ഖണ്ഡിക്കുന്നു.

$QS = \sqrt{5} \times AQ$

AB എന്ന വരയെ T എന്ന ബിന്ദുവിൽ മുറിച്ചുകടക്കുന്ന വിധത്തിൽ Q കേന്ദ്രമായി QS ആരത്തിൽ ചാപം വരയ്ക്കുക. $QT = \sqrt{5} \times AQ$,

$AT = AQ \times (\sqrt{5} + 1)$

AT യുടെ ലംബസമഭാജി വരച്ച് മധ്യബിന്ദു M അടയാളപ്പെടുത്തുക.

$$AM = AQ \times \left(\frac{\sqrt{5}+1}{2}\right)$$

A കേന്ദ്രമായി AM ആരത്തിലും P കേന്ദ്രമായി PA ആരത്തിലും വരയ്ക്കുന്ന ചാപങ്ങൾ U ൽ ഖണ്ഡിക്കുന്നു.

$$AP : PU : AU = 1 : 1 : \left(\frac{\sqrt{5}+1}{2}\right)$$

അതുകൊണ്ട് $\angle PAU = 36^\circ$

CB എന്ന വരയെ E എന്ന ബിന്ദുവിൽ മുറിച്ചുകടക്കുന്ന വിധത്തിൽ AU നീട്ടുക. അപ്പോൾ $\angle BAE = 36°$.
അതുകൊണ്ട് $BE = AB \times \tan 36° = atan36$

BC യുടെ $\frac{4}{5}$ ഭാഗം കണ്ടെത്താൻ
CF : FB = 1 : 4 ആകത്തക്കവിധം BC യിൽ F എന്ന ബിന്ദു അടയാളപ്പെടുത്തുക. $BF = BC \times \frac{4}{5} = \frac{4b}{5}$

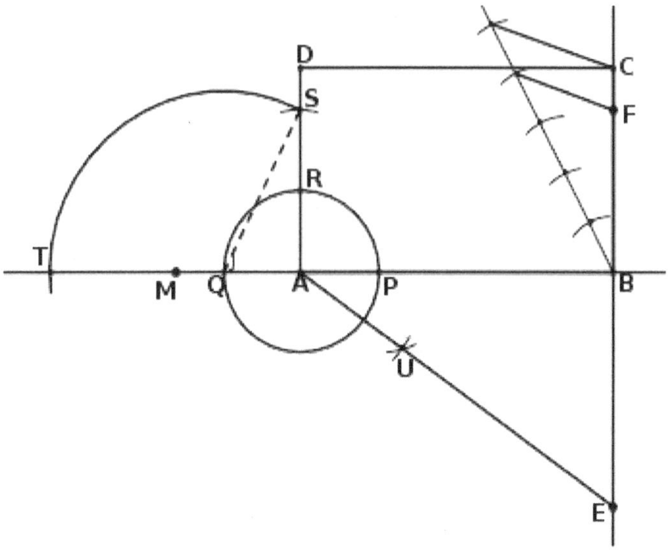

EF വ്യാസത്തിൽ അർധവൃത്തം വരയ്ക്കുക. അർധവൃത്തം AB എന്ന വരയെ G ൽ ഖണ്ഡിക്കുന്നു.

$BG^2 = BE \times BF = atan36 \times \frac{4b}{5}$ അപ്പോൾ $BG = \sqrt{\frac{4abtan36}{5}}$
BG വശമായി സമപഞ്ചഭുജം നിർമിക്കണം.
AE യ്ക്ക് സമാന്തരമായി B യിൽ കൂടി ഒരു വര വരയ്ക്കുക. ഈ വരയെ H എന്ന ബിന്ദുവിൽ മുറിച്ചുകടക്കുന്ന വിധത്തിൽ G കേന്ദ്രമായി BG ആരത്തിൽ ചാപം വരയ്ക്കുക.
AE യും BH ഉം സമാന്തരമായതിനാൽ $\angle GBH = \angle BAE = 36°$
BH സമപഞ്ചഭുജത്തിന്റെ വികർണവും GH രണ്ടാമത്തെ വശവും ആയിരിക്കും. BG, GH ഇവ വശമായി സമപഞ്ചഭുജം പൂർത്തിയാക്കുക.

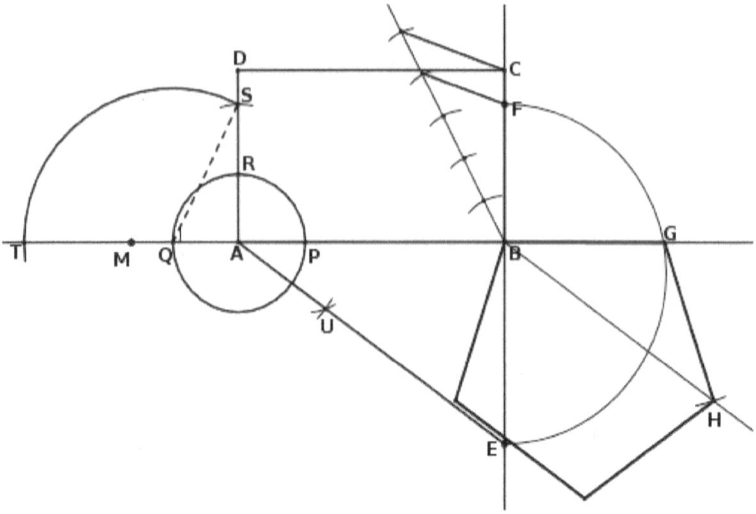

$a = b$ ആകുന്ന സന്ദർഭത്തിൽ സമചതുരത്തിന് തുല്യപരപ്പളവുള്ള സമപഞ്ചഭുജത്തിന്റെ നിർമിതി ആകും.

1.5.7. സമപഞ്ചഭുജം ,സമഭുജത്രികോണം,സമഷഡ്ഭുജം

സമഭുജത്രികോണത്തിന് തുല്യ പരപ്പളവുള്ള സമഷഡ്ഭുജം നിർമിക്കുന്നതും സമഷഡ്ഭുജത്തിന് തുല്യ പരപ്പളവുള്ള സമഭുജത്രികോണം നിർമിക്കുന്നതും ചർച്ച ചെയ്തല്ലോ. സമപഞ്ചഭുജത്തിന് തുല്യപരപ്പളവുള്ള സമഭുജത്രികോണവും സമഷഡ്ഭുജവും വരയ്ക്കുന്നതെങ്ങിനെയെന്ന് നോക്കാം.

വശത്തിന്റെ നീളം k ആയ സമഭുജത്രികോണത്തിന്റെ പരപ്പളവ് , വശത്തിന്റെ നീളം a ആയ സമപഞ്ചഭുജത്തിന്റെ പരപ്പളവിന് തുല്യമാകണമെങ്കിൽ $\frac{\sqrt{3}k^2}{4} = \frac{5a^2tan54}{4}$ ആയിരിക്കണം.

അതായത് $k^2 = 4 \times \frac{5a^2tan54}{4\sqrt{3}}$. $k = 2 \times \sqrt{\frac{5a^2tan54}{4\sqrt{3}}}$

ചിത്രത്തിൽ $OR^2 = OP \times OQ$ ആയതിനാൽ

$OP = \dfrac{5a}{4\sqrt{3}}$, $OQ = a tan54$ ആകുമ്പോൾ

$OR = \sqrt{\dfrac{5a^2 tan54}{4\sqrt{3}}}$

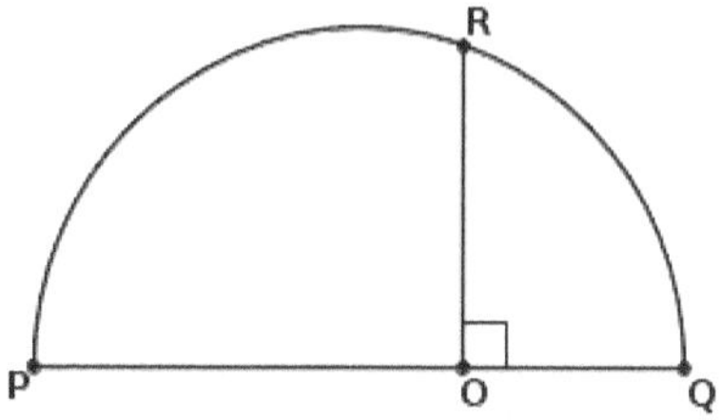

$\dfrac{5a}{4\sqrt{3}}$ എന്നത് സമപഞ്ചഭുജത്തിന്റെ വശത്തിന്റെ $\dfrac{5}{4\sqrt{3}}$ ഭാഗവും

$a tan54$ എന്നത് വശത്തിന്റെ $tan54$ മടങ്ങും ആകുന്നു.

$\sqrt{\dfrac{5a^2 tan54}{4\sqrt{3}}}$ നീളമുള്ള വര നിർമിച്ച് അതിന്റെ 2 മടങ്ങ് കണ്ടാൽ സമഭുജത്രികോണത്തിന്റെ വശം ആകും.

സമപഞ്ചഭുജം വരച്ച് തുല്യപരപ്പളവുള്ള സമഭുജത്രികോണം നിർമിക്കാമല്ലോ. (നിർമിതി അനുബന്ധം 1 ൽ)

? സമപഞ്ചഭുജം വരച്ച് തുല്യപരപ്പളവുള്ള സമഷഡ്ഭുജം നിർമിക്കുന്നതെങ്ങിനെ ? (നിർമിതി അനുബന്ധം 1 ൽ)

ഇതുപോലെ സമഷഡ്ഭുജത്തിന് തുല്യപരപ്പളവുള്ള സമപഞ്ചഭുജം നിർമിക്കണമെന്നിരിക്കട്ടെ.

വശത്തിന്റെ നീളം k ആയ സമപഞ്ചഭുജത്തിന്റെ പരപ്പളവ് , വശത്തിന്റെ നീളം a ആയ സമഷഡ്ഭുജത്തിന്റെ പരപ്പളവിന് തുല്യമാകണമെങ്കിൽ $\dfrac{5k^2 tan54}{4} = \dfrac{3\sqrt{3}a^2}{2}$ ആയിരിക്കണം.

അതായത് $k^2 = \dfrac{6\sqrt{3}a^2}{5tan54} = \dfrac{6\sqrt{3}a^2 tan36}{5}$

അപ്പോൾ $k = \sqrt{\dfrac{6\sqrt{3}a^2 tan36}{5}}$

ചിത്രത്തിൽ $OR^2 = OP \times OQ$ ആയതിനാൽ

$OP = \frac{6\sqrt{3}a}{5}$, $OQ = a tan 36$

ആകുമ്പോൾ

$$OR = \sqrt{\frac{6\sqrt{3}a^2 tan 36}{5}}$$

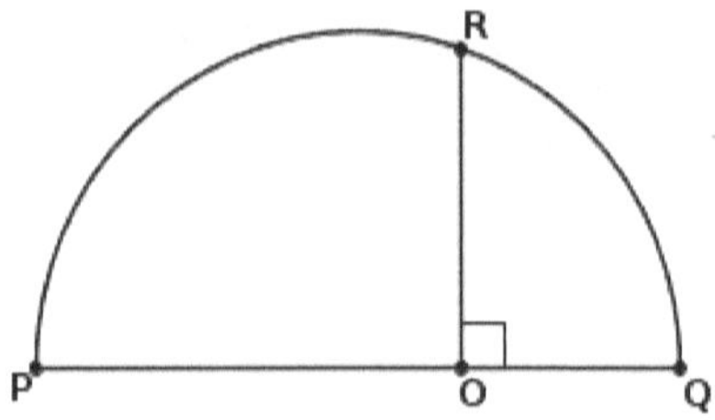

$\sqrt{\frac{6\sqrt{3}a^2 tan 36}{5}}$ യൂണിറ്റ് നീളമുള്ള വര നിർമിച്ച് , ആ വര വശമായി സമപഞ്ചഭുജം നിർമിച്ചാൽ മതി. (നിർമിതി അനുബന്ധം 1 ൽ)

? സമഭുജത്രികോണം വരച്ച് തുല്യപരപ്പളവുള്ള സമപഞ്ചഭുജം നിർമിക്കുന്നതെങ്ങിനെ ? (നിർമിതി അനുബന്ധം 1 ൽ)

1.6. സമദശഭുജം

വശങ്ങൾ തുല്യവും കോണുകൾ തുല്യവും ആയ ദശഭുജമാണ് സമദശഭുജം (Regular Decagon). സമദശഭുജത്തിന്റെ ഒരു കോണിന്റെ അളവ് 144° യും ഒരു ബാഹ്യകോണിന്റെ അളവ് 36° യും ആണ്. സമദശഭുജത്തിന്റെ ഓരോ വശവും അതിന്റെ പരിവൃത്തകേന്ദ്രത്തിലുണ്ടാകുന്ന കോണിന്റെ അളവും 36° ആണ്.
ആകെ 35 വികർണങ്ങളുള്ള സമദശഭുജത്തിന്റെ 10 വികർണങ്ങൾ വശങ്ങൾക്ക് ലംബമാണ്. 5 എണ്ണം കോണുകളുടെ സമഭാജികളും.

ചിത്രത്തിൽ AB യ്ക്ക് ലംബമായ വികർണമാണ് AG. BC യ്ക്ക് ലംബമായ വികർണമാണ് CG. സമദശഭുജത്തിന്റെ ഏറ്റവും ചെറിയ വികർണം AC.
ഈ മൂന്ന വരകളും ചേർന്നുണ്ടാകുന്ന ത്രികോണത്തിന്റെ കോണുകൾ എന്തായിരിക്കും ?

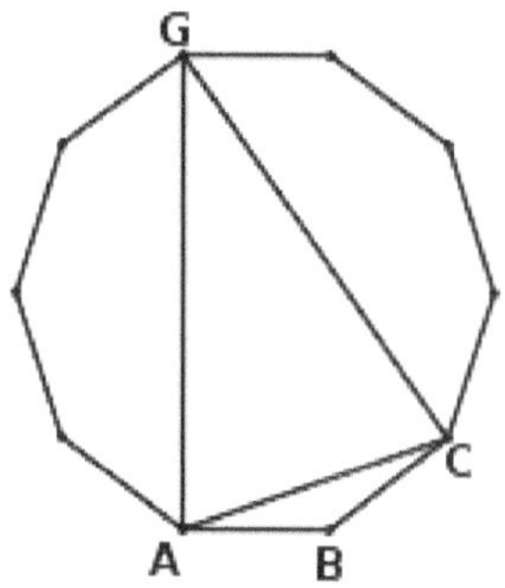

$\angle ABC = 144^\circ$ ആയതുകൊണ്ട്
$\angle AGC = 36^\circ$
AG = CG. അപ്പോൾ $\angle GAC = \angle GCA = 72^\circ$

അതുകൊണ്ട് $\triangle AGC$ യുടെ വശങ്ങൾ $1, \frac{\sqrt{5}+1}{2}, \frac{\sqrt{5}+1}{2}$ എന്നീ സംഖ്യകൾക്ക് ആനുപാതികമാണ്.

അതായത് $AG = CG = \left(\frac{\sqrt{5}+1}{2}\right)AC.$

സമദശഭുജത്തിന്റെ ഒരു വശത്തിന് ലംബമായ വികർണവും അതിന്റെ ഏറ്റവും ചെറിയ വികർണവും കനകാനുപാതത്തിലാണ്.

ഒരു വര വശമായ സമദശഭുജം വരയ്ക്കുന്നതിന് , 36° കോണിന്റെ നിർമിതി ഉപയോഗപ്പെടുത്തിക്കൊണ്ട് ഒരു ബാഹ്യകോൺ നിർമിച്ച് രണ്ടാമത്തെ വശം വരയ്ക്കാം. രണ്ടു വശങ്ങളുടെയും ലംബസമഭാജി വരച്ച് സമദശഭുജത്തിന്റെ പരിവൃത്തകേന്ദ്രം കണ്ടെത്തി പരിവൃത്തം വരയ്ക്കാം. സമദശഭുജത്തിന്റെ എല്ലാ മൂലകളും പരിവൃത്തത്തിൽ ആയതിനാൽ മറ്റു മൂലകൾ അടയാളപ്പെടുത്തി സമദശഭുജം പൂർത്തിയാക്കാം.

1.6.1. സമദശഭുജത്തിന്റെ നിർമിതി

AB എന്ന വശം വരച്ച് ഇരുഭാഗത്തേക്കും നീട്ടിവരയ്ക്കുക. അതിന് ലംബമായി A യിൽ കൂടി ഒരു വര വരയ്ക്കുക. A കേന്ദ്രമായി AB ആരത്തിൽ വൃത്തം വരയ്ക്കുക. വൃത്തം AB എന്ന വരയെ P യിലും ലംബവരയെ Q ലും ഖണ്ഡിക്കുന്നു. ലംബവരയെ R ൽ മുറിച്ചുകടക്കുന്ന വിധത്തിൽ Q കേന്ദ്രമായി QA ആരത്തിൽ ചാപം വരയ്ക്കുക.

BR യോജിപ്പിക്കുക. $BR = \sqrt{5} \times AB$

AB എന്ന വരയെ വലതുഭാഗത്ത് S എന്ന ബിന്ദുവിൽ ഖണ്ഡിക്കുന്ന വിധത്തിൽ B കേന്ദ്രമായി BR ആരത്തിൽ ചാപം വരയ്ക്കുക.

$AS = AB \times (\sqrt{5} + 1)$

AS ന്റെ ലംബസമഭാജി വരച്ച് മധ്യബിന്ദു M അടയാളപ്പെടുത്തുക.

$AM = AB \times \left(\frac{\sqrt{5}+1}{2}\right)$

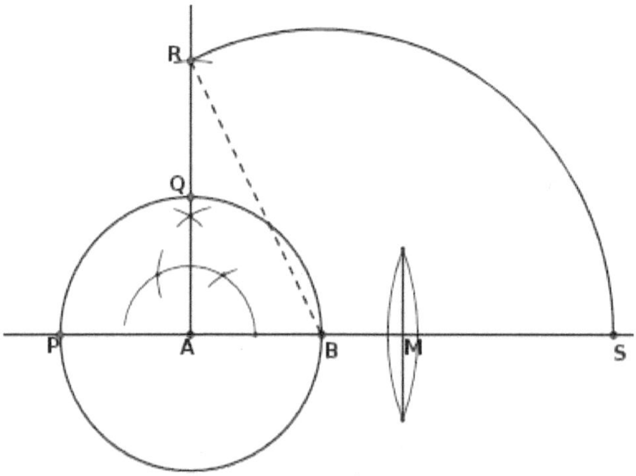

P കേന്ദ്രമായി PA ആരത്തിലും A കേന്ദ്രമായി AM ആരത്തിലും ചാപങ്ങൾ വരച്ച് സംഗമബിന്ദു T അടയാളപ്പെടുത്തുക.

AT യോജിപ്പിക്കുക. $PA : PT : AT = 1 : 1 : \left(\frac{\sqrt{5}+1}{2}\right)$

അതുകൊണ്ട് $\angle PAT = 36°$ (ഇത് സമദശഭുജത്തിന്റെ ഒരു ബാഹ്യകോൺ)

AT എന്ന വര A കേന്ദ്രമായ വൃത്തത്തെ J യിൽ മുറിച്ചുകടക്കുന്നുവെന്നിരിക്കട്ടെ. AB വശമായ സമദശഭുജത്തിന്റെ മറ്റൊരു വശമായിരിക്കും AJ .

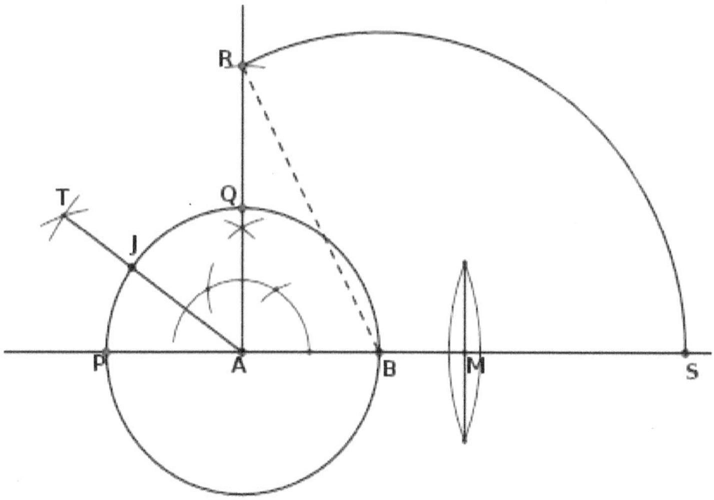

AB , AJ എന്നിവയുടെ ലംബസമഭാജികൾ വരച്ച് സമദശഭുജത്തിന്റെ പരിവൃത്തകേന്ദ്രം O കണ്ടുപിടിക്കുക. O കേന്ദ്രമായി OA ആരത്തിൽ വൃത്തം വരയ്ക്കുക. ഈ വൃത്തത്തിൽ AB ആരത്തിൽ ചാപങ്ങൾ വരച്ച് മറ്റു മൂലകൾ അടയാളപ്പെടുത്തുക. സമദശഭുജം പൂർത്തിയാക്കുക.

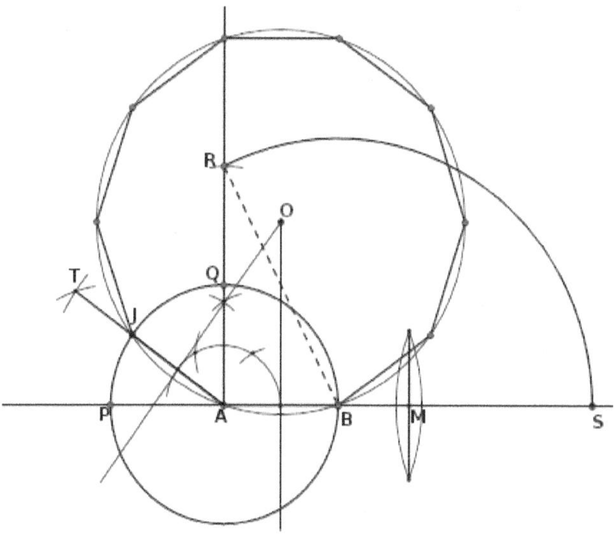

1.6.2. സമദശഭുജത്തിന്റെ പരപ്പളവ്

സമദശഭുജത്തിന്റെ ഒരു വശം പരിവൃത്തകേന്ദ്രവുമായി ഉണ്ടാക്കുന്ന ത്രികോണമാണ് ചിത്രത്തിൽ. ഇങ്ങിനെയുള്ള പത്ത് ത്രികോണങ്ങളുടെയും പരപ്പളവുകളുടെ തുകയാണ് സമദശഭുജത്തിന്റെ പരപ്പളവ്.

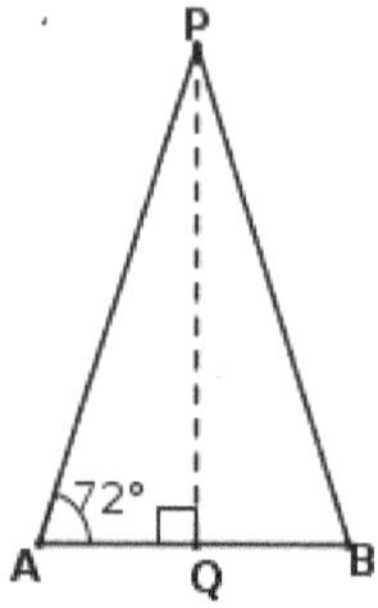

സമദശഭുജത്തിന്റെ ഒരു വശം AB യും പരിവൃത്തകേന്ദ്രം P യും ആണെന്നിരിക്കട്ടെ.
P യിൽ നിന്നും AB യിലേക്കുള്ള ലംബമാണ് PQ.
സമദശഭുജത്തിന്റെ ഓരോ കോണും $144°$ ആണ്.
അതുകൊണ്ട് $\angle PAB = 72°$
അപ്പോൾ $PQ = AQ \times \tan 72°$
$AB = a$ ആണെങ്കിൽ $AQ = \frac{a}{2}$, $PQ = \frac{a}{2} \times tan72$
$\triangle APB$ യുടെ പരപ്പളവ് $= \frac{1}{2} \times a \times \frac{a}{2} \times tan72 = \frac{1}{4} \times a^2 tan72$

സമദശഭുജത്തിന്റെ പരപ്പളവ് $= 10 \times \frac{1}{4} \times a^2 tan72 = \frac{5a^2 tan72}{2}$

ചിത്രം നോക്കൂ.
സമദശഭുജത്തിന്റെ AB എന്ന വശത്തിന് ലംബമായ വികർണമാണ് BF.
$\angle BAJ$ യുടെ സമഭാജിയാണ് AF.
$\angle BAF = 72°$. $BF = a \times tan72$
$BF = d$ എന്നെടുത്താൽ $d = a \times tan72$
സമദശഭുജത്തിന്റെ പരപ്പളവ് $= \frac{5ad}{2}$ എന്നാകുന്നു.

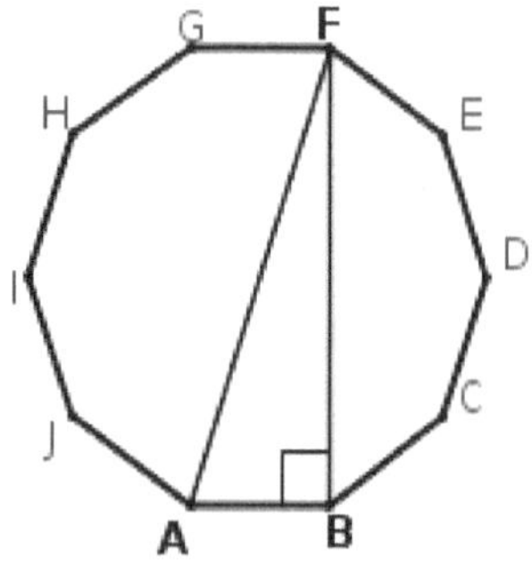

സമദശഭുജത്തിന്റെ ഒരു വശത്തിന്റെ നീളം a യും വശത്തിന് ലംബമായ വികർണത്തിന്റെ നീളം d യും ആണെങ്കിൽ

പരപ്പളവ് $= \frac{5ad}{2}$

1.6.3. സമദശഭുജവും സമചതുരവും

സമദശഭുജം നിർമിക്കുന്നതെങ്ങിനെയെന്നും പരപ്പളവ് കണക്കാക്കുന്നതെങ്ങിനെയെന്നും മനസ്സിലാക്കിയല്ലോ. അടുത്തതായി സമദശഭുജത്തിന്റെ പരപ്പളവിന് തുല്യ പരപ്പളവുള്ള മറ്റു സമബഹുഭുജങ്ങളും മറിച്ച് ഓരോ സമബഹുഭുജത്തിനും തുല്യ പരപ്പളവുള്ള സമദശഭുജവും നിർമിക്കാം.

സമചതുരത്തിന്റെ വശത്തിന്റെ നീളം k ആയാൽ പരപ്പളവ് $= k^2$
വശത്തിന്റെ നീളം a യും വശത്തിന് ലംബമായ വികർണത്തിന്റെ നീളം dയും ആയ സമദശഭുജത്തിന്റെ പരപ്പളവ് $= \dfrac{5ad}{2}$.

$k^2 = \dfrac{5ad}{2}$ ആകണമെങ്കിൽ $k = \sqrt{\dfrac{5ad}{2}}$ ആയിരിക്കണം.

ചിത്രത്തിൽ $OR^2 = OP \times OQ$ ആയതിനാൽ

$OP = \dfrac{5a}{2}$, $OQ = d$

ആകുമ്പോൾ $OR = \sqrt{\dfrac{5ad}{2}}$

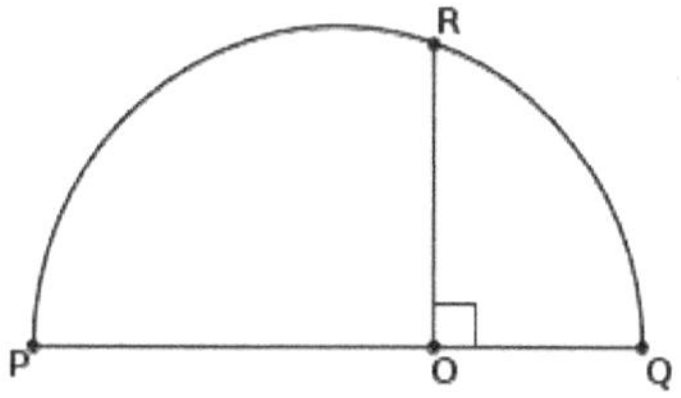

$\dfrac{5a}{2}$ എന്നത് വശത്തിന്റെ $2\dfrac{1}{2}$ മടങ്ങാണ്.

സമദശഭുജംABCDEFGHIJ വരയ്ക്കുക. AB എന്ന വശവും BF എന്ന വികർണവും ഇരുഭാഗത്തേക്കും നീട്ടിവരയ്ക്കുക. $AB = a$, $BF = d$
BA എന്ന വരയെ K യിൽ ഖണ്ഡിക്കുന്ന വിധത്തിൽ A കേന്ദ്രമായി AJ ആരത്തിലും L എന്ന ബിന്ദുവിൽ ഖണ്ഡിക്കുന്ന വിധത്തിൽ K കേന്ദ്രമായി KA ആരത്തിലും ചാപങ്ങൾ വരയ്ക്കുക.
KL ന്റെ ലംബസമഭാജി വരച്ച് മധ്യബിന്ദു P അടയാളപ്പെടുത്തുക.

$KL = KA = AB = a.$, $KP = \dfrac{a}{2}$, $BP = \dfrac{5a}{2}$
FB എന്ന വരയെ Q ൽ ഖണ്ഡിക്കുന്ന വിധത്തിൽ B കേന്ദ്രമായി BP ആരത്തിൽ ചാപം വരയ്ക്കുക. അപ്പോൾ $BQ = \dfrac{5a}{2}$

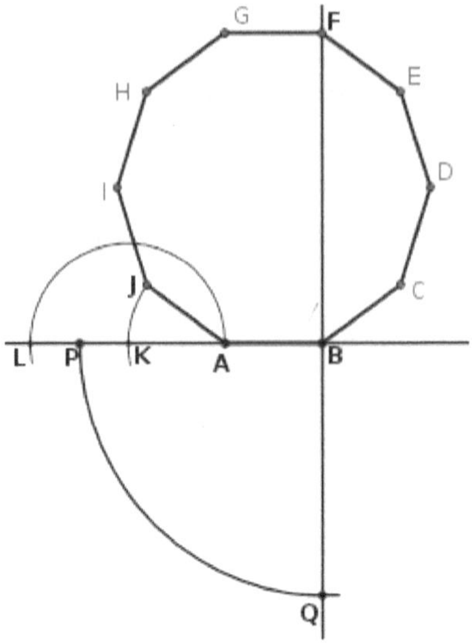

FQ വ്യാസത്തിൽ വരയ്ക്കുന്ന അർധവൃത്തം AB എന്ന വരയെ R ൽ മുറിച്ചുകടക്കുന്നുവെന്നിരിക്കട്ടെ.

$BR^2 = BQ \times BF = \frac{5a}{2} \times d = \frac{5ad}{2}$

$BR = \sqrt{\frac{5ad}{2}}$. BR വശമായി സമചതുരം നിർമിക്കുക.

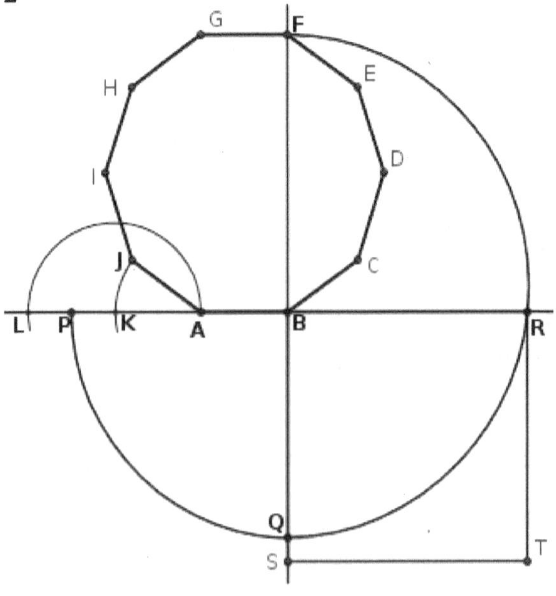

1.6.4. സമദശഭുജവും സമപഞ്ചഭുജവും

വളരെയധികം സാമ്യതയുള്ള രണ്ടു ബഹുഭുജങ്ങളാണ് സമദശഭുജവും സമപഞ്ചഭുജവും. സമപഞ്ചഭുജത്തിന്റെ ഒരു കോൺ $108°$ യും സമദശഭുജത്തിന്റെ ഒരു കോൺ $144°$ യുമാണ്. യഥാക്രമം $36°$ യുടെ 3 മടങ്ങും 4 മടങ്ങും. സമപഞ്ചഭുജത്തിന്റെ ഒരു ബാഹ്യകോണിന്റെ $(72°)$ പകുതിയാണ് സമദശഭുജത്തിന്റെ ഒരു ബാഹ്യകോൺ $(36°)$. സമപഞ്ചഭുജത്തിന്റെ വികർണവും വശവും കനകാനുപാതത്തിലാണ്. സമദശഭുജത്തിന്റെ വശത്തിന് ലംബമായ വികർണവും ഏറ്റവും ചെറിയ വികർണവും കനകാനുപാതത്തിലാണ്.

ചിത്രത്തിൽ കാണുന്നതുപോലെ സമദശഭുജത്തിന്റെ ഒന്നിടവിട്ട മൂലകൾ യോജിപ്പിച്ച് ബഹുഭുജം വരച്ചാൽ സമപഞ്ചഭുജം കിട്ടുന്നു. സമപഞ്ചഭുജത്തിന്റെ ഓരോ വശത്തിലും രണ്ടു വീതം മൂലകൾ വരുന്ന വിധത്തിൽ സമദശഭുജം വരയ്ക്കാം.

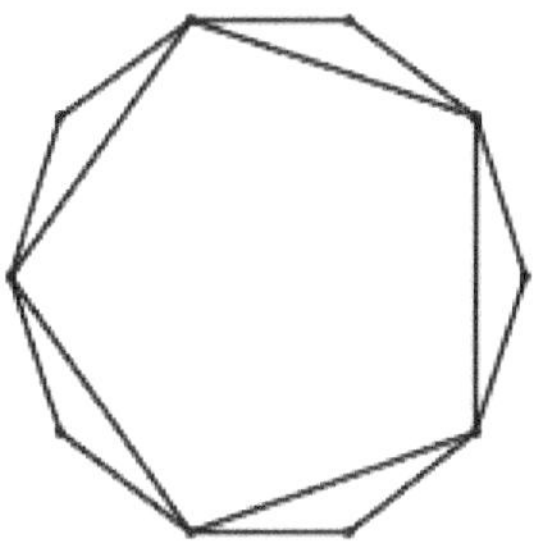

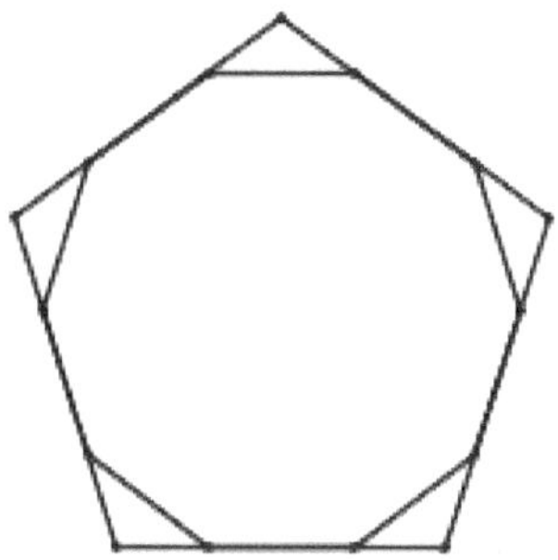

ഇവിടെ സമദശഭുജത്തിന് തുല്യ പരപ്പളവുള്ള സമപഞ്ചഭുജം നിർമിക്കുന്നതെങ്ങിനെയെന്നാണ് ചർച്ച ചെയ്യുന്നത്.

സമപഞ്ചഭുജത്തിന്റെ വശത്തിന്റെ നീളം k ആയാൽ

പരപ്പളവ് $= \dfrac{5k^2 tan54}{4}$

വശത്തിന്റെ നീളം a യും വശത്തിന് ലംബമായ വികർണത്തിന്റെ നീളം d യും ആയ സമദശഭുജത്തിന്റെ പരപ്പളവ് $= \dfrac{5ad}{2}$

$\dfrac{5k^2 tan54}{4} = \dfrac{5ad}{2}$ ആകണമെങ്കിൽ $k^2 = \dfrac{2ad}{tan54} = 2adtan36$

അപ്പോൾ $k = \sqrt{2adtan36}$

ചിത്രത്തിൽ $OR^2 = OP \times OQ$

ആയതിനാൽ

$OP = d$, $OQ = 2a \times tan36$

ആകുമ്പോൾ

$OR = \sqrt{2adtan36}$

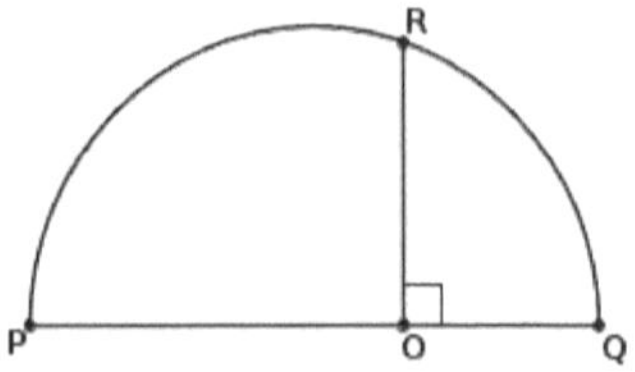

സമദശഭുജംABCDEFGHIJ വരയ്ക്കുക.

AB എന്ന വശവും BF എന്ന വികർണവും ഇരുഭാഗത്തേക്കും നീട്ടിവരയ്ക്കുക.

$AB = a$, $BF = d$

FB എന്ന വരയെ P യിൽ ഖണ്ഡിക്കുന്ന വിധത്തിൽ JA നീട്ടിവരയ്ക്കുക.

$\angle BAP = 36°$

$BP = AB \times \tan 36° = a \times tan36$

P കേന്ദ്രമായി PB ആരത്തിൽ വൃത്തം വരയ്ക്കുക.

വൃത്തം FB എന്ന വരയെ Q ൽ മുറിച്ചുകടക്കുന്നുവെങ്കിൽ

$BQ = 2a \times tan36$

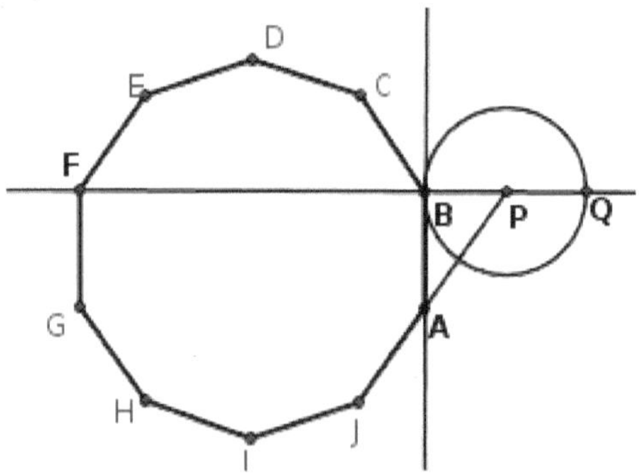

QF വ്യാസത്തിൽ വരയ്ക്കുന്ന അർധവൃത്തം AB എന്ന വരയെ R ൽ ഖണ്ഡിക്കുന്നു.

$BR^2 = BF \times BQ = d \times 2a \times tan36 = 2adtan36$

$BR = \sqrt{2adtan36}$. BR വശമായി സമപഞ്ചഭുജം നിർമിക്കണം.

$\angle EBC = 36°$, $\angle CBR = 36°$, $\angle EBR = 72°$

EB എന്ന വികർണത്തെ B യുടെ ഭാഗത്തേക്ക് K എന്ന ബിന്ദു വരെ നീട്ടുക. അപ്പോൾ $\angle ABK = 72°$.

$\angle ABK$ ബാഹ്യകോൺ ആകത്തക്കവിധം BR വശമായി

സമപഞ്ചഭുജം നിർമിക്കുന്നതിന് BK എന്ന വരയെ S ൽ ഖണ്ഡിക്കുന്ന വിധത്തിൽ B കേന്ദ്രമായി BR ആരത്തിൽ ചാപം വരയ്ക്കുക. S കേന്ദ്രമായി SB ആരത്തിലും R കേന്ദ്രമായി RS ആരത്തിലും ചാപങ്ങൾ വരച്ച് T എന്ന മൂലയും R കേന്ദ്രമായി RB ആരത്തിലും S കേന്ദ്രമായി SR ആരത്തിലും ചാപങ്ങൾ വരച്ച് U എന്ന മൂലയും അടയാളപ്പെടുത്തുക. ബിന്ദുക്കൾ യോജിപ്പിച്ച് സമപഞ്ചഭുജം വരയ്ക്കുക.

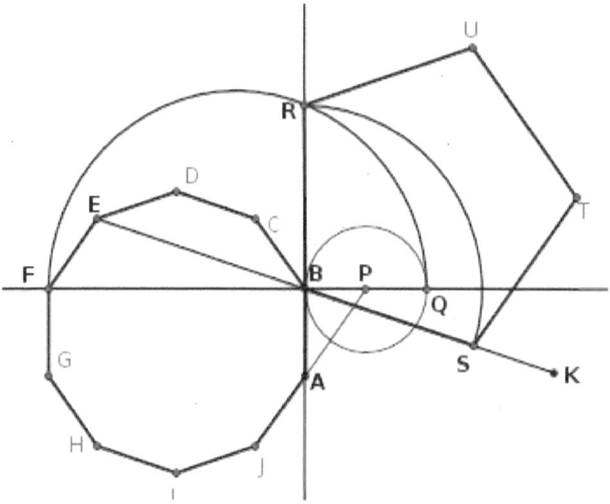

? സമദശഭുജം വരച്ച് തുല്യപരപ്പളവുള്ള സമഭുജത്രികോണം, സമഷഡ്ഭുജം എന്നിവ നിർമിക്കുന്നതെങ്ങിനെയെന്ന് വിശദമാക്കുക. (വിശദാംശങ്ങൾ അനുബന്ധം 1 ൽ)

1.6.5. ചതുരവും സമദശഭുജവും

ചതുരത്തിന് തുല്യപരപ്പളവുള്ള മറ്റു സമബഹുഭുജങ്ങൾ വരച്ചതുപോലെ സമദശഭുജവും വരയ്ക്കാം.

ചതുരത്തിന്റെ വശങ്ങളുടെ നീളം a, b ആയാൽ പരപ്പളവ് $= a \times b$

സമദശഭുജത്തിന്റെ വശത്തിന്റെ നീളം k ആയാൽ

പരപ്പളവ് $= \dfrac{5k^2 tan72}{2}$

$\dfrac{5k^2 tan72}{2} = a \times b$ ആകണമെങ്കിൽ $k^2 = \dfrac{2ab}{5tan72}$

$tan72$ ന്റെ വ്യുൽക്രമമാണ് $tan18$ എന്നതിനാൽ

$\frac{1}{tan72} = tan18$, $\frac{1}{tan18} = tan72$

അതുകൊണ്ട് $k^2 = \frac{2abtan18}{5}$ അതായത് $k = \sqrt{\frac{2abtan18}{5}}$

ചിത്രത്തിൽ $OR^2 = OP \times OQ$ ആയതിനാൽ

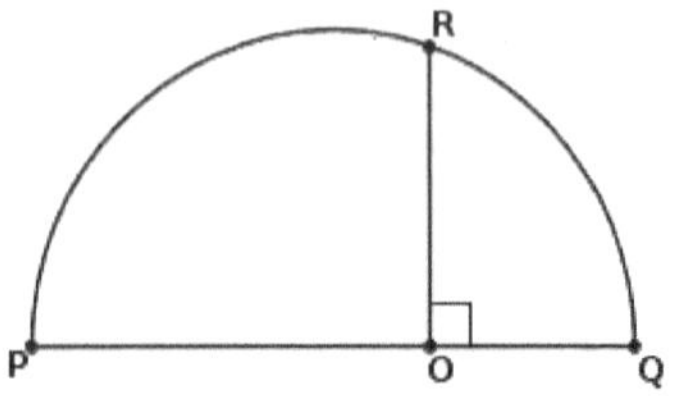

$OP = a \times tan18$, $OQ = \frac{2b}{5}$ ആകുമ്പോൾ

$OR = \sqrt{\frac{2abtan18}{5}}$

$a \times tan18$ എന്നത് ചതുരത്തിന്റെ നീളത്തിന്റെ $tan18$ ഭാഗവും $\frac{2b}{5}$ എന്നത് വീതിയുടെ $\frac{2}{5}$ ഭാഗവും ആകുന്നു.

$AB = a$, $BC = b$ ആയ ചതുരംABCD വരയ്ക്കുക.
CR : RB = 3 : 2 ആകത്തക്കവിധം BC യിൽ R എന്ന ബിന്ദു അടയാളപ്പെടുത്തുക. $BR = \frac{2b}{5}$.
AB ഒരു ഭുജമാകത്തക്കവിധം $36°$ അളവിൽ കോൺ നിർമിക്കുക.

(ചിത്രത്തിൽ AE = AF = AG = EH ,
$GJ = GH = \sqrt{5} \times AG$. $AJ = AG\,(\sqrt{5}+1)$,
AJ യുടെ മധ്യബിന്ദു K . $AK = AG\left(\frac{\sqrt{5}+1}{2}\right)$,
AL = AK , FL = AF ,
$AF : FL : AL = 1 : 1 : \left(\frac{\sqrt{5}+1}{2}\right)$ അതുകൊണ്ട് $\angle FAL = 36°$)
CB എന്ന വരയെ S ൽ ഖണ്ഡിക്കുന്ന വിധത്തിൽ $\angle FAL$ ന്റെ സമഭാജി വരയ്ക്കുക. $\angle BAS = 18°$. അപ്പോൾ $BS = a \times tan18$

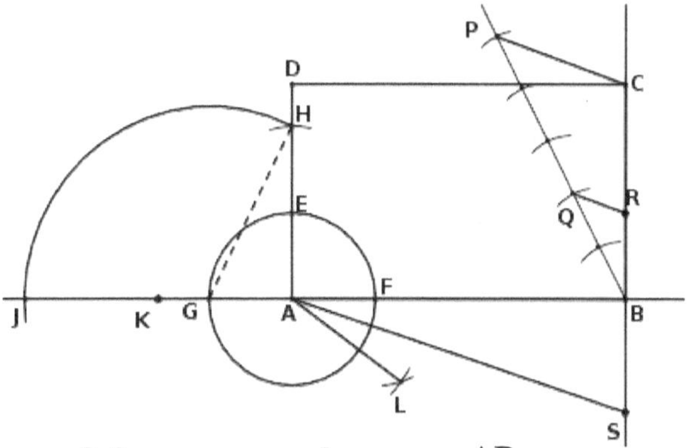

RS വ്യാസത്തിൽ വരയ്ക്കുന്ന അർധവൃത്തം AB എന്ന വരയെ T യിൽ മുറിച്ചുകടക്കുന്നുവെങ്കിൽ $BT^2 = BR \times BS = \frac{2b}{5} \times a \times tan18$

അതായത് $BT = \sqrt{\frac{2abtan18}{5}}$

AL ന് സമാന്തരമായി B യിൽ കൂടി ഒരു വര വരയ്ക്കുക. ഈ വരയെ U എന്ന ബിന്ദുവിൽ മുറിച്ചുകടക്കുന്ന വിധത്തിൽ B കേന്ദ്രമായി BT ആരത്തിൽ ചാപം വരയ്ക്കുക.

AL ഉം BU ഉം സമാന്തരമായതിനാൽ $\angle ABU = \angle BAL = 36°$

$\angle ABU$, ഒരു ബാഹ്യകോൺ ആകത്തക്കവിധമുള്ള സമദശഭുജത്തിന്റെ രണ്ടാമത്തെ വശമായിരിക്കും BU.

BT, BU ഇവ വശമായി സമദശഭുജം നിർമിക്കുക.

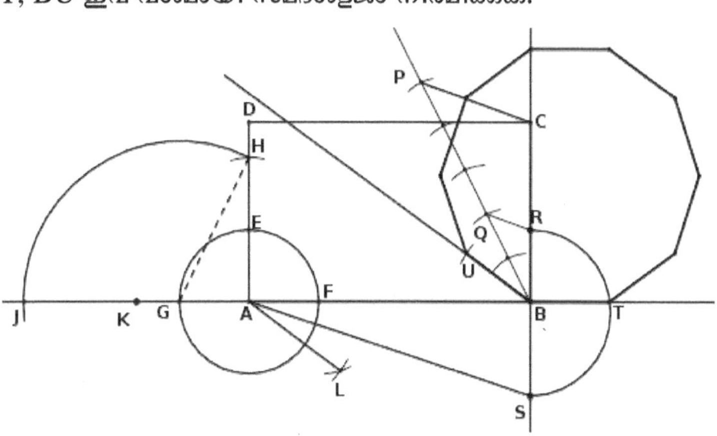

$a = b$ ആകുന്ന സന്ദർഭത്തിൽ സമചതുരത്തിന് തുല്യപരപ്പളവുള്ള സമദശഭുജത്തിന്റെ നിർമിതി ആകും.

1.6.6. സമപഞ്ചഭുജവും സമദശഭുജവും

സമദശഭുജത്തിന് തുല്യ പരപ്പളവുള്ള സമപഞ്ചഭുജം നിർമിച്ചതുപോലെ സമപഞ്ചഭുജത്തിന് തുല്യ പരപ്പളവുള്ള സമദശഭുജം നിർമിക്കാനും സാധിക്കും.

സമപഞ്ചഭുജത്തിന്റെ വശത്തിന്റെ നീളം a ആയാൽ

പരപ്പളവ് $= \dfrac{5a^2 tan54}{4}$

സമദശഭുജത്തിന്റെ വശത്തിന്റെ നീളം k ആയാൽ

പരപ്പളവ് $= \dfrac{5k^2 tan72}{2}$

$\dfrac{5k^2 tan72}{2} = \dfrac{5a^2 tan54}{4}$ ആകണമെങ്കിൽ

$$k^2 = \frac{a^2 tan54}{2tan72} = \frac{a^2 tan54 tan18}{2}$$

അപ്പോൾ $k = \sqrt{\dfrac{a^2 tan54 tan18}{2}}$

$\dfrac{a^2 tan54 tan18}{2}$ എന്നതിനെ $\dfrac{atan54}{2} \times atan18$ എന്നെഴുതാം.

ചിത്രത്തിൽ $OR^2 = OP \times OQ$ ആയതിനാൽ

$OP = \dfrac{atan54}{2}$,

$OQ = a \times tan18$ ആകുമ്പോൾ

$OR = \sqrt{\dfrac{a^2 tan54 tan18}{2}}$

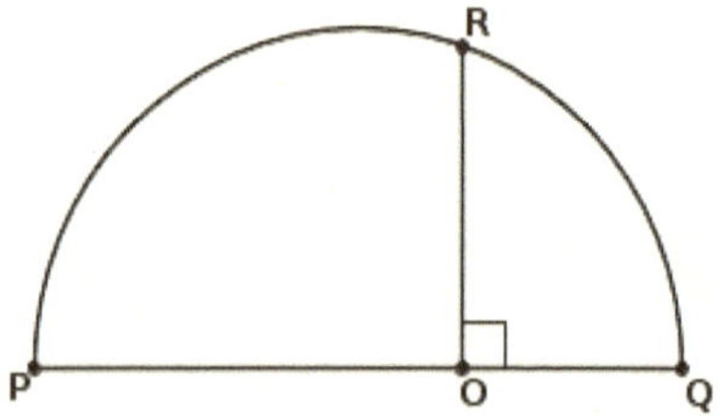

$\dfrac{atan54}{2}$ എന്നത് സമപഞ്ചഭുജത്തിന്റെ വശത്തിന്റെ $tan54$ മടങ്ങിന്റെ പകുതിയും $a \times tan18$ എന്നത് വശത്തിന്റെ $tan18$ ഭാഗവും ആകുന്നു.

സമപഞ്ചഭുജം ABCDE വരയ്ക്കുക. അതിന്റെ വശത്തിന്റെ നീളം a എന്നിരിക്കട്ടെ. AB എന്ന വശം B യുടെ ഭാഗത്തേക്ക് നീട്ടുക. അതിന് ലംബമായി B യിൽ കൂടി വര വരയ്ക്കുക. ലംബത്തെ F ൽ ഖണ്ഡിക്കുന്ന വിധത്തിൽ ∠BAE യുടെ സമഭാജി വരയ്ക്കുക.

അപ്പോൾ BF = $a \times tan 54$.

BF ന്റെ ലംബസമഭാജി വരച്ച് മധ്യബിന്ദു G അടയാളപ്പെടുത്തുക.

BG = $\frac{a tan 54}{2}$

∠BAP = ∠BAC ആകത്തക്കവിധം ലംബവരയെ P യിൽ മുറിച്ചുകടക്കുന്ന തരത്തിൽ ∠BAP നിർമിക്കുക.

∠BAP = ∠BAC = 36°

ലംബവരയെ H എന്ന ബിന്ദുവിൽ മുറിച്ചുകടക്കുന്ന തരത്തിൽ ∠BAP യുടെ സമഭാജി വരയ്ക്കുക.

അപ്പോൾ ∠BAH = 18° , ∠BHA = 72°

BH = AB × tan18° = $a \times tan 18$

(EA എന്ന വശം നീട്ടിവരയ്ക്കുമ്പോൾ കിട്ടുന്ന 72° കോണിന്റെ സമഭാജി വരച്ച് 36° കോണും അതിന്റെ സമഭാജി വരച്ച് 18° കോണും നിർമിച്ചാലും മതിയാകും.)

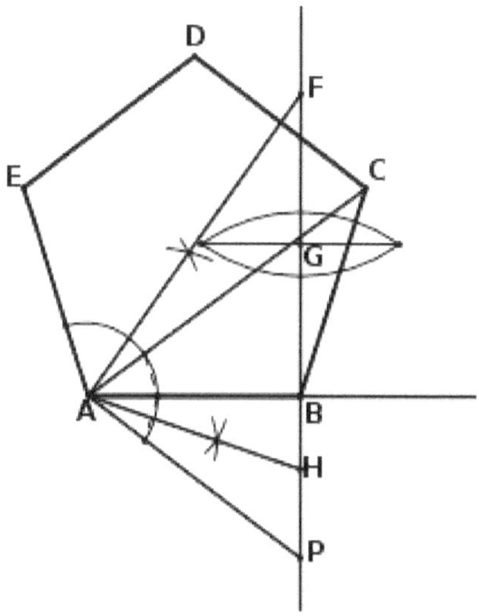

GH വ്യാസത്തിൽ അർധവൃത്തം വരയ്ക്കുക. അർധവൃത്തം AB എന്ന വരയെ Q ൽ ഖണ്ഡിക്കുന്നു.

$$BQ^2 = BG \times BH = \frac{atan54}{2} \times atan18.$$

അപ്പോൾ $BQ = \sqrt{\frac{a^2 tan54 tan18}{2}}$. BQ വശമായി സമദശഭുജം നിർമിക്കണം.

സമപഞ്ചഭുജത്തിന്റെ ബാഹ്യകോൺ ആയതുകൊണ്ട് $\angle CBQ = 72°$

$\angle CBQ$ ന്റെ സമഭാജി BJ വരച്ച് മറുഭാഗത്തേക്ക് നീട്ടിവരയ്ക്കുക. ആ വരയെ R എന്ന ബിന്ദുവിൽ മുറിച്ചുകടക്കുന്ന വിധം B കേന്ദ്രമായി BQ ആരത്തിൽ ചാപം വരയ്ക്കുക. $\angle QBJ = 36°$, $\angle ABR = 36°$

$\angle ABR$ ബാഹ്യകോൺ ആകത്തക്കവിധം BQ , BR ഇവ വശമായി സമദശഭുജം നിർമിക്കുക.

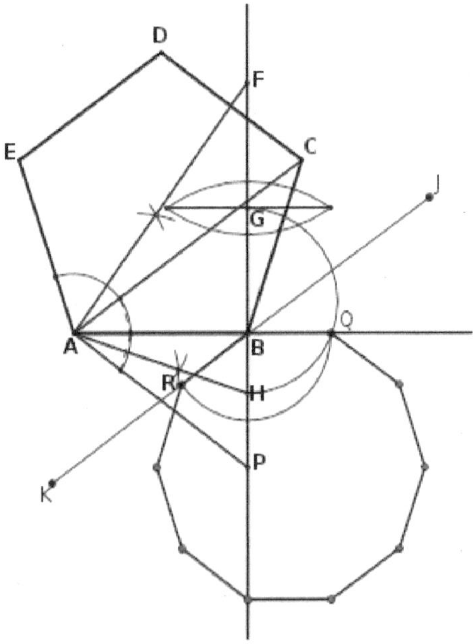

? സമഭുജത്രികോണം , സമഷഡ്ഭുജം എന്നിവ വരച്ച് ഓരോന്നിനും തുല്യപരപ്പളവുള്ള സമദശഭുജം നിർമിക്കുന്നതെങ്ങിനെയെന്ന് വിശദമാക്കുക.
(വിശദാംശങ്ങൾ അനുബന്ധം 1 ൽ)

1.7. സമഅഷ്ടഭുജം

വശങ്ങൾ തുല്യവും കോണുകൾ തുല്യവുമായ അഷ്ടഭുജമാണ് സമഅഷ്ടഭുജം (Regular Octagon). സമഅഷ്ടഭുജത്തിന്റെ ഒരു കോണിന്റെ അളവ് $135°$ യും ഒരു ബാഹ്യകോണിന്റെ അളവ് $45°$ യും ആണ്. സമഅഷ്ടഭുജത്തിന്റെ ഓരോ വശവും അതിന്റെ പരിവൃത്തകേന്ദ്രത്തിലുണ്ടാക്കുന്ന കോണിന്റെ അളവും $45°$ ആണ്.

$45°$ അളവിൽ കോൺ നിർമിക്കുന്നത് താരതമ്യേന എളുപ്പമാണ്.

ഒരു ബിന്ദുവിനു ചുറ്റും $45°$ അളവിൽ 8 കോണുകൾ നിർമിച്ച് സമഅഷ്ടഭുജം നിർമിക്കാം. ബാഹ്യകോണിന്റെ അളവ് $45°$ എന്നത് ഉപയോഗിച്ചും സമഅഷ്ടഭുജം നിർമിക്കാം.

1.7.1. സമഅഷ്ടഭുജത്തിന്റെ നിർമിതി

ഒരു വര വരയ്ക്കുക. അതിലെ ഒരു ബിന്ദു (O)വിൽ കൂടി ലംബം വരയ്ക്കുക. ഇപ്പോൾ ആ ബിന്ദുവിലുള്ള നാല് കോണുകളും മട്ടകോണുകൾ ആണല്ലോ. അവയിൽ അടുത്തടുത്ത രണ്ടു കോണുകളുടെ സമഭാജികൾ വരച്ച് മറുഭാഗത്തേക്ക് നീട്ടുക. O എന്ന ബിന്ദുവിലെ എട്ടു കോണുകളും $45°$ വീതം ആയിരിക്കും.

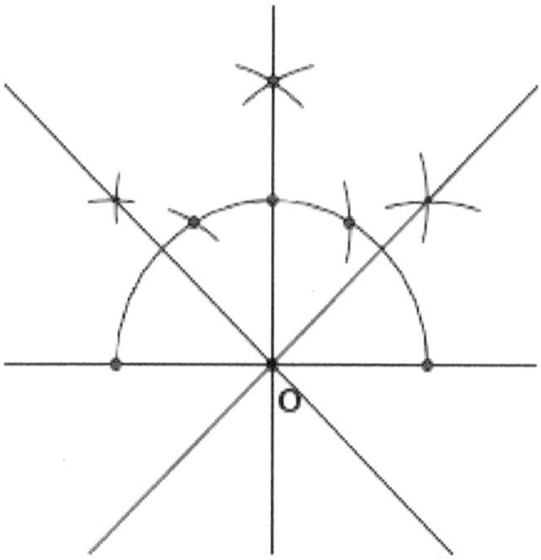

O കേന്ദ്രമായി വൃത്തം വരയ്ക്കുക. വൃത്തം വരകളെ മുറിച്ചുകടക്കുന്ന ബിന്ദുക്കൾ യോജിപ്പിച്ച് വരച്ചാൽ സമഅഷ്ടഭുജം ആകും.

ഈ രീതിയിൽ എത്ര വലിപ്പത്തിലും സമഅഷ്ടഭുജം വരയ്ക്കാം.

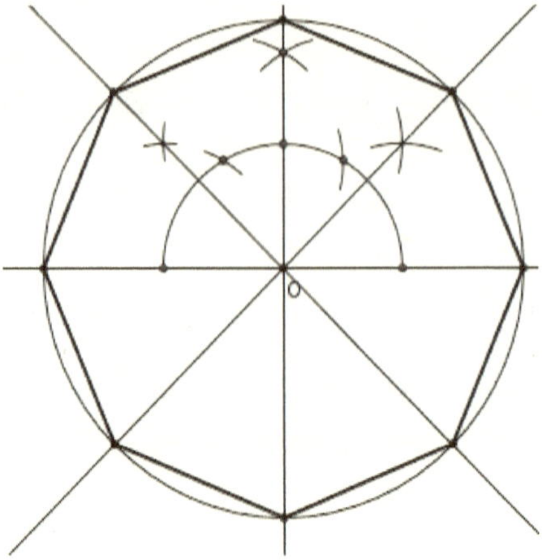

എന്നാൽ ഒരു നിശ്ചിത വര വശമായി വരുന്ന സമഅഷ്ടഭുജം വരയ്ക്കണമെങ്കിൽ മറ്റൊരു മാർഗം സ്വീകരിക്കാം. ആ വരയുടെ ഒരു മൂലയിലെ ബാഹ്യകോൺ നിർമിച്ച് രണ്ടാമത്തെ വശം വരയ്ക്കാം.

AB എന്ന വശം വരച്ച് B യുടെ ഭാഗത്ത് P എന്ന ബിന്ദുവിലേക്ക് നീട്ടിവരയ്ക്കുക. അതിന് ലംബമായി B യിൽ കൂടി ഒരു വര വരയ്ക്കുക.
ആ ലംബത്തിലെ ഒരു ബിന്ദുവാണ് Q എന്നിരിക്കട്ടെ.
$\angle PBQ = 90°$. $\angle PBQ$ ന്റെ സമഭാജി BR വരയ്ക്കുക.
അപ്പോൾ $\angle PBR = 45°$.
കോൺസമഭാജിയെ C എന്ന ബിന്ദുവിൽ ഖണ്ഡിക്കത്തക്കവിധം B കേന്ദ്രമായി BA ആരത്തിൽ ചാപം വരയ്ക്കുക. സമഅഷ്ടഭുജത്തിന്റെ രണ്ടാമത്തെ വശമാണ് BC.

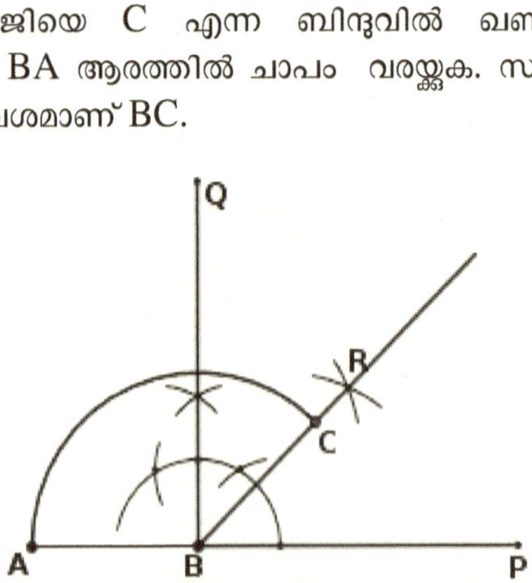

AB , BC എന്നീ വശങ്ങളുടെ ലംബസമഭാജികൾ വരച്ച് സമഅഷ്ടഭുജത്തിന്റെ പരിവൃത്തകേന്ദ്രം O കണ്ടുപിടിക്കുക. O കേന്ദ്രമായി OA ആരത്തിൽ വൃത്തം വരയ്ക്കുക. ഈ വൃത്തത്തിൽ AB ആരത്തിൽ ചാപങ്ങൾ വരച്ച് മറ്റുമൂലകൾ അടയാളപ്പെടുത്തുക. സമഅഷ്ടഭുജം പൂർത്തിയാക്കുക.

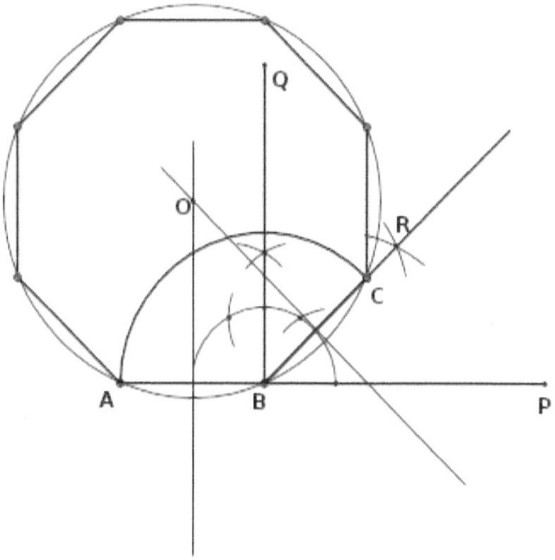

1.7.2. സമഅഷ്ടഭുജത്തിന്റെ വികർണങ്ങൾ

സമഅഷ്ടഭുജത്തിന് 20 വികർണങ്ങളാണുള്ളത്. ഓരോ മൂലയിൽ നിന്നും നേരെ എതിർമൂലയിലേക്കുള്ള 4 വലിയ വികർണങ്ങൾ , 8 ചെറിയ വികർണങ്ങൾ , ഓരോ വശത്തിനും സമാന്തരമായ (അഥവാ മറ്റൊരു വശത്തിന് ലംബമായ) 8 ഇടത്തരം വികർണങ്ങൾ.

ചിത്രത്തിൽ AB യ്ക്ക് സമാന്തരമായ വികർണമാണ് HC. ഈ വികർണം CD , GH എന്നീ വശങ്ങൾക്ക് ലംബമാണ്. ആ വികർണത്തിലേക്ക് A യിൽ നിന്നും B യിൽ നിന്നുമുള്ള ലംബങ്ങളാണ് AP , BQ. ABQP ചതുരവും △BQC , △APH എന്നിവ സമപാർശ്വമട്ടത്രികോണങ്ങളും ആണ്.

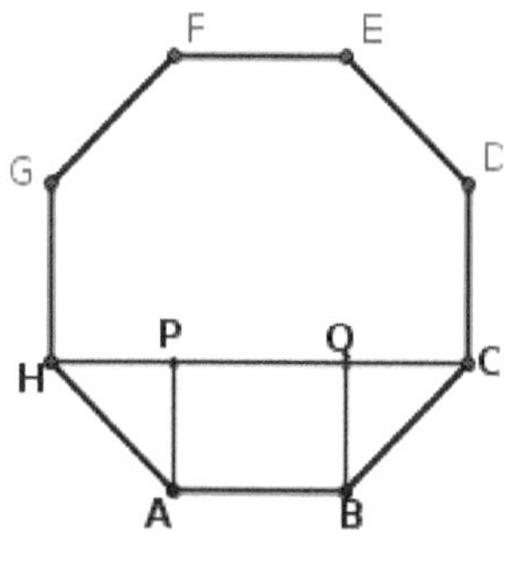

AB $= a$ എന്നെടുത്താൽ BC = AH = a

PQ = a , CQ = HP = $\frac{a}{\sqrt{2}}$

$$HC = a + \frac{a}{\sqrt{2}} + \frac{a}{\sqrt{2}} = a + \sqrt{2}a = (\sqrt{2}+1)a$$

അതായത് സമഅഷ്ടഭുജത്തിന്റെ വശത്തിന് സമാന്തരമായ വികർണത്തിന്റെ നീളം വശത്തിന്റെ നീളത്തിന്റെ $(\sqrt{2}+1)$ മടങ്ങാണ്.

1.7.3. സമഅഷ്ടഭുജത്തിന്റെ പരപ്പളവ്

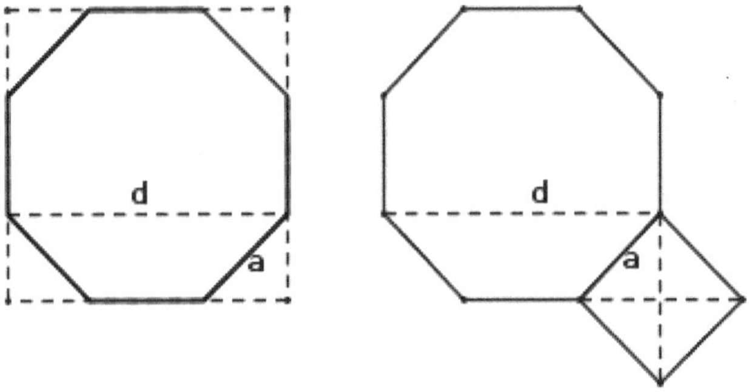

ഒരു സമഅഷ്ടഭുജത്തിന്റെ ഒന്നിടവിട്ട 4 വശങ്ങളോട് ചിത്രത്തിൽ കാണുന്നതുപോലെ സമപാർശ്വമട്ടത്രികോണം ചേർത്തുവച്ചാൽ സമചതുരം കിട്ടും. ആ സമചതുരത്തിന്റെ വശത്തിന്റെ നീളം സമഅഷ്ടഭുജത്തിന്റെ വശത്തിന് സമാന്തരമായ വികർണത്തിന്റെ നീളത്തിന് തുല്യമാണ്. ആ വികർണത്തിന്റെ നീളം d ആയാൽ സമചതുരത്തിന്റെ പരപ്പളവ് $= d^2$

അതേ സമപാർശ്വമട്ടത്രികോണങ്ങൾ ഒരു വശത്തോട് ചേർത്തുവച്ചാൽ കിട്ടുന്ന ചെറിയ സമചതുരത്തിന്റെ വശം സമഅഷ്ടഭുജത്തിന്റെ വശത്തിന് തുല്യമാണ്.

സമഅഷ്ടഭുജത്തിന്റെ വശത്തിന്റെ നീളം a ആയാൽ ചെറിയ സമചതുരത്തിന്റെ പരപ്പളവ് $= a^2$

അതുകൊണ്ട് സമഅഷ്ടഭുജത്തിന്റെ പരപ്പളവ് $= d^2 - a^2$

സമഅഷ്ടഭുജത്തിന്റെ പരപ്പളവ് മറ്റൊരു രീതിയിലും കാണാവുന്നതാണ്.

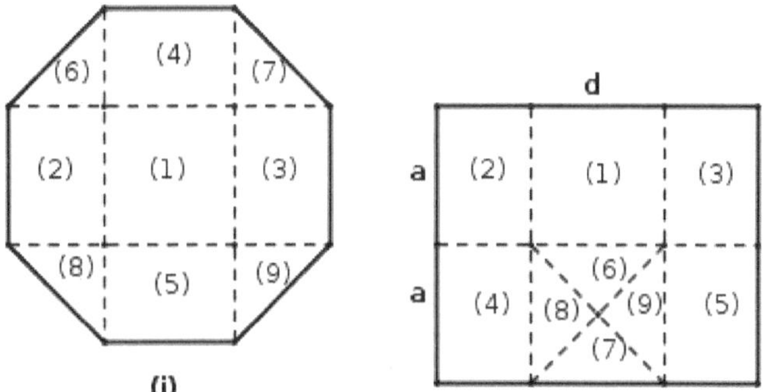

(i) (ii)

ചിത്രം (i) ൽ കാണുന്ന സമഅഷ്ടഭുജത്തിന്റെ ഭാഗങ്ങൾ ചിത്രം (ii) ൽ കാണുന്നതുപോലെ ചേർത്തുവച്ചാൽ ഒരു ചതുരം കിട്ടും.
ആ ചതുരത്തിന്റെ നീളം d യും വീതി $2a$ യും ആയിരിക്കും.
അപ്പോൾ ചതുരത്തിന്റെ പരപ്പളവ് $= 2ad$
അതായത് സമഅഷ്ടഭുജത്തിന്റെ പരപ്പളവ് $= 2ad$
$d = (\sqrt{2}+1)a$ ആയതിനാൽ
സമഅഷ്ടഭുജത്തിന്റെ പരപ്പളവ് $= 2a^2(\sqrt{2}+1)$

ഈ ആശയങ്ങളുടെ സഹായത്തോടെ വിവിധ രീതികളിൽ സമഅഷ്ടഭുജത്തിന്റെ പരപ്പളവിന് തുല്യപരപ്പളവുള്ള സമബഹുഭുജങ്ങൾ നിർമിക്കാവുന്നതാണ്.

1.7.4. **സമഅഷ്ടഭുജവും സമചതുരവും**

സമപഞ്ചഭുജം , സമദശഭുജം എന്നിവ താരതമ്യം ചെയ്തപ്പോൾ കണ്ടതുപോലെയുള്ള പ്രത്യേകത സമചതുരവും സമഅഷ്ടഭുജവും താരതമ്യം ചെയ്യുമ്പോഴും കാണാം. സമചതുരത്തിന്റെ ഒരു കോൺ $90°$ യും സമഅഷ്ടഭുജത്തിന്റെ ഒരു കോൺ $135°$ യുമാണ്. (യഥാക്രമം $45°$ യുടെ 2 മടങ്ങും 3 മടങ്ങും). ബാഹ്യകോണുകളുടെ അളവ് യഥാക്രമം $90°$ യും $45°$ യും . സമചതുരത്തിന്റെ ബാഹ്യകോണിന്റെ അളവിന്റെ പകുതിയാണ് സമഅഷ്ടഭുജത്തിന്റെ ബാഹ്യകോണിന്റെ അളവ് .

സമഅഷ്ടഭുജത്തിന്റെ ഒന്നിടവിട്ട മൂലകൾ യോജിപ്പിച്ച് ബഹുഭുജം വരച്ചാൽ സമചതുരം കിട്ടുന്നു. സമചതുരത്തിന്റെ ഓരോ വശത്തിലും രണ്ടു വീതം മൂലകൾ വരുന്ന വിധത്തിൽ സമഅഷ്ടഭുജം വരയ്ക്കാം.

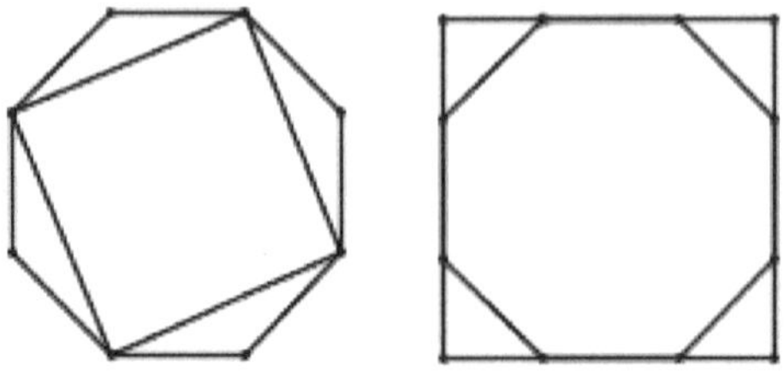

സമഅഷ്ടഭുജത്തിന്റെ പരപ്പളവിന് തുല്യ പരപ്പളവുള്ള സമചതുരം നിർമിക്കുന്നതിന് അതിന്റെ വശം എന്തായിരിക്കണം ?

സമഅഷ്ടഭുജത്തിന്റെ വശത്തിന്റെ നീളം a യും വശത്തിന് സമാന്തരമായ വികർണത്തിന്റെ നീളം d യും ആയാൽ

പരപ്പളവ് $d^2 - a^2$ എന്നും $2ad$ എന്നും കണ്ടല്ലോ.

സമചതുരത്തിന്റെ വശത്തിന്റെ നീളം k ആയാൽ പരപ്പളവ് $= k^2$

$k^2 = d^2 - a^2$ ആകണമെങ്കിൽ $k = \sqrt{d^2 - a^2}$ ആയിരിക്കണം.

$k^2 = 2ad$ ആകണമെങ്കിൽ $k = \sqrt{2ad}$ ആകണം

ചിത്രത്തിൽ $OR^2 = OP \times OQ$ ആയതിനാൽ

$OP = d + a$, $OQ = d - a$

ആകുമ്പോൾ

$OR = \sqrt{(d+a)(d-a)}$

$OR = \sqrt{d^2 - a^2}$

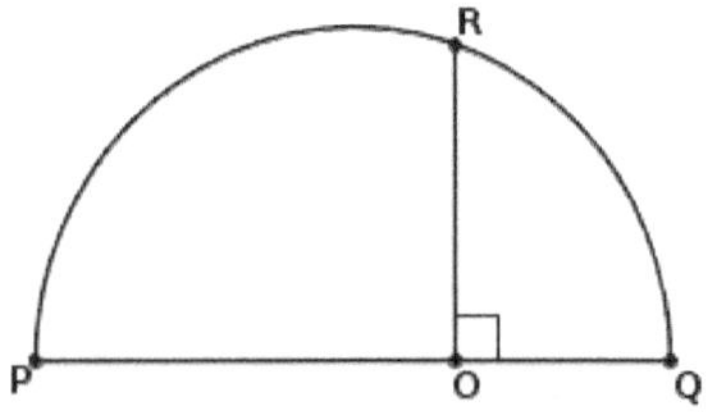

$OP = d$, $OQ = 2a$ ആകുമ്പോൾ

$OR = \sqrt{2ad}$

രണ്ടു രീതിയിലും സമഅഷ്ടഭുജത്തിന്റെ പരപ്പളവിന് തുല്യ പരപ്പളവുള്ള സമചതുരം നിർമിക്കാം.

സമഅഷ്ടഭുജംABCDEFGH നിർമിക്കുക. അതിന്റെ വശത്തിന്റെ നീളം a യും വശത്തിന് സമാന്തരമായ വികർണത്തിന്റെ നീളം d യും എന്നിരിക്കട്ടെ.

രീതി(1) : HC എന്ന വികർണവും CD എന്ന വശവും ഇരുഭാഗത്തേക്കും നീട്ടിവരയ്ക്കുക.

HC എന്ന വരയെ P , Q എന്നീ ബിന്ദുക്കളിൽ മുറിച്ചുകടക്കുന്ന വിധത്തിൽ H കേന്ദ്രമായി HA ആരത്തിൽ വൃത്തം വരയ്ക്കുക.

HP = HQ = a ,

CQ = $d - a$, CP = $d + a$

C കേന്ദ്രമായി CQ ആരത്തിൽ വൃത്തം വരയ്ക്കുക. ഈ വൃത്തം HC എന്ന വരയെ R ൽ ഖണ്ഡിക്കുന്നു. CR = $d - a$

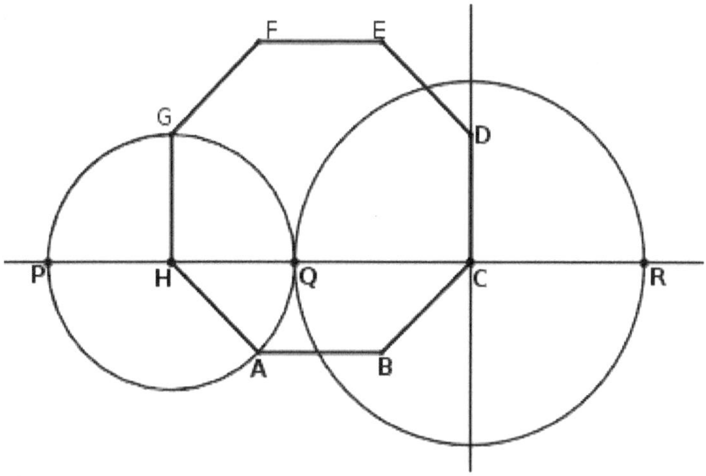

PR എന്ന വരയിൽ PC = $d + a$ യും CR = $d - a$ യും ആകുന്നു.

PR വ്യാസത്തിൽ അർധവൃത്തം വരയ്ക്കുക. അർധവൃത്തം CD എന്ന വരയെ S ൽ ഖണ്ഡിക്കുന്നു.

$CS^2 = CP \times CR$

$= (d + a)(d - a)$

$= d^2 - a^2$

CS വശമായി സമചതുരം വരച്ചാൽ അതിന്റെ പരപ്പളവ് $d^2 - a^2$ ആയിരിക്കും

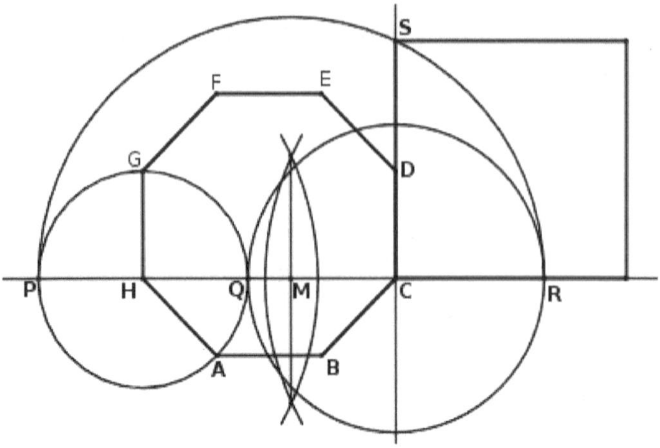

രീതി(2) : HC എന്ന വികർണവും CD എന്ന വശവും ഇരുഭാഗത്തേക്കും നീട്ടിവരയ്ക്കുക. HC എന്ന വരയെ വലതുവശത്ത് P എന്ന ബിന്ദുവിൽ മുറിച്ചുകടക്കുന്ന വിധത്തിൽ C കേന്ദ്രമായി CB ആരത്തിൽ വൃത്തം വരയ്ക്കുക. P കേന്ദ്രമായി അതേ ആരത്തിൽ വൃത്തം വരയ്ക്കുക. ഈ വൃത്തം HC എന്ന വരയെ Q ൽ ഖണ്ഡിക്കുന്നു.

അപ്പോൾ CH = d , CQ = $2a$

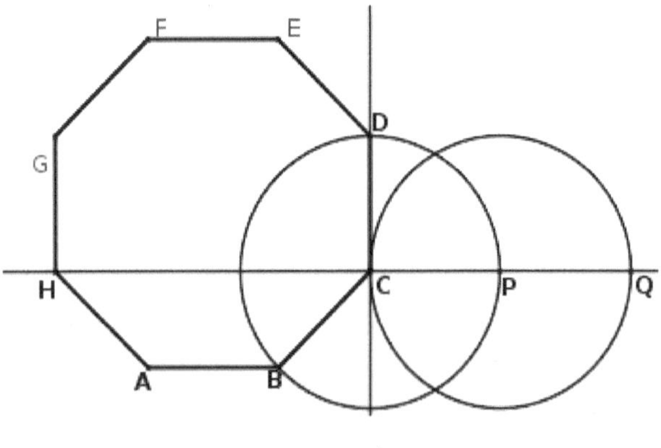

HQ വ്യാസത്തിൽ അർധവൃത്തം വരയ്ക്കുക. അർധവൃത്തം CD എന്ന വരയെ R ൽ ഖണ്ഡിക്കുന്നു.

$CR^2 = CH \times CQ = 2ad.$

CR വശമായി സമചതുരം വരച്ചാൽ അതിന്റെ പരപ്പളവ് $2ad$ ആയിരിക്കും.

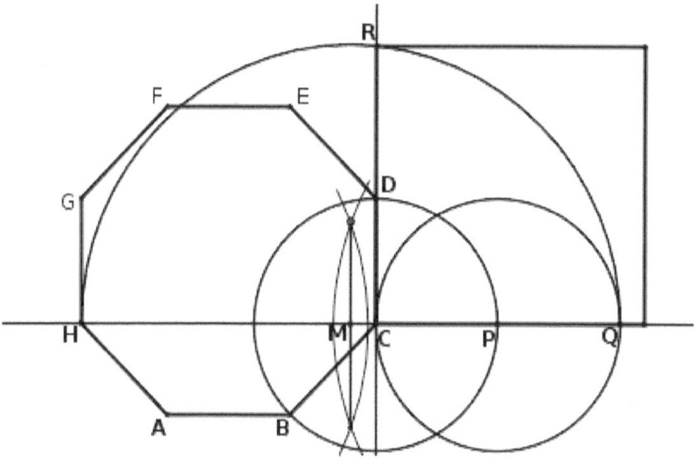

1.7.5. സമഅഷ്ടഭുജവും സമപഞ്ചഭുജവും

സമഅഷ്ടഭുജത്തിന്റെ പരപ്പളവിന് തുല്യ പരപ്പളവുള്ള സമപഞ്ചഭുജം എങ്ങിനെ നിർമിക്കാം ?

സമഅഷ്ടഭുജത്തിന്റെ വശത്തിന്റെ നീളം a യും വശത്തിന് സമാന്തരമായ വികർണത്തിന്റെ നീളം d യും ആയാൽ
പരപ്പളവ് $= 2ad$
സമപഞ്ചഭുജത്തിന്റെ വശത്തിന്റെ നീളം k ആയാൽ
പരപ്പളവ് $= \frac{5k^2 tan54}{4}$

$\frac{5k^2 tan54}{4} = 2ad$ ആകണമെങ്കിൽ $k^2 = \frac{8ad}{5tan54} = \frac{8adtan36}{5}$

$\frac{8adtan36}{5}$ നെ $4 \times \frac{2adtan36}{5}$ എന്നെഴുതാം.

അപ്പോൾ $k = 2 \times \sqrt{\frac{2adtan36}{5}}$

$\sqrt{\dfrac{2adtan36}{5}}$ യൂണിറ്റ് നീളമുള്ള വര നിർമിച്ച് അതിന്റെ 2 മടങ്ങ് നീളമുള്ള വര വശമായി സമപഞ്ചഭുജം വരച്ചാൽ അതിന്റെ പരപ്പളവ് സമഅഷ്ടഭുജത്തിന്റെ പരപ്പളവിന് തുല്യമായിരിക്കും.

ചിത്രത്തിൽ $OR^2 = OP \times OQ$ ആയതിനാൽ

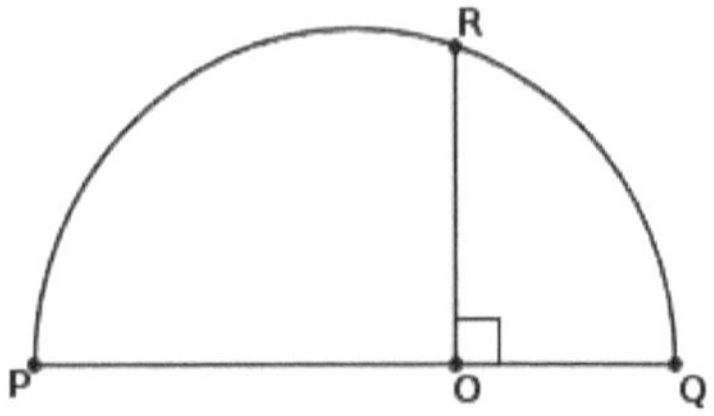

$OP = \dfrac{2d}{5}$, $OQ = atan36$ ആകുമ്പോൾ

$$OR = \sqrt{\frac{2adtan36}{5}}$$

$\dfrac{2d}{5}$ എന്നത് വശത്തിന് സമാന്തരമായ വികർണത്തിന്റെ $\dfrac{2}{5}$ ഭാഗവും $atan36$ എന്നത് വശത്തിന്റെ $tan36$ ഭാഗവും ആകുന്നു.

സമഅഷ്ടഭുജംABCDEFGH വരയ്ക്കുക. (AB = a , BE = d)
BP : PE = 2 : 3 ആകത്തക്കവിധം BE യിൽ P അടയാളപ്പെടുത്തുക.

$BP = \dfrac{2d}{5}$

AB ഒരു ഭുജമാകത്തക്കവിധം A യിൽ 36° കോൺ നിർമിക്കുക.

(ചിത്രത്തിൽ IK = AI = AJ = AB = a ,
അതുകൊണ്ട് JL = JK = $\sqrt{5}a$, AL= $a(\sqrt{5}+1)$.

AL ന്റെ മധ്യബിന്ദു M . $AM = a\left(\dfrac{\sqrt{5}+1}{2}\right)$

A കേന്ദ്രമായി AM ആരത്തിലും B കേന്ദ്രമായി BA ആരത്തിലും വരയ്ക്കുന്ന ചാപങ്ങൾ N എന്ന ബിന്ദുവിൽ ഖണ്ഡിക്കുന്നു.

$\triangle$ABN പരിഗണിച്ചാൽ AB : BN : AN = $1 : 1 : \left(\dfrac{\sqrt{5}+1}{2}\right)$.

$\triangle$ABN ന്റെ കോണളവുകൾ 36° , 36° , 108° ആയിരിക്കും.

അപ്പോൾ $\angle$BAN = 36°)

AN എന്ന വര EB എന്ന വരയെ Q ൽ മുറിച്ചുകടക്കുന്നുവെങ്കിൽ
$\triangle$BAQ ൽ $\angle ABQ = 90°$, $\angle BAQ=36°$
അതുകൊണ്ട് BQ = $atan36$

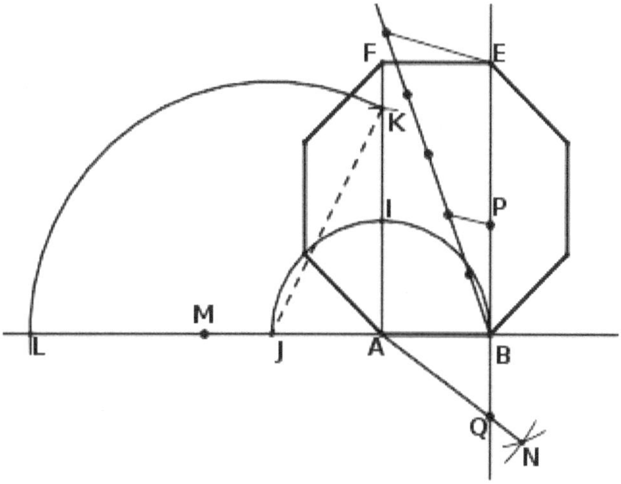

PQ വ്യാസത്തിൽ വരയ്ക്കുന്ന അർധവൃത്തം AB എന്ന വരയെ R ൽ ഖണ്ഡിക്കുന്നുവെന്നിരിക്കട്ടെ.

$$BR^2 = BP \times BQ = \frac{2d}{5} \times atan36 = \frac{2adtan36}{5}$$

അതായത് $BR = \sqrt{\dfrac{2adtan36}{5}}$

AB എന്ന വരയെ S ൽ മുറിച്ചുകടക്കുന്ന വിധത്തിൽ R കേന്ദ്രമായി RB ആരത്തിൽ ചാപം വരയ്ക്കുക. അപ്പോൾ $BS = 2 \times \sqrt{\dfrac{2adtan36}{5}}$

BS വശമായി സമപഞ്ചഭുജം നിർമിച്ചാൽ അതിന്റെ പരപ്പളവ് സമഅഷ്ടഭുജത്തിന്റെ പരപ്പളവിന് തുല്യമായിരിക്കും.

AN ന് സമാന്തരമായി B യിൽ കൂടിയുള്ള വരയും S കേന്ദ്രമായി SB ആരത്തിൽ വരയ്ക്കുന്ന ചാപവും T യിൽ ഖണ്ഡിക്കുന്നു.

$\triangle$BST ൽ $\angle SBT = \angle BAN = 36°$.

SB = ST ആയതിനാൽ $\angle STB = 36°$, $\angle BST = 108°$.

SB , ST എന്നിവ വശങ്ങളും BT വികർണവും ആകത്തക്കവിധം സമപഞ്ചഭുജം നിർമിക്കുക.

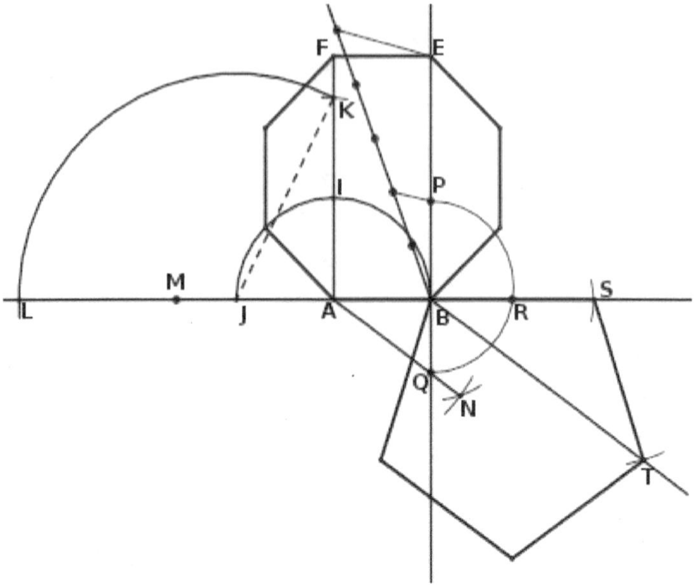

? സമഅഷ്ടഭുജം വരച്ച് തുല്യപരപ്പളവുള്ള സമഭുജത്രികോണം , സമഷഡ്ഭുജം , സമദശഭുജം എന്നിവയുടെ നിർമിതി വിശദമാക്കുക. (വിശദാംശങ്ങൾ അനുബന്ധം 1 ൽ)

1.7.6. $(\sqrt{2}+1)$ മടങ്ങും $(\sqrt{2}-1)$ ഭാഗവും

സമഅഷ്ടഭുജത്തിന്റെ വശത്തിന് സമാന്തരമായ വികർണത്തിന്റെ നീളം വശത്തിന്റെ നീളത്തിന്റെ $(\sqrt{2}+1)$മടങ്ങാണല്ലോ. അതായത് വശത്തിന്റെ നീളം a യും വശത്തിന് സമാന്തരമായ വികർണത്തിന്റെ നീളം d യും ആണെങ്കിൽ $d = (\sqrt{2}+1)a$

$$\text{അപ്പോൾ } a = \frac{d}{\sqrt{2}+1} = \frac{d(\sqrt{2}-1)}{(\sqrt{2}+1)(\sqrt{2}-1)} = d(\sqrt{2}-1)$$

അതായത് വശത്തിന് സമാന്തരമായ വികർണത്തിന്റെ $(\sqrt{2}-1)$ ഭാഗമാണ് വശം.

സമചതുരത്തിന്റെ വികർണം വശത്തിന്റെ $\sqrt{2}$ മടങ്ങാണെന്ന വസ്തുത ഉപയോഗപ്പെടുത്തിക്കൊണ്ട് ഒരു വരയുടെ $(\sqrt{2}+1)$ മടങ്ങും $(\sqrt{2}-1)$ ഭാഗവും കണ്ടെത്താവുന്നതാണ്.

ചിത്രത്തിൽ സമചതുരംPQRS ൽ PQ എന്ന വശം ഇരുഭാഗത്തേക്കും നീട്ടുക. ഈ വരയെ A , B എന്നീ ബിന്ദുക്കളിൽ സംഗമിക്കുന്ന വിധത്തിൽ P കേന്ദ്രമായി PR ആരത്തിൽ അർധവൃത്തം വരയ്ക്കുക.

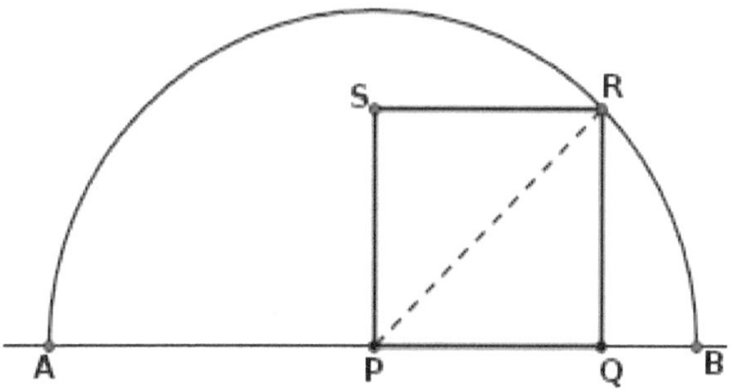

PQ = a ആകുമ്പോൾ PA = PB = PR = $\sqrt{2}a$

AQ = $\sqrt{2}a + a = a(\sqrt{2}+1)$

QB = $\sqrt{2}a - a = a(\sqrt{2}-1)$

അതല്ലെങ്കിൽ സമചതുരംPQRS ൽ PR എന്ന വികർണം ഇരുഭാഗത്തേക്കും നീട്ടുക. ഈ വരയെ C , D എന്നീ ബിന്ദുക്കളിൽ സംഗമിക്കുന്ന വിധത്തിൽ P കേന്ദ്രമായി PS ആരത്തിൽ അർധവൃത്തം വരയ്ക്കുക.

PS = a ആകുമ്പോൾ

PC = PD = a ,

PR = $\sqrt{2}a$

CR = $\sqrt{2}a + a$

= $a(\sqrt{2}+1)$

DR = $\sqrt{2}a - a$

= $a(\sqrt{2}-1)$

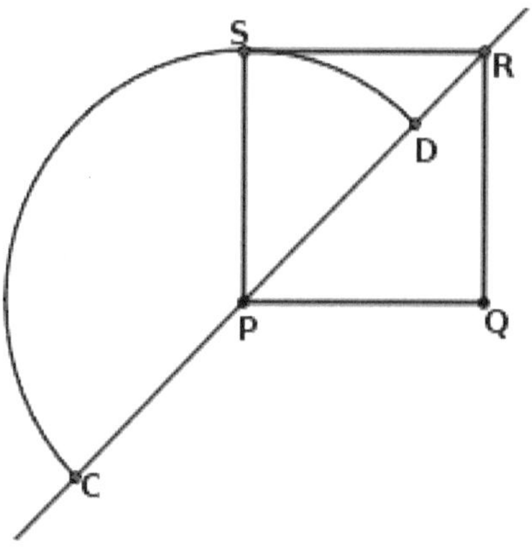

തന്നിരിക്കുന്ന ഒരു വരയുടെ $(\sqrt{2}+1)$ മടങ്ങും $(\sqrt{2}-1)$ ഭാഗവും ഉള്ള വര നിർമിക്കണമെങ്കിൽ സമചതുരം വരയ്ക്കണമെന്നില്ലെന്നും ആ വര ലംബവശമായി വരുന്ന സമപാർശ്വമട്ടത്രികോണം വരച്ചാൽ മതിയെന്നും കാണാവുന്നതാണ്.

$(\sqrt{2}+1)(\sqrt{2}-1) = 1$ ആകുന്നു.
അതായത് $(\sqrt{2}+1)$ ന്റെ വ്യുൽക്രമമാണ് $(\sqrt{2}-1)$

$$\frac{1}{\sqrt{2}+1} = \sqrt{2}-1 \;, \quad \frac{1}{\sqrt{2}-1} = \sqrt{2}+1$$

സമഅഷ്ടഭുജത്തിന് തുല്യപരപ്പളവുള്ള സമചതുരം വരയ്ക്കുന്ന വിധം മനസ്സിലാക്കിയല്ലോ. ചതുരത്തിന് തുല്യപരപ്പളവുള്ള സമഅഷ്ടഭുജം നിർമിക്കുന്നതെങ്ങിനെയെന്ന് പരിശോധിക്കാം.

1.7.7. ചതുരവും സമഅഷ്ടഭുജവും

ചതുരത്തിന്റെ വശങ്ങൾ a, b ആയാൽ പരപ്പളവ് $= a \times b$
സമഅഷ്ടഭുജത്തിന്റെ വശത്തിന്റെ നീളം k ആയാൽ
പരപ്പളവ് $= 2k^2(\sqrt{2}+1)$
പരപ്പളവ് തുല്യമാകണമെങ്കിൽ $2k^2(\sqrt{2}+1) = a \times b$

$$k^2 = \frac{ab}{2(\sqrt{2}+1)} = \frac{ab(\sqrt{2}-1)}{2} \;. \qquad k = \sqrt{\frac{ab(\sqrt{2}-1)}{2}}$$

ചിത്രത്തിൽ $OR^2 = OP \times OQ$ ആയതിനാൽ
$OP = \frac{a}{2}$, $OQ = b(\sqrt{2}-1)$ ആകുമ്പോൾ

$$OR = \sqrt{\frac{ab(\sqrt{2}-1)}{2}}$$

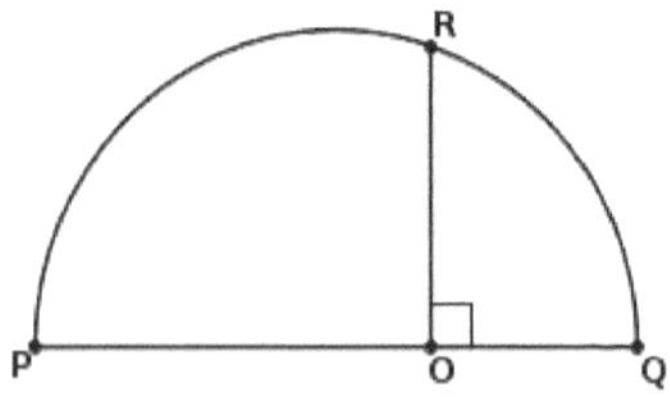

$\frac{a}{2}$ എന്നത് ചതുരത്തിന്റെ നീളത്തിന്റെ പകുതിയും $b(\sqrt{2}-1)$ എന്നത് വീതിയുടെ $(\sqrt{2}-1)$ ഭാഗവും ആകുന്നു.

ചതുരം ABCD (AB = a , BC = b) വരച്ച് AB യും BC യും ഇരുഭാഗത്തേക്കും നീട്ടിവരയ്ക്കുക.
AB യുടെ ലംബസമഭാജി വരച്ച് മധ്യബിന്ദു E അടയാളപ്പെടുത്തുക.
BE = $\frac{a}{2}$. BC യെ F ൽ മുറിച്ചുകടക്കുന്ന വിധത്തിൽ B കേന്ദ്രമായി BE ആരത്തിലും AB യെ G യിൽ മുറിച്ചുകടക്കുന്ന വിധത്തിൽ B കേന്ദ്രമായി BC ആരത്തിലും ചാപങ്ങൾ വരയ്ക്കുക.
BF = $\frac{a}{2}$, CG = $\sqrt{2}b$
C കേന്ദ്രമായി CG ആരത്തിൽ ചാപം വരച്ച് ലംബവരയെ മുറിച്ചുകടക്കുന്ന ബിന്ദു H അടയാളപ്പെടുത്തുക.
CH = CG = $\sqrt{2}b$, BH = $b(\sqrt{2}-1)$

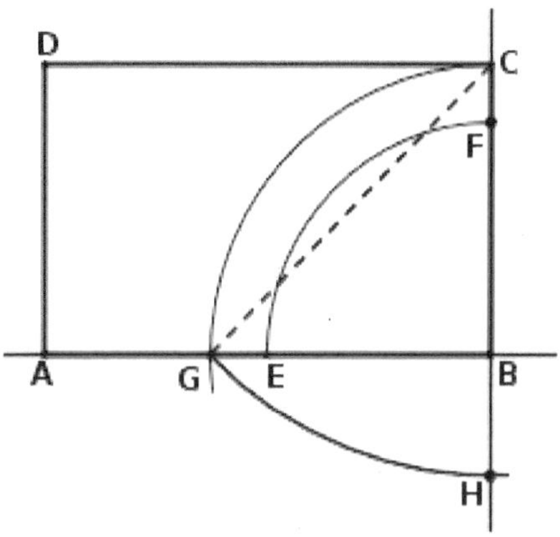

FH വ്യാസത്തിൽ അർധവൃത്തം വരയ്ക്കുക. അർധവൃത്തം AB എന്ന വരയെ P ൽ ഖണ്ഡിക്കുന്നു.

$$BP^2 = BF \times BH = \frac{a}{2} \times b(\sqrt{2}-1) = \frac{ab(\sqrt{2}-1)}{2}$$

അപ്പോൾ $BP = \sqrt{\frac{ab(\sqrt{2}-1)}{2}}$
BP വശമായി സമഅഷ്ടഭുജം വരയ്ക്കുക.

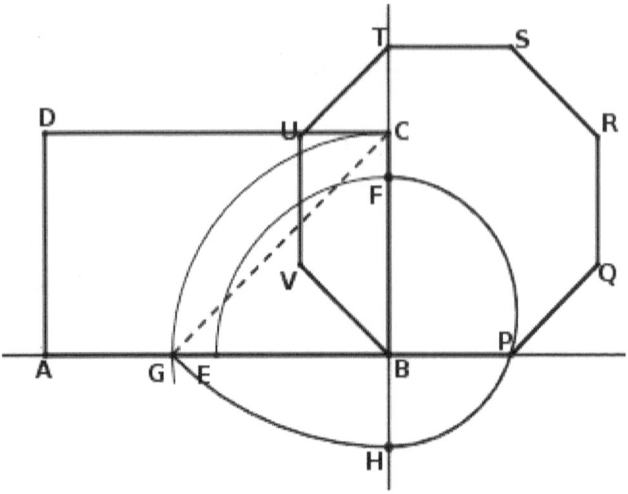

ഇവിടെ പരിവൃത്തം വരയ്ക്കാതെ തന്നെ സമഅഷ്ടഭുജം നിർമിക്കാവുന്നതാണ്. വരയ്ക്കുന്ന സമഅഷ്ടഭുജം BPQRSTUV എന്നിരിക്കട്ടെ. $\angle ABC$ യുടെ സമഭാജി വരച്ച് BV എന്ന വശം വരയ്ക്കുക. $\triangle BPV$, $\triangle UVT$, $\triangle STR$, $\triangle PQR$ ഇവ തുല്യത്രികോണങ്ങളാണ്. അതുകൊണ്ട് VT = VP . കൂടാതെ BP എന്ന വശത്തിന് ലംബമായി B യിൽ കൂടിയുള്ള വരയിലെ ബിന്ദുവാണ് T. V കേന്ദ്രമായി VP ആരത്തിൽ ചാപം വരച്ച് B യിൽ കൂടിയുള്ള ലംബവരയെ ഖണ്ഡിക്കുന്ന ബിന്ദു T കണ്ടെത്താം. അതേ ആരത്തിൽ P യും T യും കേന്ദ്രമായി ചാപങ്ങൾ വരച്ച് സംഗമബിന്ദു R അടയാളപ്പെടുത്താം. P, R , T ഇവ കേന്ദ്രങ്ങളായി BP ആരത്തിൽ ചാപങ്ങൾ വരച്ച് Q , S , U എന്നീ മൂലകൾ കണ്ടെത്താം.

$a = b$ ആകുന്ന സന്ദർഭത്തിൽ സമചതുരത്തിന് തുല്യപരപ്പളവുള്ള സമഅഷ്ടഭുജത്തിന്റെ നിർമിതി ആകും.

1.7.8. **സമഷഡ്ഭുജവും സമഅഷ്ടഭുജവും**

ഇതുവരെ ചർച്ച ചെയ്ത നിർമിതികളുടെ വെളിച്ചത്തിൽ കൂടുതൽ വിശദീകരണങ്ങളില്ലാതെ തന്നെ ഓരോ സമബഹുഭുജത്തിനും തുല്യ പരപ്പളവുള്ള സമഅഷ്ടഭുജം നിർമിക്കാൻ കഴിയുമല്ലോ. സമഷഡ്ഭുജത്തിന് തുല്യ പരപ്പളവുള്ള സമഅഷ്ടഭുജം നിർമിക്കണമെന്നിരിക്കട്ടെ.

സമഷഡ്ഭുജത്തിന്റെ വശത്തിന്റെ നീളം a ആയാൽ

പരപ്പളവ് $= \dfrac{3\sqrt{3}a^2}{2}$

സമഅഷ്ടഭുജത്തിന്റെ വശത്തിന്റെ നീളം k ആയാൽ

പരപ്പളവ് $= 2k^2(\sqrt{2}+1)$

$2k^2(\sqrt{2}+1) = \dfrac{3\sqrt{3}a^2}{2}$ ആകണമെങ്കിൽ

$$k^2 = \frac{3\sqrt{3}a^2}{4(\sqrt{2}+1)} = \frac{3\sqrt{3}a^2(\sqrt{2}-1)}{4}$$

അതായത് $k = \sqrt{\dfrac{3\sqrt{3}a^2(\sqrt{2}-1)}{4}}$

ചിത്രത്തിൽ $OR^2 = OP \times OQ$

ആയതിനാൽ $OP = \dfrac{3\sqrt{3}a}{4}$,

$OQ = a(\sqrt{2}-1)$ ആകുമ്പോൾ

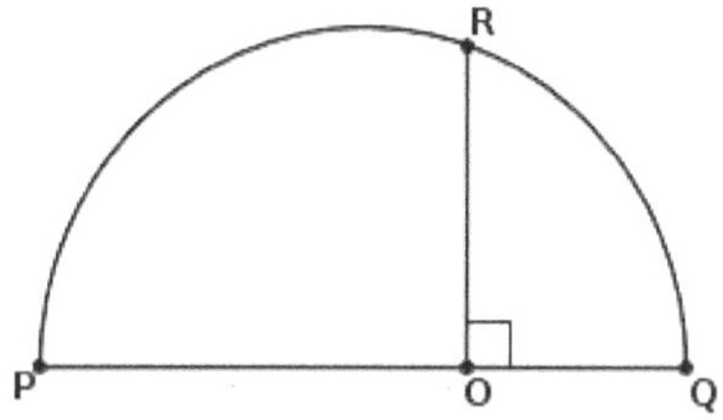

$$OR = \sqrt{\frac{3\sqrt{3}a^2(\sqrt{2}-1)}{4}}$$

$\dfrac{3\sqrt{3}a}{4}$ എന്നത് സമഷഡ്ഭുജത്തിന്റെ ചെറിയ വികർണത്തിന്റെ $\dfrac{3}{4}$ ഭാഗവും $a(\sqrt{2}-1)$ എന്നത് വശത്തിന്റെ $(\sqrt{2}-1)$ ഭാഗവും ആകുന്നു.

സമഷഡ്ഭുജം ABCDEF വരച്ച് AB എന്ന വശവും BD എന്ന വികർണവും ഇരുഭാഗത്തേക്കും നീട്ടുക.

AB = a ആണെങ്കിൽ BD = $\sqrt{3}a$

FC എന്ന വികർണം വരയ്ക്കുക. FC, BD ഇവ P യിൽ സംഗമിക്കുന്നുവെങ്കിൽ $BP = DP = \dfrac{\sqrt{3}a}{2}$

DP യുടെ ലംബസമഭാജി വരച്ച് മധ്യബിന്ദു Q അടയാളപ്പെടുത്തുക.

$$PQ = \frac{\sqrt{3}a}{4} \quad , \quad BQ = \frac{\sqrt{3}a}{2} + \frac{\sqrt{3}a}{4} = \frac{3\sqrt{3}a}{4}$$

BD യെ R ൽ ഖണ്ഡിക്കുന്ന വിധത്തിൽ B കേന്ദ്രമായി BA ആരത്തിൽ ചാപം വരയ്ക്കുക. RA = $\sqrt{2}a$.

R കേന്ദ്രമായി RA ആരത്തിൽ വരയ്ക്കുന്ന ചാപം BD യെ (B യുടെ കീഴ്ഭാഗത്ത്) S ൽ മുറിച്ചുകടക്കുന്നു.

അപ്പോൾ RS = $\sqrt{2}a$, BS = $a(\sqrt{2}-1)$

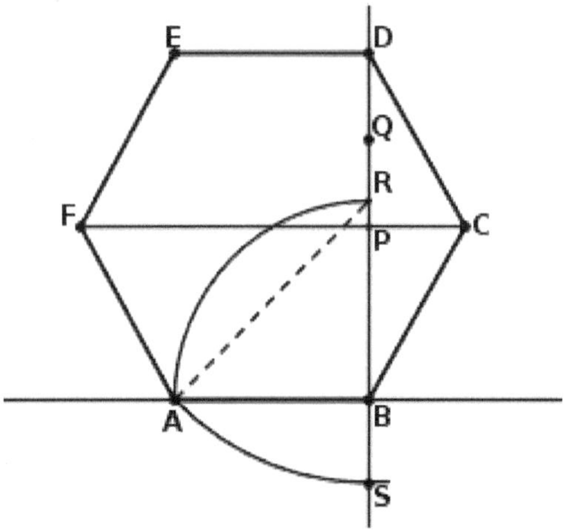

QS വ്യാസത്തിൽ അർധവൃത്തം വരയ്ക്കുക. അർധവൃത്തം AB എന്ന വരയെ T ൽ ഖണ്ഡിക്കുന്നു.

$$BT^2 = BQ \times BS = \frac{3\sqrt{3}a}{4} \times a(\sqrt{2}-1) = \frac{3\sqrt{3}a^2(\sqrt{2}-1)}{4}$$

അപ്പോൾ $BT = \sqrt{\frac{3\sqrt{3}a^2(\sqrt{2}-1)}{4}}$

BT വശമായി സമഅഷ്ടഭുജം വരയ്ക്കുക.

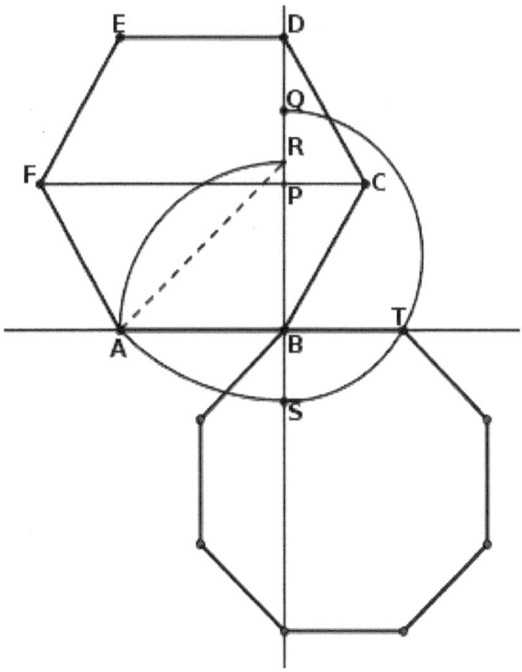

? സമഭുജത്രികോണം , സമപഞ്ചഭുജം , സമദശഭുജം എന്നിവ വരച്ച് ഓരോന്നിനും തുല്യപരപ്പളവുള്ള സമഅഷ്ടഭുജം നിർമിക്കുന്നതെങ്ങിനെയെന്ന് വിശദമാക്കുക. (വിശദാംശങ്ങൾ അനുബന്ധം 1 ൽ)

1.8. സമദ്വാദശഭുജം

വശങ്ങൾ തുല്യവും കോണുകൾ തുല്യവും ആയ 12 വശങ്ങളുള്ള ബഹുഭുജമാണ് സമദ്വാദശഭുജം (Regular Dodecagon).
ദ്വാദശഭുജത്തിന്റെ എല്ലാ കോണുകളുടെയും തുക 1800°. അതുകൊണ്ട് സമദ്വാദശഭുജത്തിന്റെ ഓരോ കോണും 150° ആയിരിക്കും. കൂടാതെ ഓരോ ബാഹ്യകോണും 30° യുമാണ്. സമദ്വാദശഭുജത്തിന്റെ ഓരോ വശവും അതിന്റെ പരിവൃത്തകേന്ദ്രത്തിലുണ്ടാക്കുന്ന കോണിന്റെ അളവും 30° ആണ്.

(സമചതുരം , സമഅഷ്ടഭുജം) , (സമപഞ്ചഭുജം , സമദശഭുജം) എന്നീ ജോടി സമബഹുഭുജങ്ങൾ താരതമ്യം ചെയ്തതുപോലെ സമഷഡ്ഭുജവും സമദ്വാദശഭുജവും താരതമ്യം ചെയ്തു നോക്കാം.

സമഷഡ്ഭുജത്തിന്റെ ഒരു കോൺ 120° യും സമദ്വാദശഭുജത്തിന്റെ ഒരു കോൺ 150° യും ആണ്. യഥാക്രമം 30° യുടെ 4 മടങ്ങും 5 മടങ്ങും . അതായത് കോണുകളുടെ അളവുകൾ 4 : 5 എന്ന അംശബന്ധത്തിലാണ്. സമഷഡ്ഭുജത്തിന്റെ ബാഹ്യകോണിന്റെ (60°) പകുതിയാണ് സമദ്വാദശഭുജത്തിന്റെ ബാഹ്യകോൺ (30°).

ചുവടെയുള്ള ചിത്രത്തിൽ കാണുന്നതുപോലെ സമദ്വാദശഭുജത്തിന്റെ ഒന്നിടവിട്ട മൂലകൾ യോജിപ്പിച്ച് ബഹുഭുജം വരച്ചാൽ സമഷഡ്ഭുജം കിട്ടുന്നു. അതുപോലെ സമഷഡ്ഭുജത്തിന്റെ ഓരോ വശത്തിലും രണ്ടു വീതം മൂലകൾ വരുന്ന വിധത്തിൽ സമദ്വാദശഭുജം വരയ്ക്കാം.

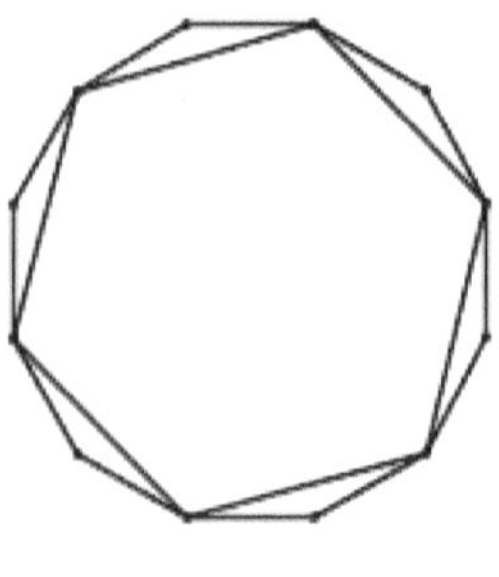

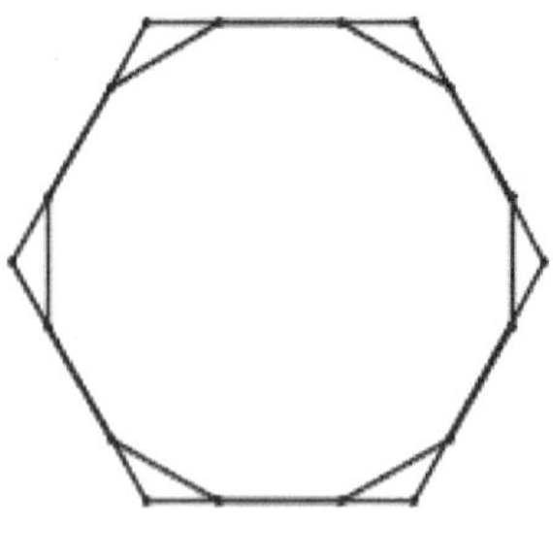

ചിത്രം നോക്കൂ. സമദ്വാദശഭുജത്തിന്റെ ഒന്നിടവിട്ട 6 വശങ്ങൾ വശമായി വരുന്ന 6 സമചതുരങ്ങളും അവയ്ക്കിടയിൽ 6 സമഭുജത്രികോണങ്ങളും വരച്ചതാണ് ചിത്രത്തിൽ കാണുന്നത്. അതുകൊണ്ട് ഒരു സമദ്വാദശഭുജം നിർമിക്കുന്നതിന് ആദ്യം ഒരു സമഷഡ്ഭുജം വരയ്ക്കുക. അതിന് ചുറ്റും അതേ വശത്തിന്റെ നീളമുള്ള 6 സമചതുരങ്ങളും 6 സമഭുജത്രികോണങ്ങളും വരച്ചുചേർക്കുക.

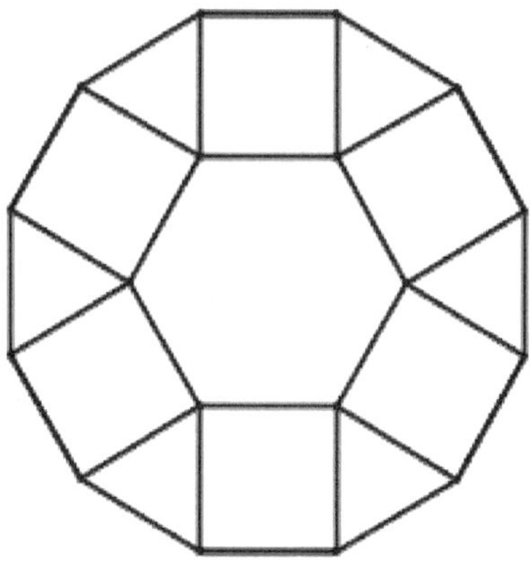

സമദ്വാദശഭുജത്തിന്റെ ബാഹ്യകോൺ 30° ആയതുകൊണ്ടും റൂളറും കോമ്പസും ഉപയോഗിച്ച് 30° കോൺ നിർമിക്കാൻ സാധിക്കുമെന്നതുകൊണ്ടും താരതമ്യേന എളുപ്പത്തിൽ സമദ്വാദശഭുജം നിർമിക്കാം.

1.8.1. **സമദ്വാദശഭുജത്തിന്റെ നിർമിതി**

സമദ്വാദശഭുജത്തിന്റെ ഓരോ വശവും അതിന്റെ പരിവൃത്തകേന്ദ്രത്തിൽ ഉണ്ടാകുന്ന കോണിന്റെ അളവ് 30° യും സമഷഡ്ഭുജത്തിന്റെ ഓരോ വശവും അതിന്റെ പരിവൃത്തകേന്ദ്രത്തിലുണ്ടാകുന്ന കോണിന്റെ അളവ് 60° യും ആണല്ലോ. അതിനാൽ ഒരു ബിന്ദുവിനു ചുറ്റും 60° അളവിൽ ആറ് കോണുകൾ വരച്ച് ഓരോന്നിന്റെയും സമഭാജിവരച്ചാൽ 30° അളവിൽ 12 കോണുകൾ കിട്ടും.

O കേന്ദ്രമായി വൃത്തം വരയ്ക്കുക. അതേ ആരത്തിൽ ചാപം വരച്ച് വൃത്തത്തെ 6 തുല്യഭാഗങ്ങളാക്കത്തക്കവിധം 6 ബിന്ദുക്കൾ അടയാളപ്പെടുത്തുക.

അടുത്തടുത്ത ബിന്ദുക്കൾ വൃത്തകേന്ദ്രത്തിലുണ്ടാക്കുന്ന കോണുകളുടെ സമഭാജികൾ വരച്ച് അവ വൃത്തത്തെ മുറിച്ചുകടക്കുന്ന 6 ബിന്ദുക്കൾ കൂടി അടയാളപ്പെടുത്തുക. ഈ 12 ബിന്ദുക്കളും യോജിപ്പിച്ച് സമദ്വാദശഭുജം വരയ്ക്കാം.

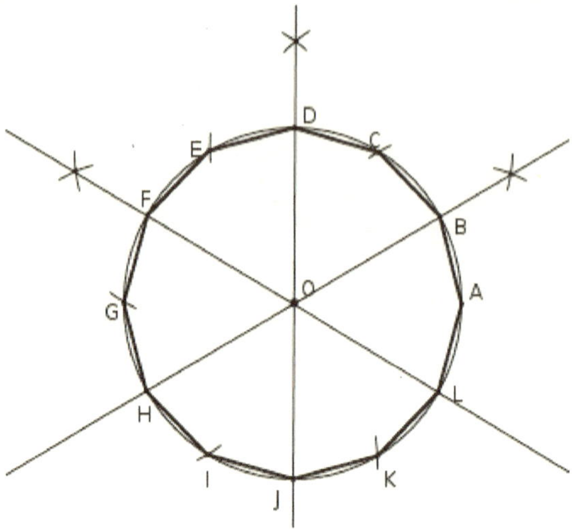

ഒരു നിശ്ചിത വര വശമായി വരുന്ന സമദ്വാദശഭുജം വരയ്ക്കണമെങ്കിൽ മറ്റൊരു മാർഗം സ്വീകരിക്കാം. ആ വരയുടെ ഒരു മൂലയിൽ 30° കോണളവിൽ ബാഹ്യകോൺ നിർമിച്ച് രണ്ടാമത്തെ വശം വരയ്ക്കാം.

AB എന്ന വശം വരച്ച് B യുടെ ഭാഗത്ത് P എന്ന ബിന്ദുവിലേക്ക് നീട്ടിവരയ്ക്കുക. B കേന്ദ്രമായി BA ആരത്തിൽ വൃത്തം വരയ്ക്കുക. BP ഒരു ഭുജമാകത്തക്കവിധം B യിൽ 30° അളവിൽ ∠PBQ നിർമിക്കുക. കോണിന്റെ BQ എന്ന ഭുജം B കേന്ദ്രമായ വൃത്തത്തെ C യിൽ ഖണ്ഡിക്കുന്നുവെങ്കിൽ BC സമദ്വാദശഭുജത്തിന്റെ രണ്ടാമത്തെ വശം ആയിരിക്കും.

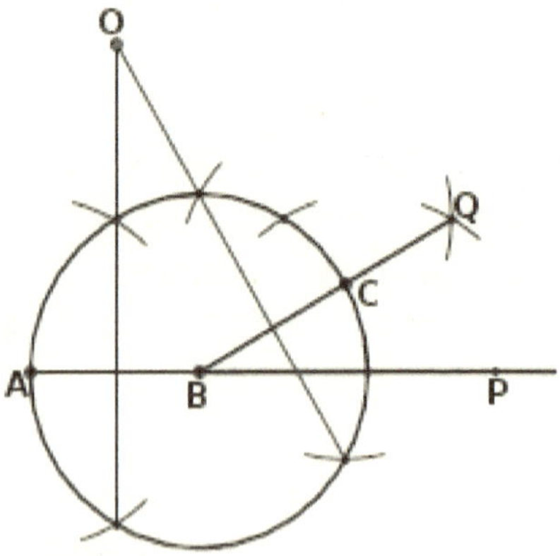

AB, BC എന്നീ വശങ്ങളുടെ ലംബസമഭാജികൾ വരച്ച് സമദ്വാദശഭുജത്തിന്റെ പരിവൃത്തകേന്ദ്രം O കണ്ടുപിടിക്കുക.
O കേന്ദ്രമായി OA ആരത്തിൽ വൃത്തം വരയ്ക്കുക. ഈ വൃത്തത്തിൽ AB ആരത്തിൽ ചാപങ്ങൾ വരച്ച് മറ്റുമൂലകൾ അടയാളപ്പെടുത്തുക. സമദ്വാദശഭുജം പൂർത്തിയാക്കുക.

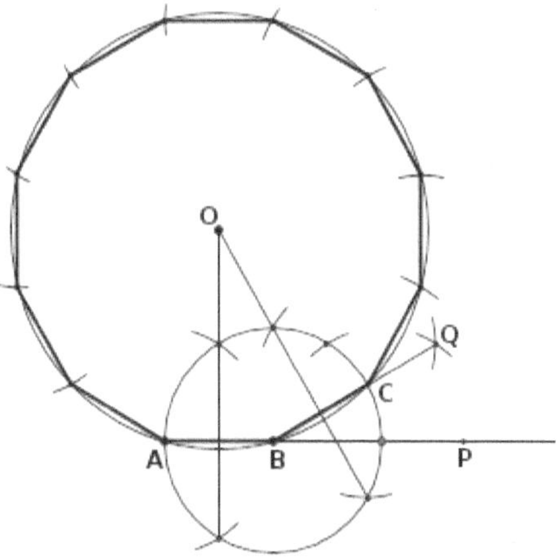

1.8.2. സമദ്വാദശഭുജത്തിന്റെ വികർണങ്ങൾ

സമദ്വാദശഭുജത്തിന് ആകെ 54 വികർണങ്ങളാണുള്ളത്. ഇവയിൽ 24 എണ്ണം (12 ചെറുതും 12 വലുതും) വശങ്ങൾക്ക് സമാന്തരമായവയാണ്. സമഅഷ്ടഭുജത്തിന്റെ വശത്തിന് സമാന്തരമായ വികർണത്തിന്റെ നീളം വശത്തിന്റെ $(\sqrt{2}+1)$മടങ്ങാണല്ലോ.
അതുപോലെ സമദ്വാദശഭുജത്തിന്റെ വശത്തിന് സമാന്തരമായ വികർണങ്ങൾക്ക് വശവുമായുള്ള ബന്ധം പരിശോധിക്കാം.

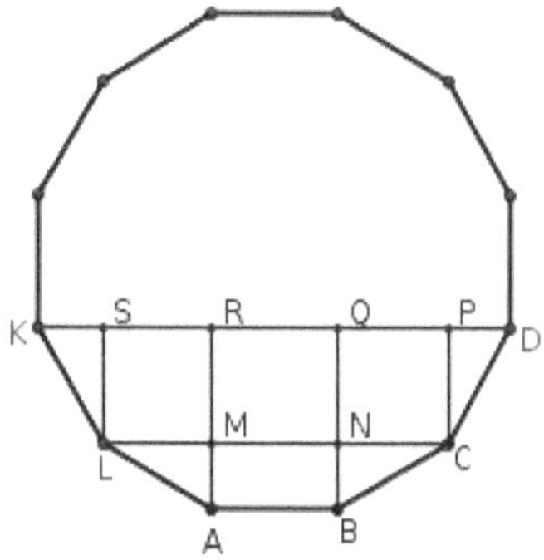

ചിത്രത്തിൽ AB = a ആണെങ്കിൽ MN = RQ = a ,
$\triangle$AML , $\triangle$BNC , $\triangle$KSL , $\triangle$DPC എന്നീ ത്രികോണങ്ങളുടെ കോണുകളുടെ അളവുകൾ 30° , 60° , 90° ആകുന്നു.

അതുകൊണ്ട് $LM = NC = SR = QP = \frac{\sqrt{3}a}{2}$, $KS = PD = \frac{a}{2}$

ചെറിയ വികർണം $LC = \frac{\sqrt{3}a}{2} + a + \frac{\sqrt{3}a}{2}$

$$= a + \sqrt{3}a = a(1 + \sqrt{3})$$

വലിയ വികർണം $KD = \frac{a}{2} + \frac{\sqrt{3}a}{2} + a + \frac{\sqrt{3}a}{2} + \frac{a}{2}$

$$= 2a + \sqrt{3}a = a(2 + \sqrt{3})$$

വശത്തിന് സമാന്തരമായ ചെറിയ വികർണത്തിന്റെ നീളം വശത്തിന്റെ $(1 + \sqrt{3})$ മടങ്ങും വലിയ വികർണത്തിന്റെ നീളം വശത്തിന്റെ $(2 + \sqrt{3})$ മടങ്ങുമാണ്.
ഒരു വശത്തിന് സമാന്തരമായ വലിയ വികർണം മറ്റൊരു വശത്തിന് ലംബമാണെന്ന് കാണാം.

1.8.3. സമദ്വാദശഭുജത്തിന്റെ പരപ്പളവ്

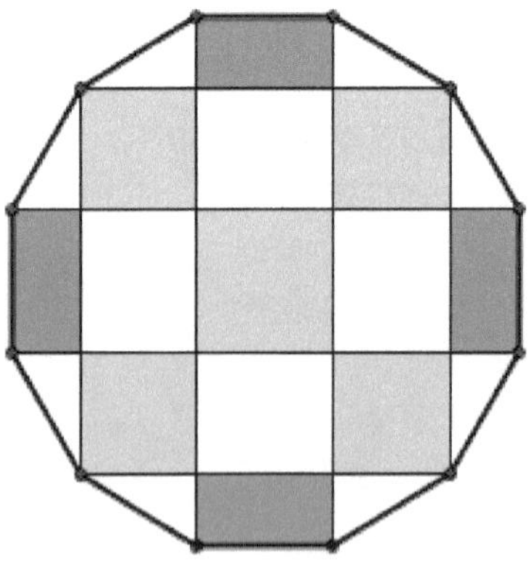

ചിത്രത്തിൽ കാണുന്നതുപോലെ വികർണങ്ങൾ വരച്ച് 21 ഭാഗങ്ങളാക്കിയാൽ 5 സമചതുരങ്ങളും 8 ചതുരങ്ങളും 8 ത്രികോണങ്ങളും കിട്ടുന്നു.

ത്രികോണങ്ങൾ ഓരോന്നും $30°$, $60°$, $90°$ കോണളവുള്ളവയാണ്.

ഇവയുടെ ലംബവശങ്ങളുടെ നീളം $\frac{\sqrt{3}a}{2}$, $\frac{a}{2}$

നാല് ചതുരങ്ങളുടെ വശങ്ങളുടെ നീളം a , $\frac{\sqrt{3}a}{2}$

മറ്റു നാല് ചതുരങ്ങളുടെ വശങ്ങളുടെ നീളം a , $\frac{a}{2}$

4 സമചതുരങ്ങളുടെ വശത്തിന്റെ നീളം $\frac{\sqrt{3}a}{2}$,

ഒരു സമചതുരത്തിന്റെ വശത്തിന്റെ നീളം a എന്നിങ്ങനെ ആയിരിക്കും.

വശത്തിന്റെ നീളം a ആയ ഒരു സമചതുരത്തിന്റെ പരപ്പളവ് $= a^2$

വശത്തിന്റെ നീളം $\frac{\sqrt{3}a}{2}$ ആയ 4 സമചതുരങ്ങളുടെ

$$\text{പരപ്പളവ്} = 4 \times \left(\frac{\sqrt{3}a}{2}\right)^2 = 3a^2$$

വശങ്ങളുടെ നീളം a , $\frac{a}{2}$ ആയ 4 ചതുരങ്ങളുടെ

$$\text{പരപ്പളവ്} = 4 \times a \times \frac{a}{2} = 2a^2$$

വശങ്ങളുടെ നീളം a , $\frac{\sqrt{3}a}{2}$ ആയ 4 ചതുരങ്ങളുടെ

$$\text{പരപ്പളവ്} = 4 \times a \times \frac{\sqrt{3}a}{2} = 2\sqrt{3}a^2$$

ലംബവശങ്ങളുടെ നീളം $\frac{\sqrt{3}a}{2}$, $\frac{a}{2}$ ആയ 8 ത്രികോണങ്ങളുടെ

$$\text{പരപ്പളവ്} = 8 \times \frac{1}{2} \times \frac{a}{2} \times \frac{\sqrt{3}a}{2} = \sqrt{3}a^2$$

സമദ്വാദശഭുജത്തിന്റെ പരപ്പളവ് $= 6a^2 + 3\sqrt{3}a^2 = 3a^2(2 + \sqrt{3})$

വശത്തിന് സമാന്തരമായ വലിയ വികർണത്തിന്റെ നീളം (അഥവാ വശത്തിന് ലംബമായ വികർണത്തിന്റെ നീളം) d എന്നെടുത്താൽ
$d = a(2+\sqrt{3})$ അപ്പോൾ പരപ്പളവ് = $3ad$ എന്ന് കിട്ടുന്നു.

അതായത് സമദ്വാദശഭുജത്തിന്റെ പരപ്പളവ് , വശത്തിന്റെയും വശത്തിന് ലംബമായ വികർണത്തിന്റെയും ഗുണനഫലത്തിന്റെ മൂന്ന് മടങ്ങാണെന്ന് പറയാം.

1.8.4. സമദ്വാദശഭുജവും സമചതുരവും

സമചതുരം , സമഭുജത്രികോണം , സമപഞ്ചഭുജം , സമഷഡ്ഭുജം , സമഅഷ്ടഭുജം , സമദശഭുജം എന്നീ സമബഹുഭുജങ്ങളിൽ ഓരോന്നിനും തുല്യപരപ്പളവുള്ള മറ്റു സമബഹുഭുജങ്ങൾ നിർമിക്കുന്നതെങ്ങിനെയെന്ന് ഇതുവരെയുള്ള വിശദീകരണങ്ങളിൽ നിന്നും വ്യക്തമാണല്ലോ.
അതുപോലെ ഇവയോരോന്നിനും തുല്യപരപ്പളവുള്ള സമദ്വാദശഭുജവും സമദ്വാദശഭുജത്തിന്റെ പരപ്പളവിന് തുല്യ പരപ്പളവുള്ള മറ്റു സമബഹുഭുജങ്ങളും നിർമിക്കാം.

സമദ്വാദശഭുജത്തിന്റെ വശത്തിന്റെ നീളം a യും വശത്തിന് സമാന്തരമായ വലിയ വികർണത്തിന്റെ നീളം d യും ആയാൽ പരപ്പളവ് $= 3ad$
സമചതുരത്തിന്റെ വശത്തിന്റെ നീളം k ആയാൽ പരപ്പളവ് $= k^2$
പരപ്പളവ് തുല്യമാകണമെങ്കിൽ $k^2 = 3ad$ അപ്പോൾ $k = \sqrt{3ad}$

സമദ്വാദശഭുജംABCDEFGHIJKL നിർമിക്കുക. അതിന്റെ വശത്തിന്റെ നീളം a യും വശത്തിന് സമാന്തരമായ വലിയ വികർണത്തിന്റെ നീളം d യും എന്നിരിക്കട്ടെ. KD എന്ന വികർണവും DE എന്ന വശവും ഇരുഭാഗത്തേക്കും നീട്ടിവരയ്ക്കുക. KD എന്ന വരയെ വലതുവശത്ത് P എന്ന ബിന്ദുവിലും ഇടതുവശത്ത് Q എന്ന ബിന്ദുവിലും മുറിച്ചുകടക്കുന്ന വിധത്തിൽ D കേന്ദ്രമായി DE ആരത്തിൽ വൃത്തം വരയ്ക്കുക. PQ = $2a$, KD = d

P കേന്ദ്രമായി PQ ആരത്തിൽ വൃത്തം വരയ്ക്കുക. ഈ വൃത്തം KD എന്ന വരയെ വലതുവശത്ത് R ൽ ഖണ്ഡിക്കുന്നു. DR = $3a$

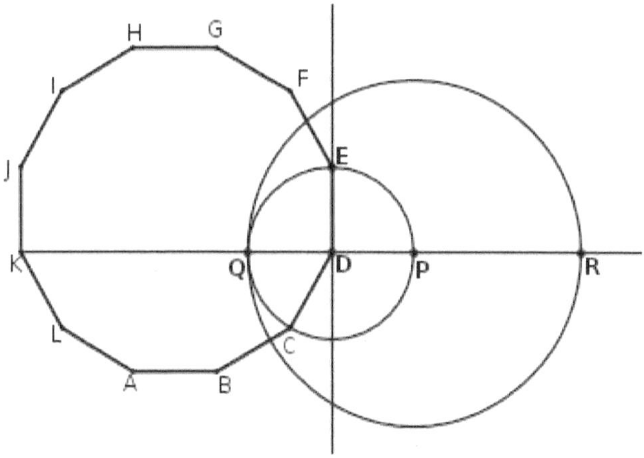

KR വ്യാസത്തിൽ അർധവൃത്തം വരയ്ക്കുക. അർധവൃത്തം DE എന്ന വരയെ S ൽ ഖണ്ഡിക്കുന്നു.

$DS^2 = DK \times DR = 3ad$

DS വശമായി സമചതുരം വരച്ചാൽ അതിന്റെ പരപ്പളവ് $3ad$ ആയിരിക്കും.

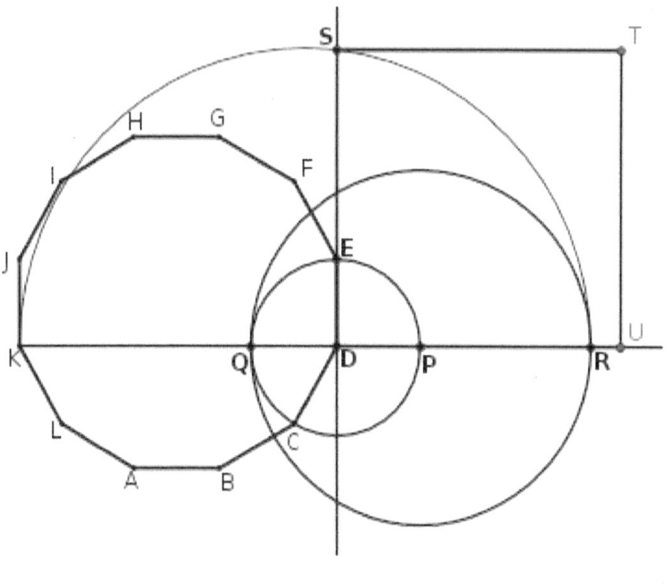

1.8.5. സമദ്വാദശഭുജവും സമഅഷ്ടഭുജവും

സമദ്വാദശഭുജത്തിന്റെ വശത്തിന്റെ നീളം a യും വശത്തിന് സമാന്തരമായ വലിയ വികർണത്തിന്റെ നീളം d യും ആയാൽ പരപ്പളവ് $= 3ad$

സമഅഷ്ടഭുജത്തിന്റെ വശത്തിന്റെ നീളം k ആയാൽ
പരപ്പളവ് $= 2k^2(\sqrt{2}+1)$

$2k^2(\sqrt{2}+1) = 3ad$ ആകണമെങ്കിൽ

$$k^2 = \frac{3ad}{2(\sqrt{2}+1)} = \frac{3ad(\sqrt{2}-1)}{2}. \quad k = \sqrt{\frac{3ad(\sqrt{2}-1)}{2}}$$

ചിത്രത്തിൽ $OR^2 = OP \times OQ$
ആയതിനാൽ
$OP = \frac{3a}{2}$, $OQ = d(\sqrt{2}-1)$
ആകുമ്പോൾ

$$OR = \sqrt{\frac{3ad(\sqrt{2}-1)}{2}}$$

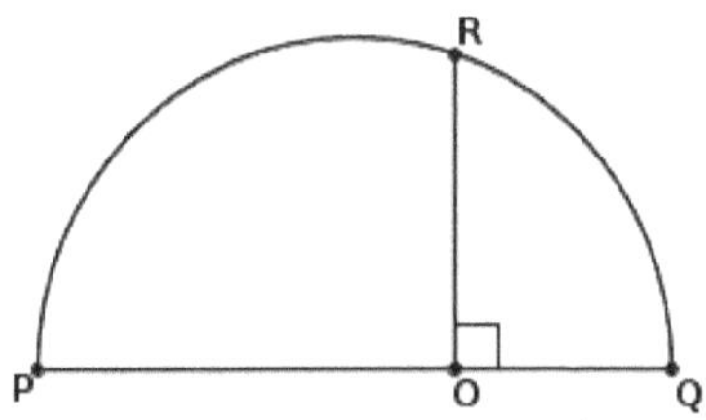

$\frac{3a}{2}$ എന്നത് സമദ്വാദശഭുജത്തിന്റെ വശത്തിന്റെ $1\frac{1}{2}$ മടങ്ങും $d(\sqrt{2}-1)$എന്നത് വശത്തിന് സമാന്തരമായ വലിയ വികർണത്തിന്റെ $(\sqrt{2}-1)$ ഭാഗവും ആകുന്നു.

സമദ്വാദശഭുജംABCDEFGHIJKL നിർമിക്കുക. അതിന്റെ വശത്തിന്റെ നീളം a യും വശത്തിന് സമാന്തരമായ വലിയ വികർണത്തിന്റെ നീളം d യും എന്നിരിക്കട്ടെ.

വശം AB യും വികർണം BG യും ഇരുഭാഗത്തേക്കും നീട്ടിവരയ്ക്കുക. AB എന്ന വരയെ M ൽ മുറിച്ചുകടക്കുന്ന വിധത്തിൽ A കേന്ദ്രമായി AL ആരത്തിൽ ചാപം വരയ്ക്കുക. AM ന്റെ മധ്യബിന്ദു N കണ്ടെത്തുക.

AM = AB = a , AN = $\frac{a}{2}$, BN = $\frac{3a}{2}$

BG യെ P യിൽ മുറിച്ചുകടക്കുന്ന വിധത്തിൽ B കേന്ദ്രമായി BN ആരത്തിൽ ചാപം വരയ്ക്കുക. അപ്പോൾ BP= $\frac{3a}{2}$
AB എന്ന വരയെ Q എന്ന ബിന്ദുവിൽ മുറിച്ചുകടക്കുന്ന വിധത്തിൽ B കേന്ദ്രമായി BG ആരത്തിൽ ചാപം വരയ്ക്കുക. GQ = $\sqrt{2}d$
G കേന്ദ്രമായി GQ ആരത്തിൽ വരയ്ക്കുന്ന ചാപം BG എന്ന വരയെ R ൽ ഖണ്ഡിക്കുന്നുവെങ്കിൽ GR = $\sqrt{2}d$, BR = $d(\sqrt{2}-1)$

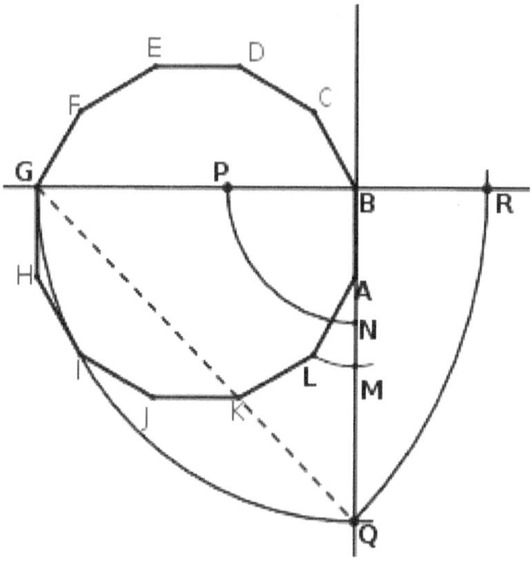

PR വ്യാസത്തിൽ വരയ്ക്കുന്ന അർധവൃത്തം AB എന്ന വരയെ S ൽ ഖണ്ഡിക്കുന്നുവെന്നിരിക്കട്ടെ.

BS^2 =BP × BR = $\frac{3a}{2} \times d(\sqrt{2}-1)$

അതായത് BS = $\sqrt{\frac{3ad(\sqrt{2}-1)}{2}}$

BS വശമായി സമഅഷ്ടഭുജം നിർമിക്കുക.

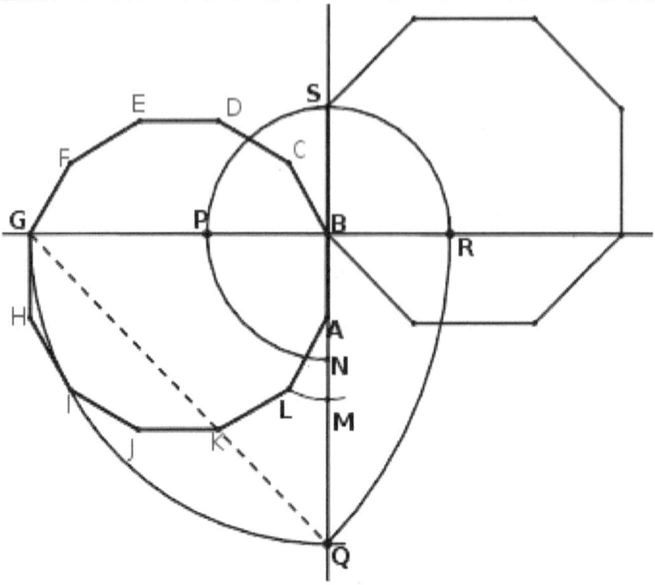

? സമദ്വാദശഭുജം വരച്ച് തുല്യപരപ്പളവുള്ള സമഭുജത്രികോണം , സമഷഡ്ഭുജം , സമപഞ്ചഭുജം , സമദശഭുജം എന്നിവ നിർമിക്കുന്നതെങ്ങിനെയെന്ന് വിശദമാക്കുക. (വിശദാംശങ്ങൾ അനുബന്ധം 1 ൽ)

1.8.6. $(2+\sqrt{3})$മടങ്ങും $(2-\sqrt{3})$ ഭാഗവും

സമദ്വാദശഭുജത്തിന്റെ വശത്തിന് സമാന്തരമായ വികർണങ്ങളിൽ വലുതിന്റെ നീളം വശത്തിന്റെ നീളത്തിന്റെ $(2+\sqrt{3})$ മടങ്ങാണല്ലോ. അതായത് വശത്തിന്റെ നീളം a യും വശത്തിന് സമാന്തരമായ വലിയ വികർണം (അഥവാ വശത്തിന് ലംബമായ വികർണം) d യും ആണെങ്കിൽ $d = a(2+\sqrt{3})$.

അപ്പോൾ $a = \dfrac{d}{2+\sqrt{3}} = d(2-\sqrt{3})$

അതായത് വശത്തിന് സമാന്തരമായ വികർണങ്ങളിൽ വലുതിന്റെ $(2-\sqrt{3})$ ഭാഗമാണ് വശം.

30° , 60° , 90° കോണളവുള്ള മട്ടത്രികോണത്തിന്റെ കർണം

ചെറിയ വശത്തിന്റെ 2 മടങ്ങാണെന്നും മൂന്നാമത്തെ വശം ചെറിയ വശത്തിന്റെ $\sqrt{3}$ മടങ്ങാണെന്നുമുള്ള ആശയം ഉപയോഗപ്പെടുത്തിക്കൊണ്ട് ഒരു വരയുടെ $(2+\sqrt{3})$ മടങ്ങും $(2-\sqrt{3})$ ഭാഗവും കണ്ടെത്താവുന്നതാണ്.

ചിത്രത്തിൽ $\triangle PQR$ ൽ $\angle PQR = 30°$, $\angle PRQ = 60°$, $\angle QPR = 90°$.
PR = a ആയാൽ PQ = $\sqrt{3}a$, QR = $2a$.
PQ എന്ന വശം ഇരുഭാഗത്തേക്കും നീട്ടുക.
ഈ വരയെ A , B എന്നീ ബിന്ദുക്കളിൽ സംഗമിക്കുന്ന വിധത്തിൽ Q കേന്ദ്രമായി QR ആരത്തിൽ അർധവൃത്തം വരയ്ക്കുക.
QA = QB = QR= $2a$
PA = $2a+\sqrt{3}a = a(2+\sqrt{3})$,
PB = $2a-\sqrt{3}a = a(2-\sqrt{3})$

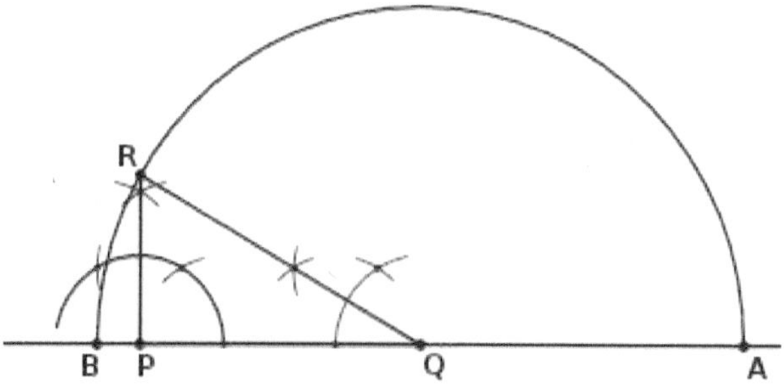

$(2+\sqrt{3})(2-\sqrt{3})=1$ ആകുന്നു.
അതായത് $(2+\sqrt{3})$ ന്റെ വ്യുൽക്രമമാണ് $(2-\sqrt{3})$

$$\frac{1}{(2+\sqrt{3})} = (2-\sqrt{3}) \quad , \quad \frac{1}{(2-\sqrt{3})} = (2+\sqrt{3})$$

സമദ്വാദശഭുജത്തിന് തുല്യപരപ്പളവുള്ള സമചതുരം വരയ്ക്കുന്ന വിധം മനസ്സിലാക്കിയല്ലോ. ചതുരത്തിന് തുല്യപരപ്പളവുള്ള സമദ്വാദശഭുജം നിർമിക്കുന്നതെങ്ങിനെയെന്ന് പരിശോധിക്കാം.

1.8.7. ചതുരവും സമദ്വാദശഭുജവും

ചതുരത്തിന്റെ വശങ്ങളുടെ നീളം a, b ആയാൽ പരപ്പളവ് $= a \times b$
സമദ്വാദശഭുജത്തിന്റെ വശത്തിന്റെ നീളം k ആയാൽ
പരപ്പളവ് $= 3k^2(2+\sqrt{3})$
പരപ്പളവ് തുല്യമാകണമെങ്കിൽ $3k^2(2+\sqrt{3}) = a \times b$

$$k^2 = \frac{ab}{3(2+\sqrt{3})} = \frac{ab(2-\sqrt{3})}{3}$$

അതായത് $k = \sqrt{\dfrac{ab(2-\sqrt{3})}{3}}$

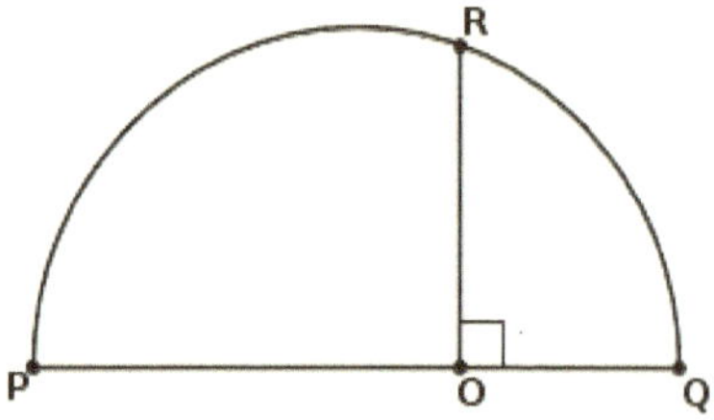

ചിത്രത്തിൽ $OR^2 = OP \times OQ$
ആയതിനാൽ
$OP = \dfrac{a}{3}$, $OQ = b(2-\sqrt{3})$
ആകുമ്പോൾ

$$OR = \sqrt{\frac{ab(2-\sqrt{3})}{3}}$$

$\dfrac{a}{3}$ എന്നത് ചതുരത്തിന്റെ നീളത്തിന്റെ $\dfrac{1}{3}$ ഭാഗവും $b(2-\sqrt{3})$ എന്നത് വീതിയുടെ $(2-\sqrt{3})$ ഭാഗവും ആണ്.

ചതുരം ABCD ($AB = a$, $BC = b$) വരച്ച് AB യും BC യും ഇരുഭാഗത്തേക്കും നീട്ടുക. AB എന്ന വരയെ E ൽ ഖണ്ഡിക്കത്തക്കവിധം $60°$ അളവിൽ $\angle BCE$ നിർമ്മിക്കുക.
$BC = b$ അതുകൊണ്ട് $BE = \sqrt{3}b$, $CE = 2b$
E കേന്ദ്രമായി EC ആരത്തിൽ വരയ്ക്കുന്ന ചാപം AB എന്ന വരയെ F ൽ മുറിച്ചുകടക്കുന്നുവെന്നിരിക്കട്ടെ.
$EF = 2b$, $BF = b(2-\sqrt{3})$
$AG : GB = 2 : 1$ ആകത്തക്കവിധം AB എന്ന വശത്തെ ഭാഗിക്കുക.
അപ്പോൾ $BG = \dfrac{a}{3}$

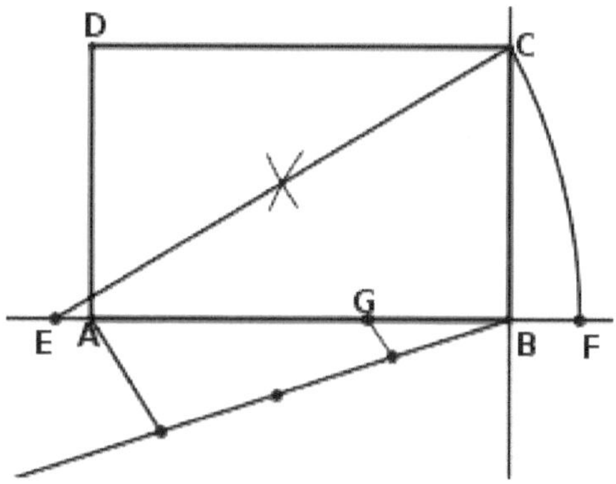

GF വ്യാസത്തിൽ അർധവൃത്തം വരയ്ക്കുക.
അർധവൃത്തം BC എന്ന വരയെ P ൽ ഖണ്ഡിക്കുന്നു.

$$BP^2 = BG \times BF = \frac{a}{3} \times b(2-\sqrt{3}) = \frac{ab(2-\sqrt{3})}{3}$$

അതായത് $BP = \sqrt{\dfrac{ab(2-\sqrt{3})}{3}}$

BP വശമായി സമദ്വാദശഭുജം വരച്ചാൽ അതിന്റെ പരപ്പളവ് ab ആയിരിക്കും.

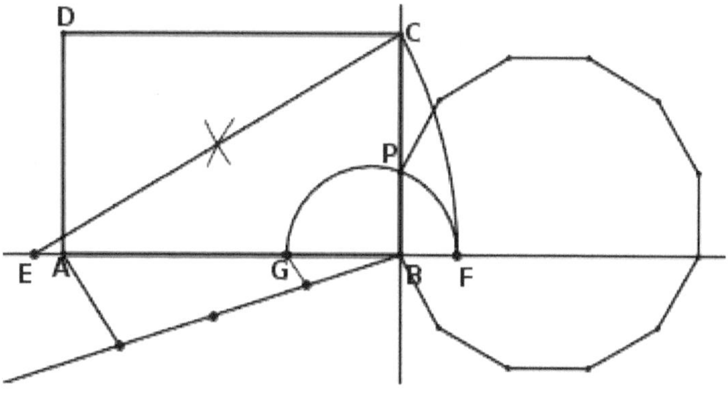

$a = b$ ആകുന്ന സന്ദർഭത്തിൽ സമചതുരത്തിന് തുല്യപരപ്പളവുള്ള സമദ്വാദശഭുജത്തിന്റെ നിർമിതി ആകും.

1.8.8. സമഅഷ്ടഭുജവും സമദ്വാദശഭുജവും

സമഅഷ്ടഭുജത്തിന് തുല്യ പരപ്പളവുള്ള സമദ്വാദശഭുജം നിർമിക്കണമെങ്കിൽ അതിന്റെ വശം എന്തായിരിക്കണം ?

സമഅഷ്ടഭുജത്തിന്റെ വശത്തിന്റെ നീളം a യും വശത്തിന് സമാന്തരമായ വികർണത്തിന്റെ നീളം d യും ആയാൽ
പരപ്പളവ് $= 2ad$

സമദ്വാദശഭുജത്തിന്റെ വശത്തിന്റെ നീളം k ആയാൽ
പരപ്പളവ് $= 3k^2(2+\sqrt{3})$

$3k^2(2+\sqrt{3}) = 2ad$ ആകണമെങ്കിൽ

$$k^2 = \frac{2ad}{3(2+\sqrt{3})} = \frac{2ad(2-\sqrt{3})}{3}$$

അതായത് $k = \sqrt{\dfrac{2ad(2-\sqrt{3})}{3}}$

ചിത്രത്തിൽ $OR^2 = OP \times OQ$ ആയതിനാൽ
$OP = \dfrac{2d}{3}$, $OQ = a(2-\sqrt{3})$
ആകുമ്പോൾ

$$OR = \sqrt{\frac{2ad(2-\sqrt{3})}{3}}$$

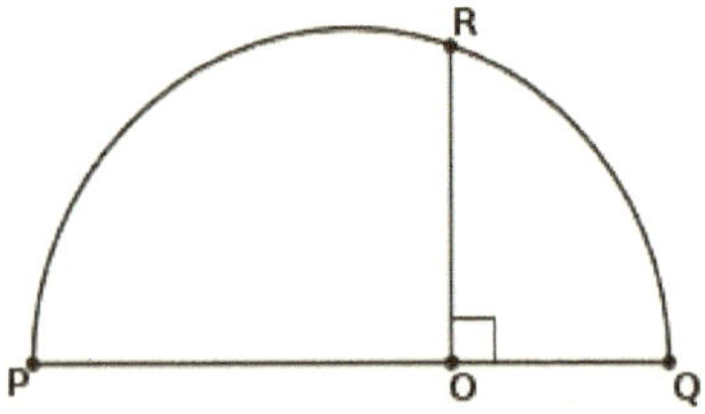

$a(2-\sqrt{3})$ എന്നത് സമഅഷ്ടഭുജത്തിന്റെ വശത്തിന്റെ $(2-\sqrt{3})$ ഭാഗവും $\dfrac{2d}{3}$ എന്നത് വശത്തിന് സമാന്തരമായ വികർണത്തിന്റെ $\dfrac{2}{3}$ ഭാഗവും ആകുന്നു.

സമഅഷ്ടഭുജംABCDEFGH (AB = a , AF = d) വരയ്ക്കുക
AB യും AF ഉം ഇരുഭാഗത്തേക്കും നീട്ടിവരയ്ക്കുക.

വശത്തിന് സമാന്തരമായ , AF എന്ന വികർണത്തിന്റെ $\frac{2}{3}$ ഭാഗം ലഭിക്കുന്നതിനായി AP : PF = 2 : 1 ആകത്തക്കവിധം AF ൽ P അടയാളപ്പെടുത്തുക. അപ്പോൾ AP = $\frac{2d}{3}$
AB ഒരു ഭുജമാകത്തക്കവിധം B യിൽ 60° കോൺ നിർമിക്കുക. കോണിന്റെ മറ്റേ ഭുജം AF നെ Q ൽ മുറിച്ചുകടക്കുന്നുവെങ്കിൽ
BQ = $2a$ AQ = $\sqrt{3}a$
FA എന്ന വരയെ R ൽ മുറിച്ചുകടക്കുന്ന വിധത്തിൽ Q കേന്ദ്രമായി QB ആരത്തിൽ ചാപം വരയ്ക്കുക.
അതുകൊണ്ട് QR = $2a$, AR = $a(2-\sqrt{3})$

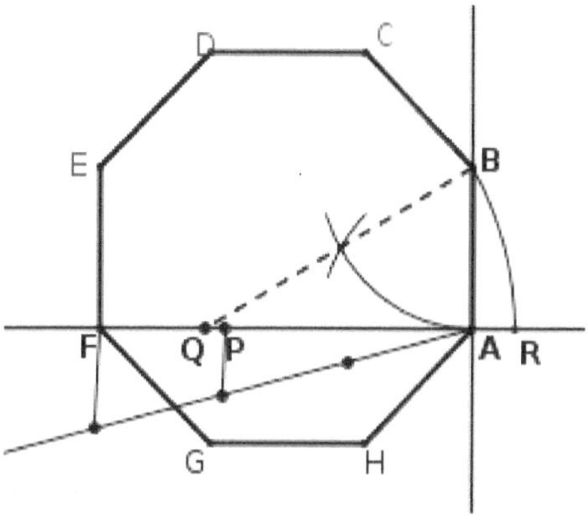

PR വ്യാസത്തിൽ വരയ്ക്കുന്ന അർധവൃത്തം BA എന്ന വരയെ S ൽ ഖണ്ഡിക്കുന്നുവെങ്കിൽ

$$AS^2 = AP \times AR = \frac{2d}{3} \times a(2-\sqrt{3}) = \frac{2ad(2-\sqrt{3})}{3}$$

$$AS = \sqrt{\frac{2ad(2-\sqrt{3})}{3}}$$

AS വശമായി സമദ്വാദശഭുജം നിർമിക്കുക.

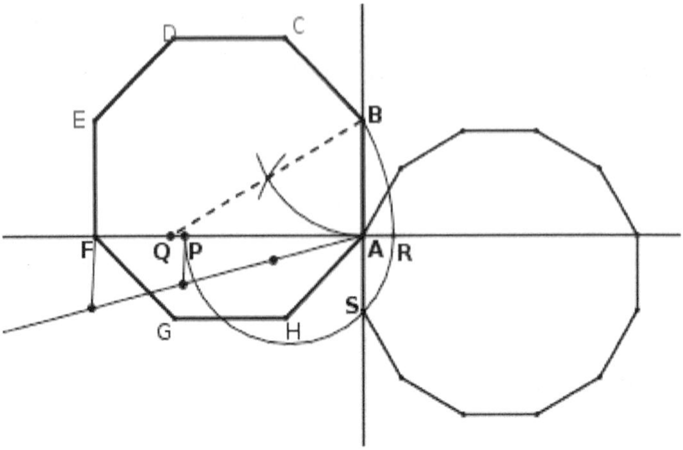

? സമഭുജത്രികോണം , സമഷഡ്ഭുജം , സമപഞ്ചഭുജം , സമദശഭുജം എന്നിവ വരച്ച് ഓരോന്നിനും തുല്യ പരപ്പളവുള്ള സമദ്വാദശഭുജം നിർമിക്കുന്നതെങ്ങിനെ ? (വിശദാംശങ്ങൾ അനുബന്ധം 1 ൽ)

1.9. സമബഹുഭുജം

വശങ്ങൾ തുല്യവും കോണുകൾ തുല്യവും ആയ ബഹുഭുജമാണല്ലോ സമബഹുഭുജം (Regular Polygon).

n വശങ്ങളുള്ള ബഹുഭുജത്തിന്റെ എല്ലാ കോണുകളുടെയും തുക $(n-2)\times180^\circ$ ആണെന്നറിയാം.

സമബഹുഭുജത്തിന്റെ വശങ്ങളുടെ എണ്ണം അറിയുന്നതോടെ ഒരു കോണിന്റെ അളവ് കണക്കാക്കാം. സമബഹുഭുജത്തിന്റെ ഒരു കോണിന്റെ അളവ് θ എന്നെടുത്താൽ $\theta = \dfrac{(n-2)180}{n}$.

ഏതാനും സമബഹുഭുജങ്ങളുടെ പരപ്പളവ് കണക്കാക്കാനുള്ള സമവാക്യങ്ങളെ കുറിച്ച് ചർച്ച ചെയ്തല്ലോ. . ഇതിൽ നിന്നും ഏതൊരു സമബഹുഭുജത്തിന്റെയും പരപ്പളവ് കണ്ടുപിടിക്കാനുള്ള പൊതുവായ സമവാക്യം രൂപീകരിക്കുന്നതെങ്ങിനെയെന്നും മനസ്സിലാക്കാം.

1.9.1. സമബഹുഭുജത്തിന്റെ പരപ്പളവ്

n വശങ്ങളുള്ള സമബഹുഭുജത്തിന്റെ ഒരു വശം AB യും പരിവൃത്തകേന്ദ്രം O യും ആണെന്നിരിക്കട്ടെ. ആ സമബഹുഭുജത്തെ ചിത്രത്തിൽ കാണുന്നതുപോലെയുള്ള n സമപാർശ്വത്രികോണങ്ങളായി ഭാഗിക്കാം . അപ്പോൾ ഒരു ത്രികോണത്തിന്റെ പരപ്പളവിന്റെ n മടങ്ങായിരിക്കും സമബഹുഭുജത്തിന്റെ പരപ്പളവ് .

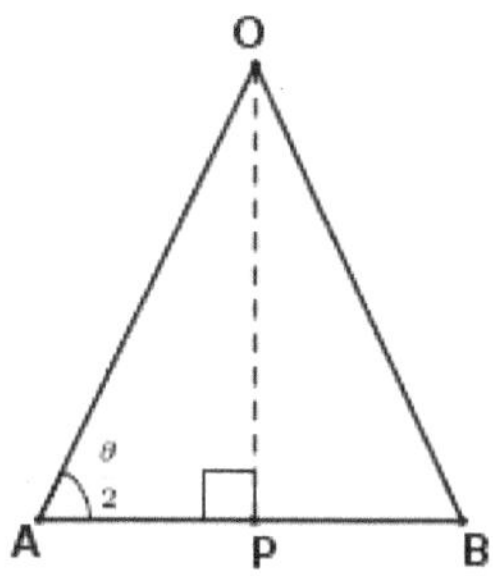

സമബഹുഭുജത്തിന്റെ ഒരു വശത്തിന്റെ നീളം a , ഒരു കോണിന്റെ അളവ് θ ആണെന്നിരിക്കട്ടെ. അപ്പോൾ $\angle OAP = \dfrac{\theta}{2}$.

O യിൽ നിന്നും AB യിലേക്കുള്ള ലംബമാണ് OP.

അതുകൊണ്ട് $tan\left(\dfrac{\theta}{2}\right) = \dfrac{OP}{AP}$

$AP = \dfrac{a}{2}$, $\angle OAP = \dfrac{\theta}{2}$ $\quad OP = \dfrac{a}{2} \times tan\left(\dfrac{\theta}{2}\right)$

$$\triangle AOB \text{ യുടെ പരപ്പളവ്} = \frac{1}{2} \times a \times \frac{a}{2} \times tan\left(\frac{\theta}{2}\right)$$
$$= \frac{1}{4} \times a^2 tan\left(\frac{\theta}{2}\right)$$

$$\text{സമബഹുഭുജത്തിന്റെ പരപ്പളവ്} = n \times \frac{1}{4} \times a^2 tan\left(\frac{\theta}{2}\right)$$
$$= \frac{n}{4} \times a^2 tan\left(\frac{\theta}{2}\right)$$

1.9.2. പരപ്പളവും വികർണവും

ഇരട്ട എണ്ണം വശങ്ങളുള്ള സമബഹുഭുജത്തിന്റെ വികർണങ്ങളിൽ വശത്തിന് ലംബമായ വികർണവും വശവും തമ്മിലുള്ള ബന്ധം പരിശോധിക്കാം.

ചിത്രത്തിൽ ഇരട്ട എണ്ണം വശമുള്ള ഒരു സമബഹുഭുജത്തിന്റെ രണ്ടു വശങ്ങളാണ് AB യും BC യും . AB ക്ക് നേരെ എതിരെയുള്ള വശത്തിന്റെ ഒരു മൂലയാണ് P. അതായത് AP എന്നത് AB ക്ക് ലംബമായ വികർണമാണ്. അപ്പോൾ BP എന്ന വികർണം $\angle ABC$ യുടെ സമഭാജി ആയിരിക്കും.

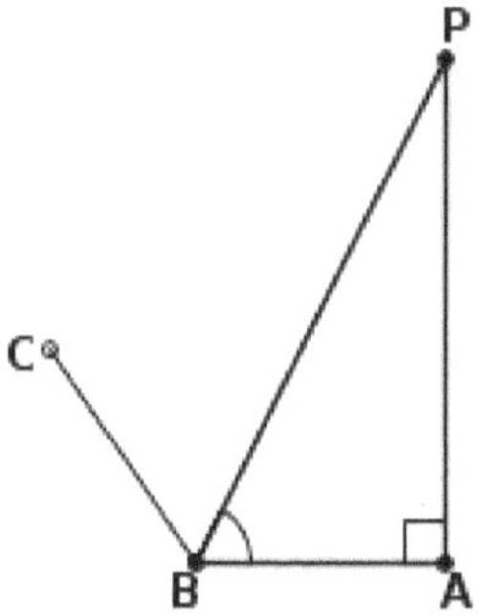

സമബഹുഭുജത്തിന്റെ ഒരു കോണിന്റെ അളവ് θ എന്നും ഒരു വശത്തിന്റെ നീളം a എന്നും വശത്തിന് ലംബമായ വികർണത്തിന്റെ നീളം d എന്നുമെടുത്താൽ

$$\angle ABP = \frac{\theta}{2} \quad , d = a \times tan\left(\frac{\theta}{2}\right)$$

പരപ്പളവ് $= \frac{n}{4} \times a^2 tan\left(\frac{\theta}{2}\right)$ എന്ന വാക്യത്തിൽ $a \times tan\left(\frac{\theta}{2}\right)$ എന്നതിന്ന പകരം d എന്നെടുത്താൽ പരപ്പളവ് $= \frac{n}{4} \times ad$ എന്ന് കാണാം.

അതായത് ഇരട്ട എണ്ണം വശമുള്ള സമബഹുഭുജത്തിന്റെ പരപ്പളവ് $= \frac{n}{4} \times ad.$

ഇതേ വാക്യം മറ്റൊരു രീതിയിലും കണ്ടെത്താം. ഒരു ചതുരത്തിന്റെ വികർണങ്ങൾ വരയ്ക്കുമ്പോൾ കിട്ടുന്ന 4 ത്രികോണങ്ങളുടെയും പരപ്പളവ് തുല്യമാണല്ലോ. അപ്പോൾ ഒരു ത്രികോണത്തിന്റെ പരപ്പളവ് ചതുരത്തിന്റെ പരപ്പളവിന്റെ $\frac{1}{4}$ ഭാഗം ആയിരിക്കും.

ഇരട്ട എണ്ണം വശമുള്ള സമബഹുഭുജത്തിന്റെ ഒരു ജോടി എതിർവശങ്ങളും ആ വശങ്ങൾക്ക് ലംബമായ വികർണങ്ങളും ചേരുമ്പോൾ കിട്ടുന്ന ചതുരമാണ് ചിത്രത്തിൽ കാണുന്നത്. വികർണങ്ങളുടെ സംഗമബിന്ദുവായ O സമബഹുഭുജത്തിന്റെ മധ്യബിന്ദുവാണ്. ചതുരത്തിന്റെ പരപ്പളവ് ad ആയതിനാൽ

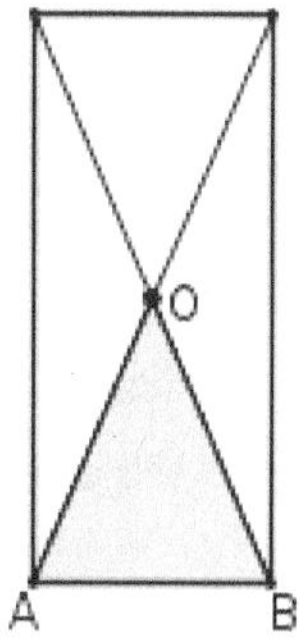

$\triangle$OAB യുടെ പരപ്പളവ് $\frac{1}{4} \times ad$ ആയിരിക്കും.

അപ്പോൾ സമബഹുഭുജത്തിന്റെ പരപ്പളവ് $= \frac{n}{4} \times ad$

സമഷഡ്ഭുജത്തിന്റെ പരപ്പളവ് $= \frac{3ad}{2}$

സമഅഷ്ടഭുജത്തിന്റെ പരപ്പളവ് $= 2ad$

സമദശഭുജത്തിന്റെ പരപ്പളവ് $= \frac{5ad}{2}$

സമദ്വാദശഭുജത്തിന്റെ പരപ്പളവ് $= 3ad$

സമഷഡ്ഭുജത്തിന്റെ വശത്തിന് ലംബമായ വികർണത്തിന്റെ നീളം $d = \sqrt{3}a$ ആയതിനാൽ പരപ്പളവ് $= \frac{6}{4} \times a \times \sqrt{3}a = \frac{3\sqrt{3}a^2}{2}$

സമഅഷ്ടഭുജത്തിന്റെ വശത്തിന് ലംബമായ വികർണത്തിന്റെ നീളം $d = a(\sqrt{2}+1)$ ആയതിനാൽ

പരപ്പളവ് $= \frac{8}{4} \times a \times a(\sqrt{2}+1) = 2a^2(\sqrt{2}+1)$

സമദശഭുജത്തിന്റെ വശത്തിന് ലംബമായ വികർണത്തിന്റെ നീളം $d = a tan 72$ ആയതിനാൽ

പരപ്പളവ് = $\frac{10}{4} \times a \times atan72 = \frac{5a^2tan72}{2}$

സമദ്വാദശഭുജത്തിന്റെ വശത്തിന് ലംബമായ വികർണത്തിന്റെ നീളം $d = a(2+\sqrt{3})$ ആയതിനാൽ
പരപ്പളവ് = $\frac{12}{4} \times a \times a(2+\sqrt{3}) = 3a^2(2+\sqrt{3})$

റൂളറും കോമ്പസും ഉപയോഗിച്ച് നിർമിക്കാവുന്ന കോൺ ബാഹ്യകോൺ ആയി വരുന്ന സമബഹുഭുജങ്ങൾ നിർമിക്കാൻ പ്രയാസമില്ല. (സമഅഷ്ടഭുജം , സമദശഭുജം , സമദ്വാദശഭുജം എന്നിവയുടെ നിർമിതി നോക്കുക). അത്തരം സമബഹുഭുജത്തിന് തുല്യപരപ്പളവുള്ള മറ്റു സമബഹുഭുജങ്ങൾ നിർമിക്കുന്നതിനാവശ്യമായ സമവാക്യങ്ങൾ രൂപീകരിക്കുകയും സമബഹുഭുജങ്ങൾ നിർമിക്കുകയും ചെയ്യാമല്ലോ.

ഉദാഹരണത്തിന് 16 വശങ്ങളുള്ള സമബഹുഭുജം (Regular Hexadecagon). അതിന്റെ ഒരു കോൺ $157\left(\frac{1}{2}\right)^\circ$ യും ഒരു ബാഹ്യകോൺ $22\left(\frac{1}{2}\right)^\circ$ യും ആണ്.

45° കോണിന്റെ സമഭാജി വരച്ച് $22\left(\frac{1}{2}\right)^\circ$ കോൺ നിർമിക്കാം. ഈ കോൺ ബാഹ്യകോൺ ആകത്തക്കവിധം സമബഹുഭുജം നിർമിച്ചാൽ അതിന്റെ വശങ്ങളുടെ എണ്ണം 16 ആയിരിക്കും.

16 വശങ്ങളുള്ള സമബഹുഭുജത്തിന്റെ ഒരു വശത്തിന്റെ നീളം a യും വശത്തിന് ലംബമായ വികർണത്തിന്റെ നീളം dയും ആണെങ്കിൽ പരപ്പളവ് = $4ad$.

? 16 വശങ്ങളുള്ള സമബഹുഭുജത്തിന്റെ പരപ്പളവിന് തുല്യപരപ്പളവുള്ള സമചതുരം , സമഭുജത്രികോണം , സമഷഡ്ഭുജം , സമപഞ്ചഭുജം , സമദശഭുജം , സമഅഷ്ടഭുജം , സമദ്വാദശഭുജം എന്നിവ നിർമിക്കുക
(വിശദാംശങ്ങൾ അനുബന്ധം 1 ൽ)

1.9.3. n വശങ്ങളും 2n വശങ്ങളും

സമഭുജത്രികോണത്തിന്റെ ഒരു കോണിന്റെ അളവ് 60° യും സമഷഡ്ഭുജത്തിന്റെ ഒരു കോണിന്റെ അളവ് 120° യുമാണല്ലോ. കോണളവ് തമ്മിലുള്ള അംശബന്ധം 1 : 2 .
സമചതുരത്തിന്റെ ഒരു കോണിന്റെ അളവ് 90° യും സമഅഷ്ടഭുജത്തിന്റെ ഒരു കോണിന്റെ അളവ് 135° യും ആകുന്നു. കോണളവ് തമ്മിലുള്ള അംശബന്ധം 2 : 3
അതുപോലെ സമപഞ്ചഭുജത്തിന്റെയും സമദശഭുജത്തിന്റെയും കോണുകളുടെ അളവ് തമ്മിലുള്ള അംശബന്ധം 3 : 4 ഉം സമഷഡ്ഭുജത്തിന്റെയും സമദ്വാദശഭുജത്തിന്റെയും കോണുകളുടെ അളവ് തമ്മിലുള്ള അംശബന്ധം 4 : 5 ഉം ആകുന്നു.

ചുവടെ കൊടുത്തിരിക്കുന്ന പട്ടിക നോക്കൂ.

n വശമുള്ള സമബഹുഭുജം		2n വശമുള്ള സമബഹുഭുജം		
n	കോണളവ് (°)	2n	കോണളവ് (°)	കോണുകളുടെ അംശബന്ധം
3	60	6	120	1 : 2
4	90	8	135	2 : 3
5	108	10	144	3 : 4
6	120	12	150	4 : 5

n വശങ്ങളുള്ള ബഹുഭുജത്തിന്റെ കോണുകളുടെ തുക $(n-2)180$ ആണ്. അതുകൊണ്ട് 2n വശങ്ങളുള്ള ബഹുഭുജത്തിന്റെ കോണുകളുടെ തുക $= (2n-2)180 = 2(n-1)180$

അപ്പോൾ n വശങ്ങളുള്ള സമബഹുഭുജത്തിന്റെ ഒരു കോണിന്റെ അളവ് $= (n-2)\dfrac{180}{n}$

2n വശങ്ങളുള്ള സമബഹുഭുജത്തിന്റെ ഒരു കോണിന്റെ

അളവ് $= (n-1)\dfrac{180}{n}$

കോണിന്റെ അളവ് തമ്മിലുള്ള അംശബന്ധം $= (n-2):(n-1)$ അതായത് n വശങ്ങളുള്ള സമബഹുഭുജത്തിന്റെയും 2n വശങ്ങളുള്ള സമബഹുഭുജത്തിന്റെയും കോണളവ് $(n-2):(n-1)$ എന്ന അംശബന്ധത്തിലായിരിക്കും.

8 വശങ്ങളുള്ള സമബഹുഭുജത്തിന്റെയും 16 വശങ്ങളുള്ള സമബഹുഭുജത്തിന്റെയും കോണളവ് തമ്മിലുള്ള അംശബന്ധം $6:7$ ആകുന്നു.

സമഅഷ്ടഭുജത്തിന്റെ ഒന്നിടവിട്ട മൂലകൾ യോജിപ്പിച്ച് വരച്ചാൽ സമചതുരവും സമദശഭുജത്തിന്റെ ഒന്നിടവിട്ട മൂലകൾ യോജിപ്പിച്ച് വരച്ചാൽ സമപഞ്ചഭുജവും സമദ്വാദശഭുജത്തിന്റെ ഒന്നിടവിട്ട മൂലകൾ യോജിപ്പിച്ച് വരച്ചാൽ സമഷഡ്ഭുജവും കിട്ടുമെന്ന് മുമ്പേ വിശദീകരിച്ചല്ലോ.

പൊതുവെ പറഞ്ഞാൽ 2n വശങ്ങളുള്ള സമബഹുഭുജത്തിന്റെ ഒന്നിടവിട്ട മൂലകൾ യോജിപ്പിച്ച് വരച്ചാൽ കിട്ടുന്ന ബഹുഭുജം n വശങ്ങളുള്ള സമബഹുഭുജം ആയിരിക്കും.
അതുപോലെ സമചതുരത്തിന്റെ ഓരോ വശത്തിലും രണ്ടു വീതം മൂലകൾ വരുന്ന വിധത്തിൽ സമഅഷ്ടഭുജവും സമപഞ്ചഭുജത്തിന്റെ ഓരോ വശത്തിലും രണ്ടു വീതം മൂലകൾ വരുന്ന വിധത്തിൽ സമദശഭുജവും സമഷഡ്ഭുജത്തിന്റെ ഓരോ വശത്തിലും രണ്ടു വീതം മൂലകൾ വരുന്ന വിധത്തിൽ സമദ്വാദശഭുജവും വരയ്ക്കാമെന്നും കണ്ടിട്ടുണ്ട്.

പൊതുവെ പറഞ്ഞാൽ n വശങ്ങളുള്ള സമബഹുഭുജത്തിന്റെ ഓരോ വശത്തിലും രണ്ടു വീതം മൂലകൾ വരുന്ന വിധത്തിൽ 2n വശങ്ങളുള്ള സമബഹുഭുജം വരയ്ക്കാൻ സാധിക്കും.

ഇത്തരത്തിലുള്ള ഏതാനും നിർമിതികൾ അടുത്ത അധ്യായത്തിൽ ചർച്ച ചെയ്യുന്നുണ്ട്.

1.9.4. 6° കോണും 3° കോണും

റൂളറും കോമ്പസും ഉപയോഗിച്ച് 36° , 30° കോണുകൾ നിർമിക്കുന്ന വിധം മുമ്പ് വിശദീകരിച്ചല്ലോ. ഇവയുടെ നിർമിതികളിലൂടെ 6° കോണും അതിന്റെ സമഭാജി വരച്ച് 3° കോണും നിർമിക്കാവുന്നതാണ്. 36° കോണിന്റെ സമഭാജി വരച്ച് 18° കോണും അതിന്റെ സമഭാജി വരച്ച് 9° കോണും 30° കോണിന്റെ സമഭാജി വരച്ച് 15° കോണും നിർമിക്കാമല്ലോ. പൊതുവെ പറഞ്ഞാൽ മൂന്നിന്റെ ഗുണിതം (ഡിഗ്രി അളവിൽ) അളവുള്ള കോണുകൾ റൂളറും കോമ്പസും ഉപയോഗിച്ച് നിർമിക്കാം.
സമബഹുഭുജങ്ങളുടെ ഒരു ബാഹ്യകോണിന്റെ അളവും അതിന്റെ ഓരോ വശവും പരിവൃത്തകേന്ദ്രത്തിൽ ഉണ്ടാക്കുന്ന കോണിന്റെ അളവും തുല്യമാണ്. അതുകൊണ്ട് മൂന്നിന്റെ ഗുണിതം (ഡിഗ്രി അളവിൽ) അളവുള്ള കോൺ ബാഹ്യകോൺ ആയി വരുന്ന സമബഹുഭുജം നിർമിക്കാമല്ലോ. 3° കോണിന്റെ സമഭാജി വരച്ച് $\left(1\frac{1}{2}\right)^\circ$ കോണും നിർമിക്കാം.

n വശങ്ങളുള്ള സമബഹുഭുജത്തിന്റെ ഒരു ബാഹ്യകോണിന്റെ അളവ്

$\left(\frac{360}{n}\right)^\circ$ ആണല്ലോ. അതുകൊണ്ട് റൂളറും കോമ്പസും ഉപയോഗിച്ച്

$\left(\frac{360}{n}\right)^\circ$ അളവിൽ കോൺ നിർമിക്കാവുന്ന സന്ദർഭങ്ങളിൽ , ആ

കോൺ ബാഹ്യകോൺ ആയി വരുന്ന സമബഹുഭുജം നിർമിക്കാം. അത്തരം സമബഹുഭുജങ്ങളുടെ പരപ്പളവിന് തുല്യപരപ്പളവുള്ള മറ്റു സമബഹുഭുജം നിർമിക്കുകയും ആകാം.

1.10. മറ്റു ചില നിർമിതികൾ

ഇതുവരെ ചർച്ച ചെയ്ത നിർമിതികളിൽ നിന്നും വ്യത്യസ്തമായ ഏതാനും നിർമിതികളാണ് ഈ അധ്യായത്തിൽ വിശദീകരിക്കുന്നത്.

1.10.1. വരയുടെ $\frac{1}{\sqrt{5}}$ ഭാഗം

ഒരു വരയുടെ $\sqrt{2}$മടങ്ങ്, $\frac{1}{\sqrt{2}}$ ഭാഗം, $\sqrt{3}$ മടങ്ങ്, $\frac{1}{\sqrt{3}}$ ഭാഗം, $\sqrt{5}$ മടങ്ങ് നീളമുള്ള വരയുടെ നിർമിതിയെ കുറിച്ച് ഇതിനു മുമ്പ് പല ഭാഗങ്ങളിലായി വിശദീകരിച്ചിട്ടുണ്ട്. ഒരു വരയുടെ $\frac{1}{\sqrt{5}}$ ഭാഗം നീളമുള്ള വര എങ്ങിനെ നിർമിക്കാമെന്ന് പരിശോധിക്കാം.

$45°$, $45°$, $90°$ കോണളവുള്ള ത്രികോണത്തിന്റെ വശങ്ങളുടെ നീളം $1, 1, \sqrt{2}$ എന്നീ സംഖ്യകൾക്ക് ആനുപാതികമാണ് എന്ന ആശയം ഉപയോഗിച്ചാണ് ഒരു വരയുടെ $\sqrt{2}$മടങ്ങ്, $\frac{1}{\sqrt{2}}$ ഭാഗം എന്നീ നീളമുള്ള വരകൾ നിർമിക്കുന്നത്.

അതുപോലെ $30°$, $60°$, $90°$ കോണളവുള്ള ത്രികോണത്തിന്റെ വശങ്ങളുടെ നീളം $1, \sqrt{3}, 2$ എന്നീ സംഖ്യകൾക്ക് ആനുപാതികമാണ് എന്ന ആശയം ഉപയോഗിച്ച് ഒരു വരയുടെ $\sqrt{3}$ മടങ്ങ്, $\frac{1}{\sqrt{3}}$ഭാഗം നീളമുള്ള വരകളും നിർമിക്കാമെന്ന് നാം മനസ്സിലാക്കിയിട്ടുണ്ട്.

എന്നാൽ ഒരു വരയുടെ $\sqrt{5}$ മടങ്ങ് നീളമുള്ള വര നിർമിച്ചത് കോണുകളുടെ പ്രത്യേകത ഉപയോഗിച്ചല്ല. ആ വര പാദവശമായും അതിന്റെ 2 മടങ്ങ് നീളമുള്ള വര ലംബവശമായും വരുന്ന മട്ടത്രികോണത്തിന്റെ കർണം $\sqrt{5}$ മടങ്ങ് ആയിരിക്കും എന്ന വസ്തുത ഉപയോഗിച്ചാണ്. മറിച്ച് ഒരു വരയുടെ $\frac{1}{\sqrt{5}}$ ഭാഗം നീളമുള്ള വര നിർമിക്കണമെങ്കിൽ ആ വര കർണമായും അതിന്റെ $\frac{1}{\sqrt{5}}$ ഭാഗം പാദവശമായും മട്ടത്രികോണം നിർമിക്കണം. അതിന് മറ്റൊരു ആശയം ഉപയോഗപ്പെടുത്താം.

വശങ്ങളുടെ നീളം $1, 2, \sqrt{5}$ എന്നീ സംഖ്യകൾക്ക് ആനുപാതികമായ ത്രികോണമാണ് ചിത്രത്തിൽ.

PQ ന്റെ $\frac{1}{\sqrt{5}}$ ഭാഗമാണല്ലോ PR.

$\triangle PQR$, $\triangle PSR$, $\triangle RSQ$

ഇവ സദൃശമായതിനാൽ

$\frac{PS}{RS} = \frac{RS}{QS} = \frac{PR}{QR}$ ആയിരിക്കും.

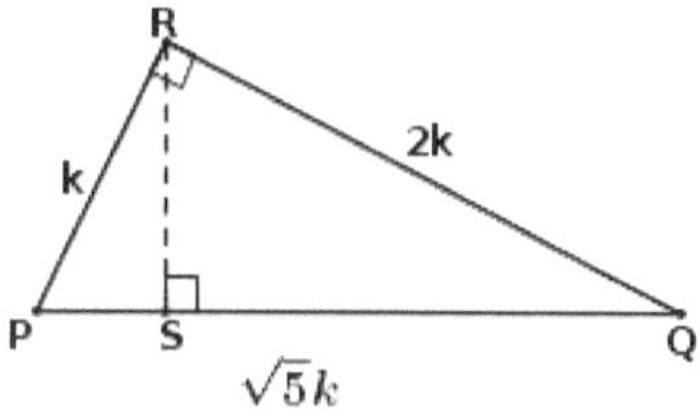

അതായത് $\frac{RS}{QS} = \frac{k}{2k}$, $\frac{PS}{RS} = \frac{k}{2k}$

അതുകൊണ്ട് $QS = 2 \times RS$, $RS = 2 \times PS$

അപ്പോൾ $QS = 4 \times PS.$ അതായത് $PS : QS = 1 : 4$

വശങ്ങളുടെ നീളം $1, 2, \sqrt{5}$ എന്നീ സംഖ്യകൾക്ക് ആനുപാതികമായ മട്ടത്രികോണത്തിന്റെ മട്ടമൂലയിൽ നിന്നും കർണത്തിലേക്കുള്ള ലംബം കർണത്തെ $1 : 4$ എന്ന അംശബന്ധത്തിൽ ഭാഗിക്കും.

ചിത്രത്തിൽ AB = k എന്നിരിക്കട്ടെ.
AB യെ $1 : 4$ എന്ന അംശബന്ധത്തിൽ ഭാഗിക്കുന്ന ബിന്ദുവാണ് C.

അതായത് AC = $\frac{k}{5}$, BC = $\frac{4k}{5}$

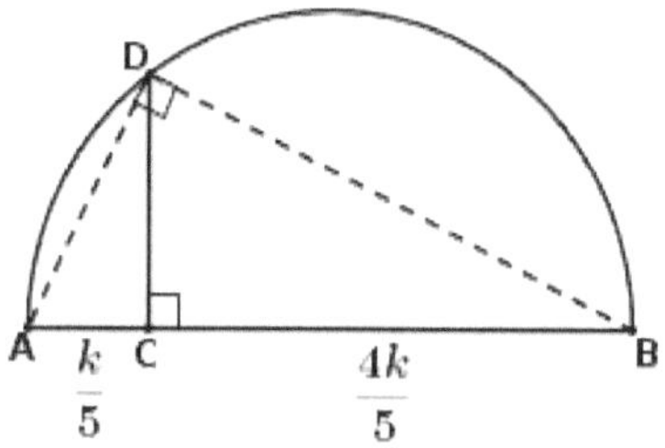

$CD^2 = AC \times BC = \frac{k}{5} \times \frac{4k}{5}$

$= \frac{4k^2}{25}.$ അതുകൊണ്ട് CD = $\frac{2k}{5}$

$AD^2 = \left(\frac{k}{5}\right)^2 + \left(\frac{2k}{5}\right)^2 = \frac{k^2}{25} + \frac{4k^2}{25} = \frac{5k^2}{25} = \frac{k^2}{5}$

AD = $\dfrac{k}{\sqrt{5}}$. അതായത് AD യുടെ നീളം AB യുടെ $\dfrac{1}{\sqrt{5}}$ ഭാഗമാണ്.
അപ്പോൾ BD യുടെ നീളം AB യുടെ $\dfrac{2}{\sqrt{5}}$ ഭാഗം ആയിരിക്കും.

അതായത് അർധവൃത്തത്തിലെ ഒരു ബിന്ദുവിൽ നിന്നും വ്യാസത്തിലേക്കുള്ള ലംബം വ്യാസത്തെ $1:4$എന്ന അംശബന്ധത്തിൽ ഭാഗിക്കുന്നുവെങ്കിൽ , അർധവൃത്തത്തിലെ ആ ബിന്ദുവും വ്യാസത്തിന്റെ അഗ്രബിന്ദുക്കളും ചേർന്നുണ്ടാകുന്ന ത്രികോണത്തിന്റെ വശങ്ങളുടെ നീളം $1, 2, \sqrt{5}$ എന്നീ സംഖ്യകൾക്ക് ആനുപാതികമായിരിക്കും.

ഈ ആശയത്തിന്റെ സഹായത്തോടെ ഒരു വരയുടെ $\dfrac{1}{\sqrt{5}}$ ഭാഗം നീളമുള്ള വരയും $\dfrac{2}{\sqrt{5}}$ ഭാഗം നീളമുള്ള വരയും നിർമിക്കാം.

1.10.2. അർധവൃത്തത്തിൽ സമചതുരം

ചിത്രം നോക്കൂ.

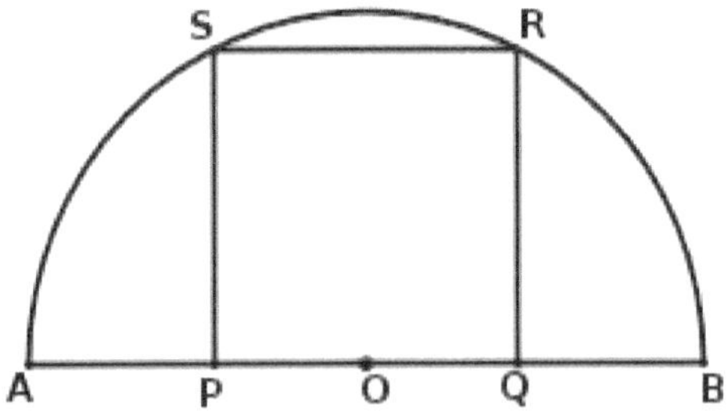

സമചതുരത്തിന്റെ രണ്ട് മൂലകൾ അർധവൃത്തത്തിലും മറ്റു രണ്ട് മൂലകൾ അതിന്റെ വ്യാസത്തിലുമാണ്.

OA = r , OP = x ആണെങ്കിൽ PS = $2x$,

AP = $r-x$, BP = $r+x$

$PS^2 = AP \times BP$ ആയതിനാൽ $(2x)^2 = (r+x)(r-x)$

$4x^2 = r^2 - x^2$

$5x^2 = r^2$ അപ്പോൾ $r = \sqrt{5}x$ or $x = \dfrac{r}{\sqrt{5}}$

അതുകൊണ്ട് PS = $\dfrac{2r}{\sqrt{5}}$

അതായത് സമചതുരത്തിന്റെ വശത്തിന്റെ നീളം അർധവൃത്തത്തിന്റെ വ്യാസത്തിന്റെ $\frac{1}{\sqrt{5}}$ ഭാഗമാണ്. അഥവാ OP , അർധവൃത്തത്തിന്റെ ആരത്തിന്റെ $\frac{1}{\sqrt{5}}$ ഭാഗമാണ്.

? ഒരു അർധവൃത്തം വരച്ച് , രണ്ടു മൂലകൾ അർധവൃത്തത്തിലും മറ്റു രണ്ടു മൂലകൾ അതിന്റെ വ്യാസത്തിലുമാകത്തക്കവിധം സമചതുരം നിർമിക്കുക. (നിർമിതി അനുബന്ധം 1 ൽ)

1.10.3. **വരയുടെ $\frac{1}{\sqrt{n}}$ ഭാഗം**

ഒരു വരയുടെ $\frac{1}{\sqrt{5}}$ ഭാഗം നീളമുള്ള വരയെ കുറിച്ച് ചർച്ച ചെയ്തല്ലോ. അതേ രീതിയിൽ ഒരു വരയുടെ $\frac{1}{\sqrt{n}}$ ഭാഗം നീളമുള്ള വര നിർമിക്കാമോ.

ചിത്രത്തിൽ AB $= k$ എന്നിരിക്കട്ടെ. AB യെ $1 : (n-1)$ എന്ന അംശബന്ധത്തിൽ ഭാഗിക്കുന്ന ബിന്ദുവാണ് C.

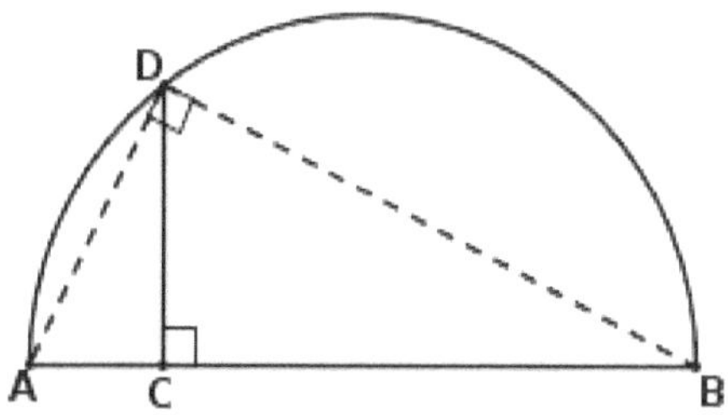

അതായത് $AC = \frac{k}{n}$, $BC = \frac{(n-1)k}{n}$

$$CD^2 = AC \times BC = \frac{k}{n} \times \frac{(n-1)k}{n} = \frac{k^2(n-1)}{n^2}$$

അതുകൊണ്ട് $CD = \frac{k\sqrt{n-1}}{n}$

$$AD^2 = AC^2 + CD^2 = \left(\frac{k}{n}\right)^2 + \left(\frac{k\sqrt{n-1}}{n}\right)^2$$

$$= \frac{k^2}{n^2} \times (1 + n - 1) = \frac{k^2}{n}$$

$AD = \frac{k}{\sqrt{n}}$. അതായത് AD യുടെ നീളം AB യുടെ $\frac{1}{\sqrt{n}}$ ഭാഗമാണ്.

ഒരു വരയുടെ നീളത്തിന്റെ $\frac{1}{\sqrt{7}}$ ഭാഗം നീളമുള്ള വര നിർമിക്കുന്നതെങ്ങിനെയെന്ന് നോക്കാം.

AB എന്ന വര വരയ്ക്കുക . AP : PB = 6 : 1 ആകത്തക്കവിധം P എന്ന ബിന്ദു കണ്ടെത്തുക.

$AB = k$ ആണെങ്കിൽ $AP = \frac{6k}{7}$, $PB = \frac{k}{7}$

AB വ്യാസമായി അർധവത്തം വരയ്ക്കുക. അർധവൃത്തത്തെ Q എന്ന ബിന്ദുവിൽ മുറിച്ചുകടക്കുന്ന വിധത്തിൽ AB യ്ക്ക് ലംബമായി P യിൽ കൂടി ഒരു വര വരയ്ക്കുക. BQ വരയ്ക്കുക.

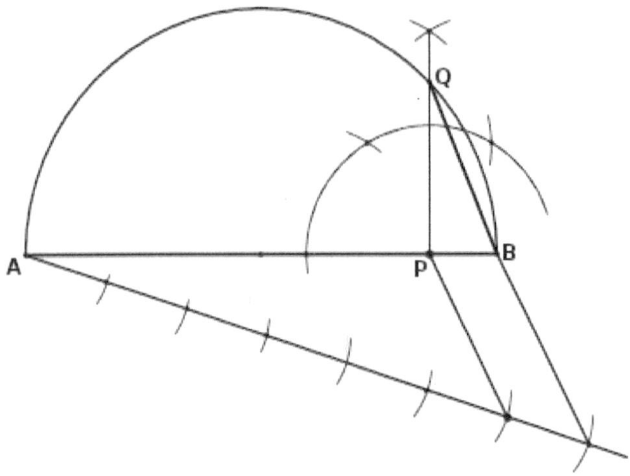

$PQ^2 = \frac{6k}{7} \times \frac{k}{7} = \frac{6k^2}{49}$ അതുകൊണ്ട് $PQ = \frac{\sqrt{6}k}{7}$

$BQ^2 = \left(\frac{k}{7}\right)^2 + \left(\frac{\sqrt{6}k}{7}\right)^2 = \frac{k^2}{49} + \frac{6k^2}{49} = \frac{7k^2}{49} = \frac{k^2}{7}$

അതുകൊണ്ട് $BQ = \frac{k}{\sqrt{7}}$. BQ ന്റെ നീളം AB യുടെ $\frac{1}{\sqrt{7}}$ ഭാഗമാണ്.

? ഒരു വര വരച്ച് അതിന്റെ $\frac{1}{\sqrt{6}}$ ഭാഗം നീളമുള്ള വര നിർമിക്കുക.
(നിർമിതി അനുബന്ധം 1 ൽ)

1.10.4. സമഭുജത്രികോണത്തിൽ സമചതുരം

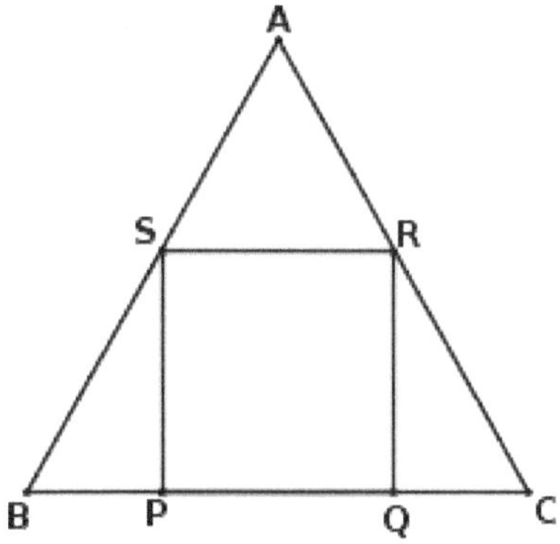

ചിത്രത്തിൽ സമചതുരത്തിന്റെ 4 മൂലകളും സമഭുജത്രികോണത്തിന്റെ വശങ്ങളിലാണ്. $\triangle$PBS ന്റെ കോണളവുകൾ 30° , 60° , 90° ഉം $\triangle$ASR സമഭുജത്രികോണവും ആകുന്നു.

BP = x ആയാൽ PS = $\sqrt{3}x$, BS = $2x$

കൂടാതെ AS = SR = $\sqrt{3}x$. അപ്പോൾ AB = $(2+\sqrt{3})x$

AB = a എന്നെടുത്താൽ $(2+\sqrt{3})x = a$

അതുകൊണ്ട് $x = \dfrac{a}{2+\sqrt{3}} = a(2-\sqrt{3})$

ഒരു വരയുടെ $(2-\sqrt{3})$ ഭാഗം നീളമുള്ള വരയുടെ നിർമിതി മുൻഭാഗങ്ങളിൽ വിശദീകരിച്ചിട്ടുണ്ട്. (ഭാഗം 1.8.6)

ഈ വസ്തുതയുടെ അടിസ്ഥാനത്തിൽ , ഒരു സമഭുജത്രികോണം വരച്ച് അതിനകത്ത് ചിത്രത്തിൽ കാണുന്നതുപോലെ സമചതുരം നിർമിക്കാൻ സാധിക്കും.

സമഭുജത്രികോണംABC വരച്ച് AB യ്ക്ക് ലംബമായി B യിൽ കൂടി വര വരയ്ക്കുക . ലംബവരയെ D യിൽ ഖണ്ഡിക്കുന്ന വിധത്തിൽ AC നീട്ടിവരയ്ക്കുക. AB = a ആകുമ്പോൾ BD = $\sqrt{3}a$, AD = $2a$

D കേന്ദ്രമായി DA ആരത്തിൽ വരയ്ക്കുന്ന ചാപം DB എന്ന വരയെ E യിൽ മുറിച്ചുകടക്കുന്നു.

അപ്പോൾ DE = $2a$, BE = $a(2-\sqrt{3})$

B കേന്ദ്രമായി BE ആരത്തിൽ വരയ്ക്കുന്ന ചാപം AB യെ P യിലും BC യെ F ലും ഖണ്ഡിക്കുന്നു. BC യെ Q ൽ ഖണ്ഡിക്കുന്ന വിധത്തിൽ F കേന്ദ്രമായി FB ആരത്തിൽ ചാപം വരയ്ക്കുക.

BP = BF = FQ = $a(2-\sqrt{3})$, BQ = $2a(2-\sqrt{3})$

BQ = 2 $\times$ BP , $\angle$PBQ = $60°$ ആയതിനാൽ $\angle$BPQ = $90°$.

PQ വശമായി സമചതുരംPQRS നിർമിക്കുക.

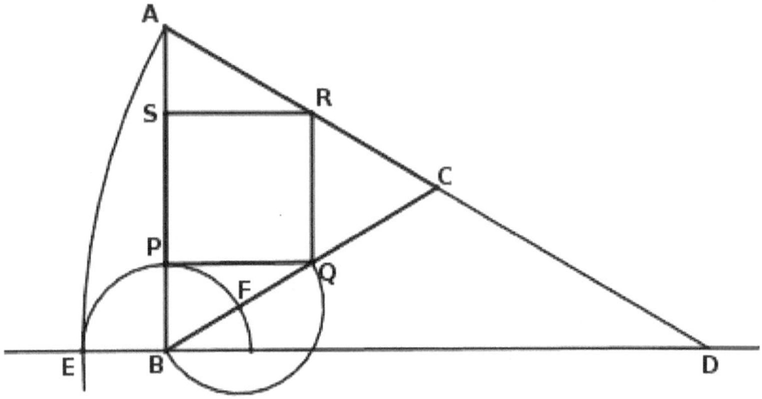

1.10.5. സമചതുരത്തിൽ സമഅഷ്ടഭുജം

സമചതുരത്തിന്റെ ഓരോ വശത്തിലും രണ്ടു വീതം മൂലകൾ വരുന്ന വിധത്തിൽ സമഅഷ്ടഭുജം വരയ്ക്കാമെന്ന് മുമ്പ് സൂചിപ്പിച്ചിട്ടുണ്ട്.(1.9.3). ഒരു സമചതുരം വരച്ച് അതിനകത്ത് ഇതുപോലെ സമഅഷ്ടഭുജം നിർമിക്കുന്നതെങ്ങിനെയെന്ന് നോക്കാം.

ചിത്രത്തിൽ സമഅഷ്ടഭുജത്തിന്റെ മൂലകളെല്ലാം സമചതുരത്തിന്റെ വശങ്ങളിലാണ്.

സമചതുരത്തിന്റെ ഒരു കോൺ $90°$ യും സമഅഷ്ടഭുജത്തിന്റെ ഒരു ബാഹ്യകോൺ $45°$ യും ആകുന്നു.

അതുകൊണ്ട് $\triangle$BQR ന്റെ കോണളവുകൾ $45°,45°,90°$ ആകുന്നു.

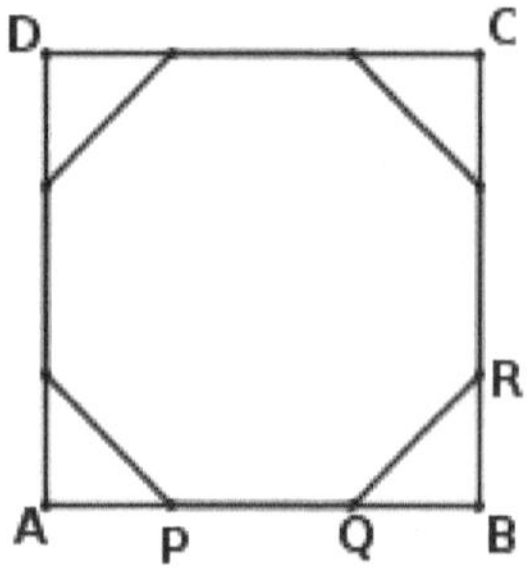

BQ = AP = x ആയാൽ QR = $\sqrt{2}x$,

PQ , QR ഇവ സമഅഷ്ടഭുജത്തിന്റെ വശങ്ങൾ ആയതിനാൽ
PQ = QR = $\sqrt{2}x$.

AB = $2x + \sqrt{2}x$ = $\sqrt{2}x(\sqrt{2}+1)$.

AB = a എന്നെടുത്താൽ $\sqrt{2}x(\sqrt{2}+1) = a$

$$x = \frac{a}{\sqrt{2}(\sqrt{2}+1)} = \frac{a(\sqrt{2}-1)}{\sqrt{2}} = a - \frac{a}{\sqrt{2}}$$

അതായത് സമഅഷ്ടഭുജത്തിന്റെ ഓരോ മൂലയും സമചതുരത്തിന്റെ മൂലകളിൽ നിന്നും $\left(a - \frac{a}{\sqrt{2}}\right)$ അകലത്തിലാണ്.

$\left(a - \frac{a}{\sqrt{2}}\right)$ എന്നാൽ സമചതുരത്തിന്റെ വശത്തിന്റെ നീളത്തിൽ നിന്നും വികർണത്തിന്റെ പകുതി കുറച്ചതാണ്. അപ്പോൾ സമചതുരം വരച്ച് അതിന്റെ ഓരോ മൂലയിൽ നിന്നും $\left(a - \frac{a}{\sqrt{2}}\right)$ അകലത്തിലുള്ള ബിന്ദുക്കൾ കണ്ടെത്തി സമഅഷ്ടഭുജം വരയ്ക്കാം.

സമചതുരം ABCD വരച്ച് വികർണങ്ങളുടെ സംഗമബിന്ദു O അടയാളപ്പെടുത്തുക.
AB = a ആയാൽ AC = $\sqrt{2}a$, AO = $\frac{a}{\sqrt{2}}$
AB യെ P യിൽ ഖണ്ഡിക്കുന്ന വിധത്തിൽ A കേന്ദ്രമായി AO ആരത്തിൽ ചാപം വരയ്ക്കുക.
അപ്പോൾ AP = $\frac{a}{\sqrt{2}}$, BP = $a - \frac{a}{\sqrt{2}}$
B കേന്ദ്രമായി BP ആരത്തിൽ വരയ്ക്കുന്ന വൃത്തം BC യെ Q ൽ മുറിച്ചുകടക്കുന്നുവെന്നിരിക്കട്ടെ.
BP = BQ. $\angle$PBQ = 90° . അതുകൊണ്ട് $\angle$BPQ = $\angle$BQP = 45°
അപ്പോൾ $\angle$APQ = 135° (സമഅഷ്ടഭുജത്തിന്റെ ഒരു കോൺ)
PQ വശമായി സമഅഷ്ടഭുജം നിർമിച്ചാൽ അതിന്റെ എല്ലാ മൂലകളും സമചതുരത്തിന്റെ വശങ്ങളിലായിരിക്കും.

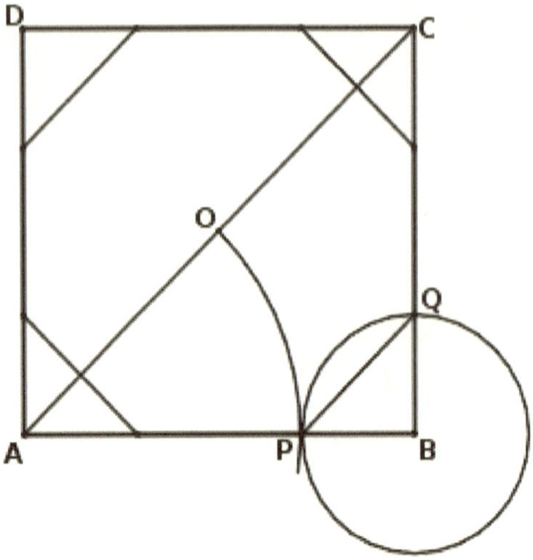

1.10.6. സമഷഡ്ഭുജത്തിൽ സമദ്വാദശഭുജം

ചിത്രത്തിൽ സമദ്വാദശഭുജത്തിന്റെ മൂലകളെല്ലാം സമഷഡ്ഭുജത്തിന്റെ വശങ്ങളിലാണ്. $\triangle$BQR ന്റെ കോണളവുകൾ $30°$, $30°$, $120°$.

BQ = AP = x ആയാൽ
QR = $\sqrt{3}x$, PQ = $\sqrt{3}x$.

AB = $2x + \sqrt{3}x$ = $(2 + \sqrt{3})x$

AB = a എന്നെടുത്താൽ
$(2 + \sqrt{3})x = a$

$$x = \frac{a}{2 + \sqrt{3}} = a(2 - \sqrt{3})$$

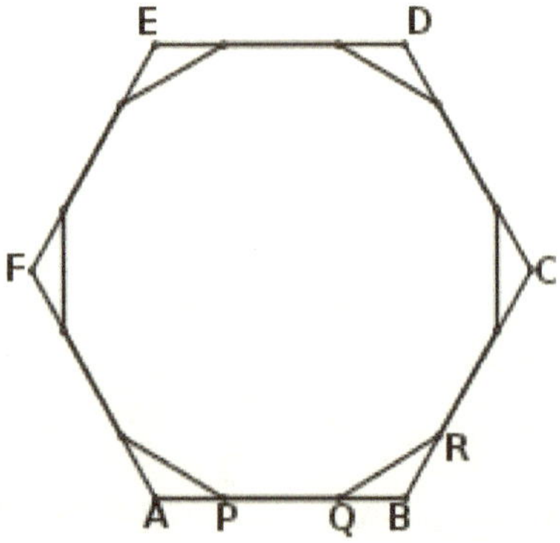

അതായത് സമദ്വാദശഭുജത്തിന്റെ ഓരോ മൂലയും സമഷഡ്ഭുജത്തിന്റെ മൂലകളിൽ നിന്നും $a(2 - \sqrt{3})$ അകലത്തിലാണ്. $a(2 - \sqrt{3})$ എന്നത് സമഷഡ്ഭുജത്തിന്റെ വലിയ വികർണത്തിന്റെ നീളത്തിൽ നിന്നും ചെറിയ വികർണത്തിന്റെ നീളം കുറച്ചതാണ്.

ഒരു സമഷഡ്ഭുജം വരച്ച് , മൂലകളെല്ലാം അതിന്റെ വശങ്ങളിലായി വരത്തക്കവിധം സമദ്വാദശഭുജം നിർമിക്കുന്നതിന് സമഷഡ്ഭുജത്തിന്റെ ഓരോ മൂലയിൽ നിന്നും $a(2-\sqrt{3})$ അകലത്തിൽ ബിന്ദുക്കൾ കണ്ടെത്തണം.

ABCDEF എന്ന സമഷഡ്ഭുജം വരച്ച് BD എന്ന വികർണം B യുടെ ഭാഗത്തേക്ക് നീട്ടിവരയ്ക്കുക.

AB = a ആയാൽ AD = $2a$, BD = $\sqrt{3}a$

DB എന്ന വരയെ G യിൽ മുറിച്ചുകടക്കുന്ന വിധത്തിൽ D കേന്ദ്രമായി DA ആരത്തിൽ ചാപം വരയ്ക്കുക.

അപ്പോൾ DG = $2a$, BG = $a(2-\sqrt{3})$

B കേന്ദ്രമായി BG ആരത്തിൽ വരയ്ക്കുന്ന വൃത്തം AB യെ P എന്ന ബിന്ദുവിലും BC യെ Q എന്ന ബിന്ദുവിലും മുറിച്ചുകടക്കുന്നുവെന്നിരിക്കട്ടെ.

BP = BQ. $\angle PBQ = 120°$. അതുകൊണ്ട് $\angle BPQ = \angle BQP = 30°$

അപ്പോൾ $\angle APQ = 150°$ (സമദ്വാദശഭുജത്തിന്റെ ഒരു കോൺ)

PQ വശമായി സമദ്വാദശഭുജം നിർമിച്ചാൽ അതിന്റെ എല്ലാ മൂലകളും സമഷഡ്ഭുജത്തിന്റെ വശങ്ങളിലായിരിക്കും.

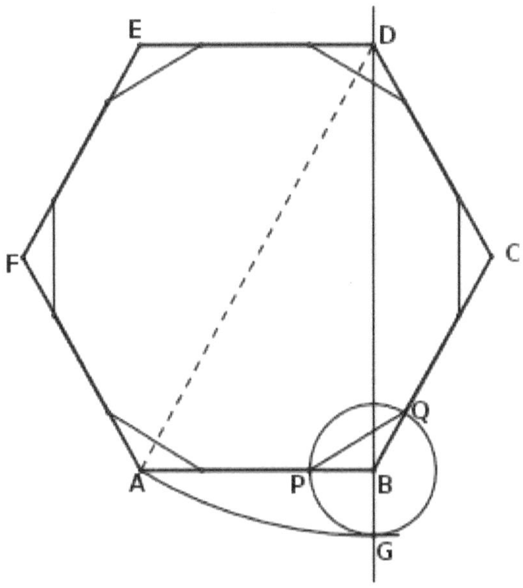

1.10.7. സമപഞ്ചഭുജത്തിൽ സമദശഭുജം

ചിത്രത്തിൽ സമദശഭുജത്തിന്റെ മൂലകളെല്ലാം സമപഞ്ചഭുജത്തിന്റെ വശങ്ങളിലാണ്.

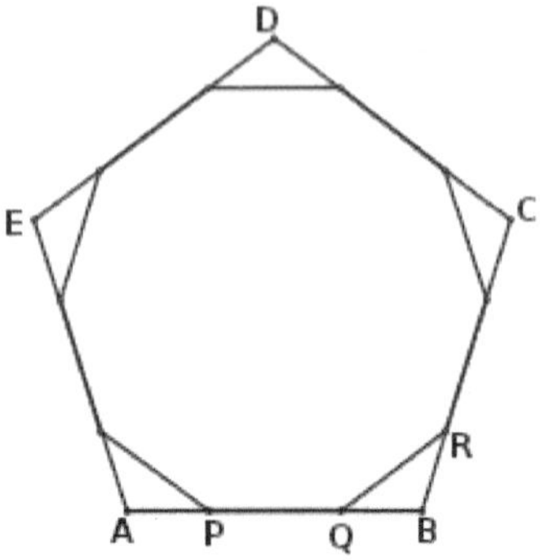

$\triangle$BQR ന്റെ കോണളവുകൾ 36° , 36° , 108° .

അതിന്റെ വശങ്ങൾ $1, 1, \left(\frac{\sqrt{5}+1}{2}\right)$ എന്നിവയ്ക്ക് ആനുപാതികമാണ്.

BQ = AP = x ആയാൽ

$$QR = \left(\frac{\sqrt{5}+1}{2}\right)x \quad , \qquad PQ = \left(\frac{\sqrt{5}+1}{2}\right)x$$

$$AB = 2x + \left(\frac{\sqrt{5}+1}{2}\right)x$$

$$= \frac{5x+\sqrt{5}x}{2} = \sqrt{5}x\left(\frac{\sqrt{5}+1}{2}\right)$$

AB = a എന്നെടുത്താൽ $\sqrt{5}x\left(\frac{\sqrt{5}+1}{2}\right) = a$

$$x = \frac{a}{\sqrt{5}}\left(\frac{2}{\sqrt{5}+1}\right) = \frac{a}{\sqrt{5}}\left(\frac{\sqrt{5}-1}{2}\right) = \frac{a}{2} - \frac{a}{2\sqrt{5}}$$

സമദശഭുജത്തിന്റെ ഓരോ മൂലയും സമപഞ്ചഭുജത്തിന്റെ മൂലകളിൽ നിന്നും $\frac{a}{2} - \frac{a}{2\sqrt{5}}$ അകലത്തിലാണ്.

വശത്തിന്റെ നീളം a ആയ ഒരു സമപഞ്ചഭുജം വരച്ച് , മൂലകളെല്ലാം അതിന്റെ വശങ്ങളിലായി വരത്തക്കവിധം സമദശഭുജം നിർമിക്കുന്നതിന് സമപഞ്ചഭുജത്തിന്റെ ഓരോ മൂലയിൽ നിന്നും $\frac{a}{2} - \frac{a}{2\sqrt{5}}$ അകലത്തിൽ ബിന്ദുക്കൾ കണ്ടെത്തണം.

ABCDE എന്ന സമപഞ്ചഭുജം വരച്ച് AB യുടെ മധ്യബിന്ദു O അടയാളപ്പെടുത്തുക. AB = a ആയാൽ OB = $\frac{a}{2}$

ഒരു വരയുടെ $\frac{1}{\sqrt{5}}$ ഭാഗം വരയ്ക്കുന്നതെങ്ങിനെയെന്ന് ഈ അധ്യായത്തിന്റെ ആദ്യഭാഗത്ത് വിശദീകരിച്ചിട്ടുണ്ട്.

$\frac{a}{2}$ ന്റെ $\frac{1}{\sqrt{5}}$ ഭാഗമാണ് $\frac{a}{2\sqrt{5}}$.

OM : MB = $1:4$ ആകത്തക്കവിധം M എന്ന ബിന്ദു അടയാളപ്പെടുത്തുക. OB വ്യാസമായ അർധവൃത്തത്തെ N എന്ന ബിന്ദുവിൽ മുറിച്ചുകടക്കുന്ന വിധത്തിൽ OB യ്ക്ക് ലംബമായി M ൽകൂടി വര വരയ്ക്കുക. ON വരയ്ക്കുക. OB യുടെ $\frac{1}{\sqrt{5}}$ ഭാഗമാണ് ON.

അതുകൊണ്ട് ON = $\frac{a}{2\sqrt{5}}$

O കേന്ദ്രമായി ON ആരത്തിൽ വരയ്ക്കുന്ന ചാപം AB യെ P , Q എന്നീ ബിന്ദുക്കളിൽ മുറിച്ചുകടക്കുന്നു.

AP = BQ = $\frac{a}{2} - \frac{a}{2\sqrt{5}}$

PQ വശമായി സമദശഭുജം നിർമിച്ചാൽ അതിന്റെ എല്ലാ മൂലകളും സമപഞ്ചഭുജത്തിന്റെ വശങ്ങളിലായിരിക്കും.

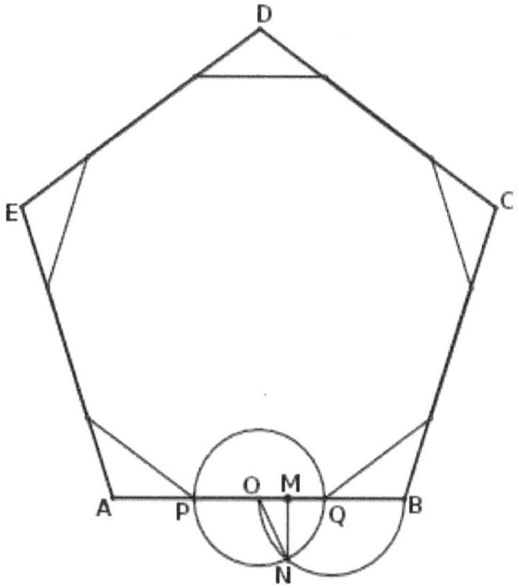

1.10.8. സമചതുരത്തിൽ സമദ്വാദശഭുജം

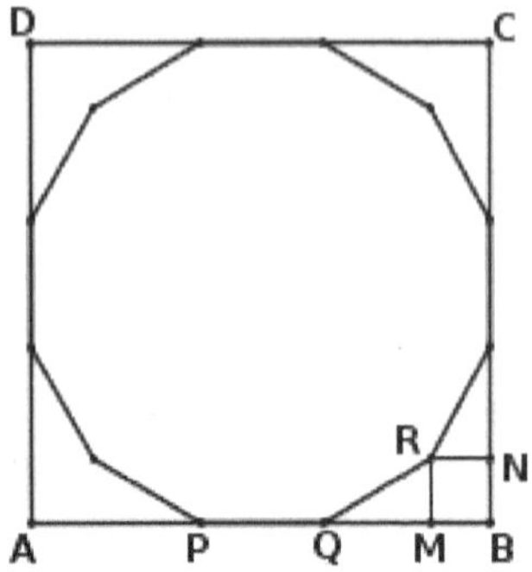

സമദ്വാദശഭുജത്തിന്റെ 8 മൂലകൾ സമചതുരത്തിന്റെ വശങ്ങളിലായിട്ടുള്ള ചിത്രത്തിൽ BNRM സമചതുരവും △RQM ന്റെ കോണളവുകൾ 30° , 60° , 90° ഉം ആകുന്നു. (മറ്റു 4 മൂലകൾ സമചതുരത്തിന്റെ വികർണങ്ങളിൽ ആയിരിക്കുമല്ലോ).

BM = x ആകുമ്പോൾ RM = x ,
QM = $\sqrt{3}x$, QR = PQ = $2x$.

അപ്പോൾ AB = $x + \sqrt{3}x + 2x + \sqrt{3}x + x = 2x(2 + \sqrt{3})$

AB = a ആയാൽ $2x(2 + \sqrt{3}) = a$

$$x = \frac{a}{2(2+\sqrt{3})} = \frac{a(2-\sqrt{3})}{2} = a - \frac{\sqrt{3}a}{2}$$

അപ്പോൾ BM = $a - \dfrac{\sqrt{3}a}{2}$,

$$BQ = a - \frac{\sqrt{3}a}{2} + \sqrt{3}\left(a - \frac{\sqrt{3}a}{2}\right) = \frac{\sqrt{3}a}{2} - \frac{a}{2}$$

? ഒരു സമചതുരം വരച്ച് , 8 മൂലകൾ അതിന്റെ വശങ്ങളിലും 4 മൂലകൾ അതിന്റെ വികർണങ്ങളിലും വരത്തക്കവിധം സമദ്വാദശഭുജം നിർമിക്കുക.
(നിർമിതി അനുബന്ധം 1 ൽ)

1.10.9. ശരാശരി പരപ്പളവുള്ള വൃത്തം

മട്ടത്രികോണത്തിന്റെ ലംബവശങ്ങളുടെ നീളം a, b ആണെങ്കിൽ കർണം $= \sqrt{a^2 + b^2}$ ആണല്ലോ. ഈ ആശയത്തിന്റെ സഹായത്തോടെ രണ്ട് വൃത്തങ്ങളുടെ പരപ്പളവുകളുടെ ശരാശരി പരപ്പളവുള്ള വൃത്തം വരയ്ക്കാൻ കഴിയും.

ആരങ്ങൾ a, b ആയ രണ്ട് വൃത്തങ്ങളുടെ പരപ്പളവുകൾ യഥാക്രമം $\pi a^2, \pi b^2$. അവയുടെ ശരാശരി പരപ്പളവുള്ള വൃത്തത്തിന്റെ പരപ്പളവ് $= \dfrac{\pi(a^2 + b^2)}{2}$

അതായത് ആ വൃത്തത്തിന്റെ ആരം $\sqrt{\dfrac{a^2 + b^2}{2}}$ ആയിരിക്കണം.

O കേന്ദ്രമായി a യൂണിറ്റ് ആരത്തിൽ വൃത്തം വരച്ച് അതിന്റെ ഒരു ആരം OA വരയ്ക്കുക. O കേന്ദ്രമായും A കേന്ദ്രമായും b യൂണിറ്റ് ആരത്തിൽ രണ്ട് വൃത്തങ്ങൾ വരയ്ക്കുക. A കേന്ദ്രമായ വൃത്തത്തെ B എന്ന ബിന്ദുവിൽ മുറിച്ചുകടക്കുന്ന വിധത്തിൽ OA യ്ക്ക് ലംബം വരയ്ക്കുക. OB യോജിപ്പിക്കുക.

OA = a , AB = b ആയതിനാൽ OB = $\sqrt{a^2 + b^2}$

OB യുടെ ലംബസമഭാജി വരച്ച് മധ്യബിന്ദു C അടയാളപ്പെടുത്തുക.

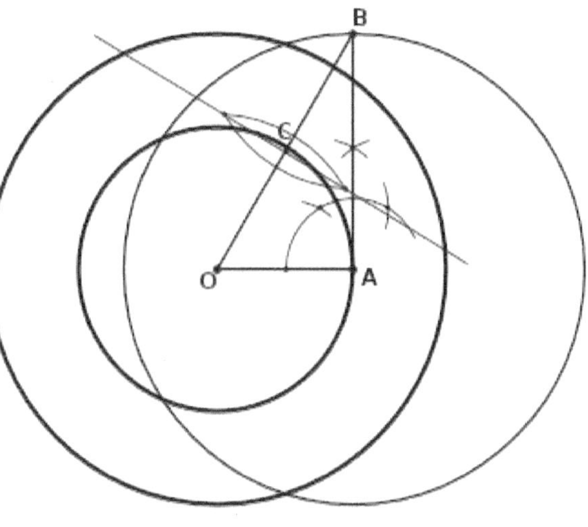

$OC = \dfrac{\sqrt{a^2 + b^2}}{2}$

ലംബസമഭാജിയെ D യിൽ മുറിച്ചുകടക്കുന്ന വിധത്തിൽ C കേന്ദ്രമായി OC ആരത്തിൽ ചാപം വരയ്ക്കുക. CD = OC

$\triangle$OCD സമപാർശ്വമട്ടത്രികോണം ആയതിനാൽ $OD = \sqrt{2} \times OC$

$$= \sqrt{2} \times \frac{\sqrt{a^2 + b^2}}{2}$$

$$= \sqrt{\frac{a^2 + b^2}{2}}$$

O കേന്ദ്രമായി OD ആരത്തിൽ വരയ്ക്കുന്ന വൃത്തത്തിന്റെ

പരപ്പളവ് = $\dfrac{\pi(a^2 + b^2)}{2}$

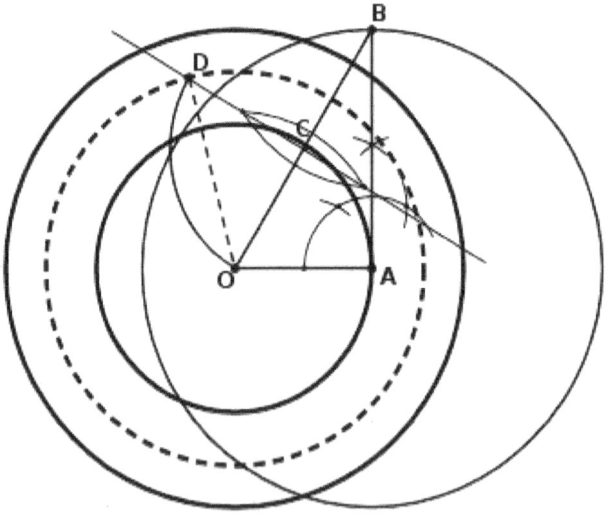

1.10.10. വൃത്തവും തൊടുവരകളും

വൃത്തത്തിലെ ഒരു ബിന്ദുവിൽ കൂടി ആ ബിന്ദു ഉൾപ്പെടുന്ന ആരത്തിന് ലംബമായി വരയ്ക്കുന്ന വര ആ വത്തത്തിന്റെ തൊടുവര (tangent line) യാണ്. വൃത്തത്തിലെ ഒരു ബിന്ദുവിൽ കൂടി തൊടുവര വരയ്ക്കുന്നതെങ്ങിനെയെന്നും വൃത്തത്തിന് പുറത്തുള്ള ബിന്ദുവിൽ നിന്ന് വൃത്തത്തിലേക്കുള്ള തൊടുവരകൾ വരയ്ക്കുന്നതെങ്ങിനെയെന്നും മനസ്സിലാക്കിയിട്ടുണ്ടല്ലോ.

ചിത്രത്തിൽ P എന്ന ബിന്ദുവിൽ പരസ്പരം തൊടുന്ന A യും B യും കേന്ദ്രമായ രണ്ട് വൃത്തങ്ങൾ കാണാം. വൃത്തങ്ങളുടെ പൊതുതൊടുവരയാണ് QR.

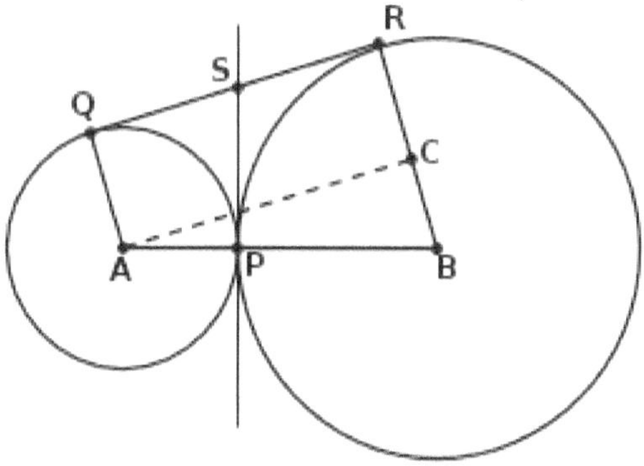

വൃത്തങ്ങളുടെ ആരം a, b ആയാൽ QR ന്റെ നീളം എന്തായിരിക്കും ?

AQ , BR എന്നീ ആരങ്ങൾ QR ന് ലംബമാണ്.
BR ന് ലംബമായി AC വരച്ചാൽ ACRQ ചതുരമായിരിക്കും.

$\triangle$ABC യിൽ AB = $a+b$, BC = $b-a$ ആയതിനാൽ

$$AC = \sqrt{(a+b)^2 - (b-a)^2}$$
$$= \sqrt{4ab} = 2\sqrt{ab}$$

അപ്പോൾ QR = $2\sqrt{ab}$.

P യിൽ കൂടി വരയ്ക്കുന്ന തൊടുവര QR നെ S ൽ ഖണ്ഡിക്കുന്നുവെങ്കിൽ SQ = SP = SR = $\sqrt{ab}$

S എന്ന ബിന്ദു QR ന്റെ മധ്യബിന്ദുവാണെന്നും S കേന്ദ്രമായ വൃത്തത്തിലെ ബിന്ദുക്കളാണ് P,Q,R എന്നും മനസ്സിലാക്കാം.

$\angle PSQ$ ന്റെ സമഭാജിയാണ് SA. $\angle PSR$ ന്റെ സമഭാജിയാണ് SB .
$\angle PSQ + \angle PSR = 180$ ആയതിനാൽ $\angle ASP + \angle BSP = 90$. അതായത് $\angle ASB = 90$
AB വ്യാസമായ അർധവൃത്തത്തിലെ ബിന്ദുവാണ് S എന്നും മനസ്സിലാക്കാം.

ഈ വസ്തുത ഉപയോഗപ്പെടുത്തിക്കൊണ്ട് പരസ്പരം തൊടുന്ന രണ്ട് വൃത്തങ്ങളുടെ പൊതുതൊടുവര വരയ്ക്കുന്നതെങ്ങിനെയെന്ന് നോക്കാം.

P എന്ന ബിന്ദുവിൽ പരസ്പരം തൊടുന്ന വിധത്തിൽ രണ്ട് വൃത്തങ്ങൾ വരയ്ക്കുക. (കേന്ദ്രങ്ങൾ A , B എന്നിരിക്കട്ടെ)
AB യോജിപ്പിക്കുക. AB വ്യാസത്തിൽ അർധവൃത്തം വരയ്ക്കുക.
അർധവൃത്തത്തെ S ൽ ഖണ്ഡിക്കുന്ന വിധത്തിൽ P യിൽ കൂടി AB യ്ക്ക് ലംബം വരയ്ക്കുക. ഈ ലംബവര രണ്ടു വൃത്തങ്ങൾക്കും പൊതുവായ തൊടുവരയാണ്.

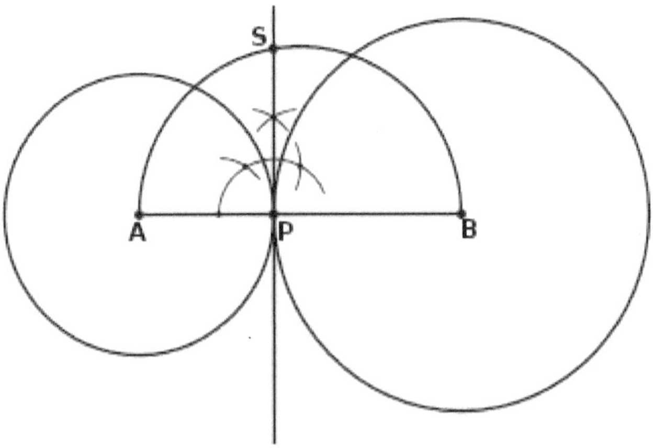

വൃത്തങ്ങളെ Q , R എന്നീ ബിന്ദുക്കളിൽ മുറിച്ചുകടക്കുന്ന വിധത്തിൽ S കേന്ദ്രമായി SP ആരത്തിൽ വൃത്തം വരയ്ക്കുക. QR വരയ്ക്കുക. രണ്ട് വൃത്തങ്ങളുടെയും തൊടുവരയായിരിക്കും QR.

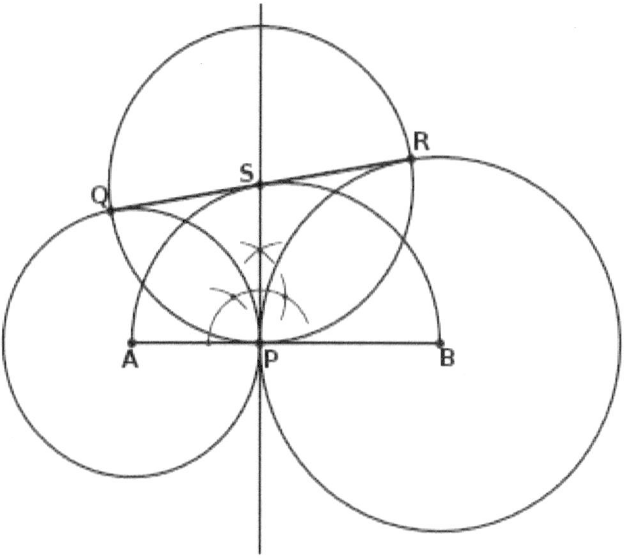

അർധവൃത്തത്തിലെ ഒരു ബിന്ദുവിൽ നിന്നും വ്യാസത്തിലേക്കുള്ള ലംബത്തിന്റെ വർഗം , ആ ലംബം വ്യാസത്തെ ഭാഗിക്കുന്ന നീളങ്ങളുടെ ഗുണനഫലത്തിന് തുല്യമാണ് എന്ന ആശയത്തെ അടിസ്ഥാനമാക്കി സമബഹുഭുജങ്ങളുടെ പരപ്പളവ് താരതമ്യം ചെയ്തു കൊണ്ടുള്ള നിർമിതികളാണ് ഈ ഭാഗത്ത് പ്രധാനമായും വിശദീകരിച്ചത്.

നിശ്ചിത കോണളവുള്ള ത്രികോണത്തിന്റെ വശങ്ങൾ തമ്മിലുള്ള ബന്ധവും കോണുകളുടെ നിർമിതിയും , വരയുടെ ഭാഗവും മടങ്ങും , ലംബവരയുടെയും സമാന്തരവരയുടെയും നിർമിതി എന്നിവയെല്ലാം ജ്യാമിതീയ നിർമിതികളിൽ എത്രമാത്രം പ്രാധാന്യമുണ്ടെന്ന് ഇതുവരെയുള്ള വിശദീകരണങ്ങളിൽ നിന്നും വ്യക്തമാണ്.

സമബഹുഭുജത്തിന്റെ വികർണങ്ങളുടെ പ്രത്യേകതയും വികർണവും വശവും തമ്മിലുള്ള ബന്ധവും ജ്യാമിതീയ നിർമിതിയിൽ അവയ്ക്കുള്ള പ്രാധാന്യവും ഈ ഭാഗത്തിൽ വിശദമാക്കപ്പെട്ടിട്ടുണ്ട്. സമചതുരത്തിന്റെ വികർണം വശത്തിന്റെ $\sqrt{2}$ മടങ്ങ് , സമഷഡ്ഭുജത്തിന്റെ ചെറിയ വികർണം വശത്തിന്റെ $\sqrt{3}$ മടങ്ങ് ,

സമപഞ്ചഭുജത്തിന്റെ വികർണം വശത്തിന്റെ $\left(\frac{\sqrt{5}+1}{2}\right)$ മടങ്ങ് , സമഅഷ്ടഭുജത്തിന്റെ ഒരു വശത്തിന് സമാന്തരമായ (മറ്റൊരു വശത്തിന് ലംബമായ) വികർണം വശത്തിന്റെ $(\sqrt{2}+1)$ മടങ്ങ് , സമദ്വാദശഭുജത്തിന്റെ വശത്തിന് സമാന്തരമായ ചെറിയ വികർണം വശത്തിന്റെ $(1+\sqrt{3})$ മടങ്ങ് , വശത്തിന് സമാന്തരമായ വലിയ വികർണം (മറ്റൊരു വശത്തിന് ലംബമായ വികർണം) വശത്തിന്റെ $(2+\sqrt{3})$ മടങ്ങ് എന്നിവയെല്ലാം ആ സമബഹുഭുജത്തിന്റെ പരപ്പളവ് കണക്കാക്കുന്നതിലും അവയുമായി ബന്ധപ്പെട്ട നിർമിതികളിലും വളരെയധികം പ്രാധാന്യമുള്ള ആശയങ്ങളാണെന്ന് കാണാം.

ഇവിടെ ചർച്ച ചെയ്ത ആശയങ്ങളുടെ സഹായത്തോടെ കൂടുതൽ നിർമിതികൾക്കുള്ള സാധ്യതകൾ പരിശോധിക്കപ്പെടേണ്ടതാണ്.

രണ്ടാം ഭാഗം

2. അളവുകളും നിർമിതിയും

റൂളറും കോമ്പസ്സും മാത്രം ഉപയോഗിച്ചുള്ള നിർമിതികളാണ് ഒന്നാം ഭാഗത്തിൽ ചർച്ച ചെയ്തത്. രണ്ടാം ഭാഗത്തിൽ നിശ്ചിത അളവുകളുള്ള ചില രൂപങ്ങളുടെ നിർമിതികളാണ് വിശദീകരിക്കുന്നത്. ഇവിടെയും നിർമിതികളിൽ , റൂളറും കോമ്പസ്സും മാത്രം ഉപയോഗിച്ച് നിർമിക്കാവുന്ന സന്ദർഭങ്ങളിലെല്ലാം ആ രീതി തന്നെയാണ് സ്വീകരിക്കുന്നത്.

നാല് വശങ്ങളുടെ നീളം ഉപയോഗിച്ച് ചക്രീയചതുർഭുജത്തിന്റെ നിർമിതി , ചുറ്റളവും കോണുകളുടെ അളവും അറിയാവുന്ന ത്രികോണത്തിന്റെ നിർമിതി , ബഹുഭുജങ്ങളുടെ പരപ്പളവ് ആയ സംഖ്യ നീളമായി വരുന്ന വരയുടെ നിർമിതി , നിശ്ചിത പരപ്പളവുള്ള സമബഹുഭുജങ്ങളുടെ നിർമിതി എന്നിവ ഇവയിൽ ഉൾപ്പെടുന്നു.

ഒരു ത്രികോണത്തിന്റെ മൂന്ന് വശങ്ങളുടെ നീളം അറിയാമെങ്കിൽ ആ ത്രികോണം നിർമിക്കാം. അത്തരത്തിൽ ഒരു ത്രികോണം മാത്രമേ ഉണ്ടാവുകയുള്ളൂ. അതായത് മൂന്ന് വശങ്ങളുടെ നീളം തരുന്നതോടുകൂടി ത്രികോണം നിശ്ചയിക്കപ്പെട്ടു എന്നർത്ഥം. എന്നാൽ ഒരു ചതുർഭുജത്തിന്റെ നാല് വശങ്ങളുടെ നീളം മാത്രം തന്നാലോ . ചതുർഭുജം വരയ്ക്കാം . പക്ഷെ അത്തരത്തിൽ ഒന്നല്ല , അനേകം ചതുർഭുജങ്ങൾ നിർമിക്കാം . അതായത് നാല് വശങ്ങളുടെ നീളം തരുന്നതോടുകൂടി ചതുർഭുജം നിശ്ചയിക്കപ്പെടുന്നില്ല എന്ന് ചുരുക്കം. ഒരു നിശ്ചിത ചതുർഭുജം നിർമിക്കുന്നതിന് ചുരുങ്ങിയത് അതിന്റെ അഞ്ച് അളവുകൾ അറിയണമെന്ന് നാം മനസ്സിലാക്കിയിട്ടുണ്ടല്ലോ. അതുകൊണ്ട് ഒരു ചതുർഭുജത്തിന്റെ നാല് വശങ്ങളുടെ നീളം മാത്രം തന്നാൽ ആ ചതുർഭുജം നിർമിക്കാൻ സാധ്യമല്ല. എന്നാൽ അതൊരു ചക്രീയചതുർഭുജമാണെന്നുകൂടി വന്നാലോ. അതിന്റെ നിർമിതി സാധ്യമാകുമോ ?

ത്രികോണമിതി ആശയങ്ങളുമായി ബന്ധപ്പെട്ട് വളരെ പ്രാധാന്യമുള്ള ഒന്നാണ് കൊസൈൻ സമവാക്യം അഥവാ കൊസൈൻ നിയമം. ചക്രീയചതുർഭുജത്തിന്റെ നിർമിതിയിൽ കൊസൈൻ സമവാക്യം ഏതു രീതിയിൽ പ്രയോജനപ്പെടുമെന്ന് നോക്കാം.

2.1. ചക്രീയചതുർഭുജം

ഒരു ചതുർഭുജത്തിന്റെ നാല് മൂലകളും ഒരു വൃത്തത്തിലെ ബിന്ദുക്കളാണെങ്കിൽ ആ ചതുർഭുജത്തെ ചക്രീയചതുർഭുജം എന്നാണ് വിളിക്കുന്നത്. ചക്രീയചതുർഭുജത്തിന്റെ ഓരോ ജോടി എതിർകോണുകളുടെയും തുക 180° ആകുന്നു.

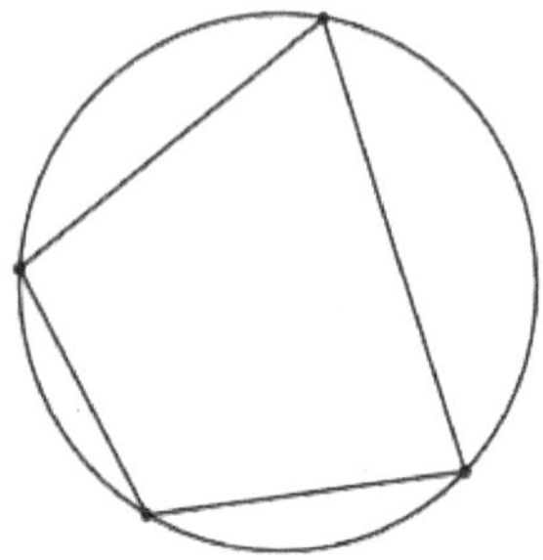

അതായത് ചക്രീയചതുർഭുജത്തിന്റെ ഒരു ജോടി എതിർകോണുകളിൽ ഒന്നിന്റെ അളവ് θ ആണെങ്കിൽ മറ്റേതിന്റെ അളവ് $180 - \theta$ ആയിരിക്കും.

വശങ്ങളുടെ നീളങ്ങളെല്ലാം ഒരേ പോലെ വരുന്ന വ്യത്യസ്ത ചതുർഭുജങ്ങൾ നിർമിക്കാവുന്നതാണെന്ന് പറഞ്ഞല്ലോ. അങ്ങിനെ വരയ്ക്കാവുന്ന ചതുർഭുജങ്ങളിൽ ഏറ്റവും കൂടുതൽ പരപ്പളവ് ചക്രീയ ചതുർഭുജത്തിനാണ്.

ഒരു ചക്രീയ ചതുർഭുജത്തിന്റെ വശങ്ങളുടെ നീളം a, b, c, d എന്നും ചുറ്റളവിന്റെ പകുതി s എന്നും എടുത്താൽ പരപ്പളവ് $\sqrt{(s-a)(s-b)(s-c)(s-d)}$ ആണെന്ന് ഭാരതീയ ഗണിതശാസ്ത്രജ്ഞനായ ബ്രഹ്മഗുപ്തൻ കണ്ടെത്തിയിട്ടുണ്ട്.

2.1.1. കൊസൈൻ സമവാക്യം

ത്രികോണത്തിന്റെ വശങ്ങളുടെ നീളവും കോണുകളുടെ അളവും തമ്മിലുള്ള ബന്ധം സൂചിപ്പിക്കുന്ന സമവാക്യമാണ് കൊസൈൻ സമവാക്യം.

ചിത്രത്തിൽ $\triangle$ABC യുടെ വശങ്ങളുടെ നീളം a , b , c എന്നിരിക്കട്ടെ.

C യിൽ നിന്നും AB യിലേക്കുള്ള ലംബമാണ് CD .

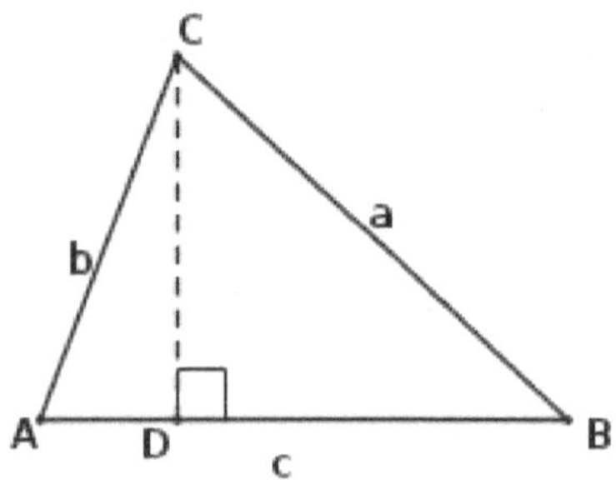

$\triangle ADC$ യിൽ $\angle ADC = 90^\circ$ ആയതിനാൽ

$CD = b \sin A$, $AD = b \cos A$

അപ്പോൾ $DB = AB - AD = c - b \cos A$

പൈഥാഗറസ് സിദ്ധാന്തമനുസരിച്ച് $BC^2 = CD^2 + DB^2$

$a^2 = (b \sin A)^2 + (c - b \cos A)^2$

$a^2 = b^2 \sin^2 A + c^2 + b^2 \cos^2 A - 2bc \cos A$

$a^2 = b^2 (\sin^2 A + \cos^2 A) + c^2 - 2bc \cos A$

$a^2 = b^2 + c^2 - 2bc \cos A$.

ഇവിടെ $\triangle ABC$ ഒരു ന്യൂനത്രികോണമാണ്.

എന്നാൽ അതൊരു ബൃഹത് ത്രികോണമാണെങ്കിലോ.

ചിത്രം നോക്കു. C യിൽ നിന്നും AB യിലേക്കുള്ള ലംബമാണ് CD .

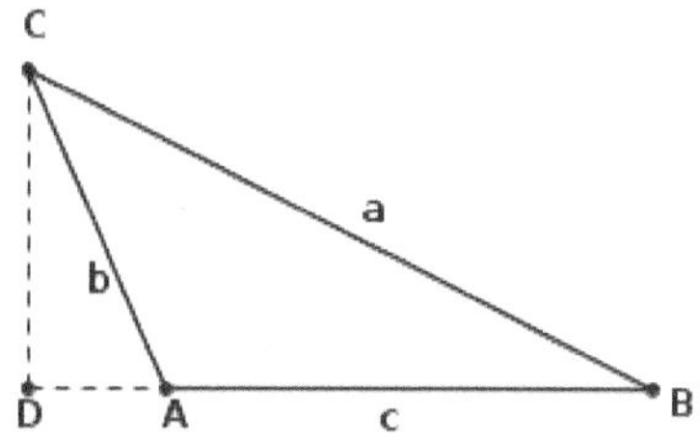

$\triangle ADC$ യിൽ $\angle ADC = 90^\circ$ ആയതിനാൽ

$CD = b \sin(180 - A)$,

$AD = b \cos(180 - A)$

$\sin(180 - A) = \sin A$, $\cos(180 - A) = -\cos A$ ആയതുകൊണ്ട്

$CD = b \sin A$, $AD = -b \cos A$, $DB = AB + AD = c - b \cos A$

$\triangle BDC$ യിൽ $\angle BDC = 90^\circ$, പൈഥാഗറസ് സിദ്ധാന്തമനുസരിച്ച്

$BC^2 = CD^2 + DB^2$

അതായത് $a^2 = b^2 + c^2 - 2bc \cos A$. ഈ വാക്യം കൊസൈൻ സമവാക്യം എന്നറിയപ്പെടുന്നു.

ഇതുപോലെ $b^2 = a^2 + c^2 - 2ac \cos B$ എന്നും

$c^2 = a^2 + b^2 - 2ab \cos C$ എന്നും കാണാവുന്നതാണ്.

ഒരു ത്രികോണത്തിന്റെ രണ്ടു വശങ്ങളുടെ നീളവും ആ വശങ്ങൾ ചേരുന്ന കോണിന്റെ അളവും അറിയാമെങ്കിൽ കൊസൈൻ സമവാക്യം ഉപയോഗിച്ച് മൂന്നാമത്തെ വശത്തിന്റെ നീളം കണക്കാക്കാം. അതുപോലെ ത്രികോണത്തിന്റെ മൂന്നു വശങ്ങളുടെ നീളം അറിയാമെങ്കിൽ അതിന്റെ കോണളവുകൾ കണക്കാക്കുകയുമാകാം.

2.1.2. ചക്രീയചതുർഭുജവും കൊസൈൻ സമവാക്യവും

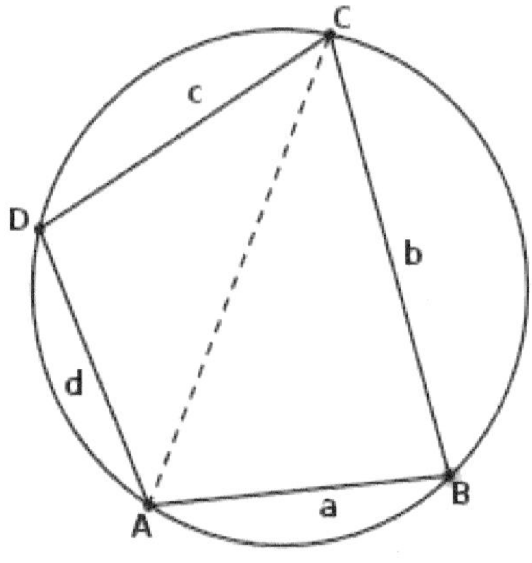

ചിത്രത്തിൽ ABCD ഒരു ചക്രീയചതുർഭുജമാണ്.

$\angle ABC = \theta$ ആണെങ്കിൽ $\angle ADC = 180 - \theta$

വികർണം AC പരിഗണിച്ചാൽ കൊസൈൻ സൂത്രവാക്യം അനുസരിച്ച്

$AC^2 = a^2 + b^2 - 2ab\, cos\theta$ എന്നും

$AC^2 = c^2 + d^2 - 2cd\, cos(180 - \theta)$ എന്നും എഴുതാമല്ലോ.

അതുകൊണ്ട് $a^2 + b^2 - 2ab\, cos\theta = c^2 + d^2 - 2cd\, cos(180 - \theta)$

$cos(180 - \theta) = -cos\theta$ ആയതിനാൽ

$$a^2 + b^2 - 2ab\, cos\theta = c^2 + d^2 + 2cd\, cos\theta$$

$$2ab\, cos\theta + 2cd\, cos\theta = (a^2 + b^2) - (c^2 + d^2)$$

$$2(ab + cd)\, cos\theta = (a^2 + b^2) - (c^2 + d^2)\,.$$

അതുകൊണ്ട് $cos\theta = \dfrac{(a^2+b^2)-(c^2+d^2)}{2(ab+cd)}$

$\dfrac{(a^2+b^2)-(c^2+d^2)}{2(ab+cd)} = 0$ ആയാൽ $\theta = 90^\circ$, $180-\theta = 90^\circ$

$\dfrac{(a^2+b^2)-(c^2+d^2)}{2(ab+cd)} > 0$ ആയാൽ $\theta < 90^\circ$, $180-\theta > 90^\circ$

$\dfrac{(a^2+b^2)-(c^2+d^2)}{2(ab+cd)} < 0$ ആയാൽ $\theta > 90^\circ$, $180-\theta < 90^\circ$

ചക്രീയചതുർഭുജത്തിന്റെ നാല് വശങ്ങളുടെ നീളം തന്നാൽ അതിന്റെ ഒരു കോൺ കണ്ടുപിടിക്കാൻ $cos\theta = \dfrac{(a^2+b^2)-(c^2+d^2)}{2(ab+cd)}$ എന്ന സമവാക്യം ഉപയോഗപ്പെടുത്താം. തുടർന്ന് ആ ചതുർഭുജം പൂർത്തിയാക്കാം.

ഉദാ (1):- ABCD ഒരു ചക്രീയചതുർഭുജമാണ്.
AB = 7 സെ.മീ. , BC = 5 സെ.മീ., CD = 4 സെ.മീ.,
AD = 6 സെ.മീ.ആകുന്നു.

AB , BC എന്നീ വശങ്ങൾക്കിടയിലെ കോണളവ് θ ആണെങ്കിൽ

$$cos\theta = \frac{(7^2+5^2)-(6^2+4^2)}{2(7\times5+6\times4)} = \frac{22}{118} = \frac{11}{59}.$$

$cos\theta > 0$ ആയതിനാൽ $\theta < 90^\circ$

(വരയ്ക്കാനുള്ള സൗകര്യത്തിനായി $cos\theta = \dfrac{11}{59} = \dfrac{1.1}{5.9}$ എന്നെടുക്കാം.)

$cos\theta = \dfrac{1.1}{5.9}$ എന്ന് കിട്ടുന്നതിന് 5.9 സെ.മീ.കർണവും 1.1 സെ.മീ. മറ്റൊരു വശവുമായി ഒരു മട്ടത്രികോണം നിർമിച്ചാൽ മതിയല്ലോ.

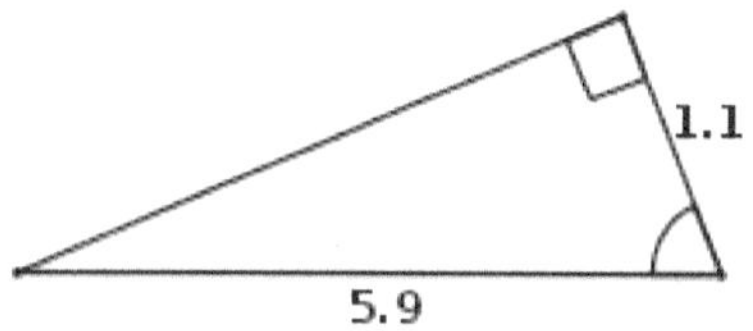

ആ വശങ്ങൾക്കിടയിലെ കോണളവ് θഎന്നെടുത്താൽ $cos\theta = \frac{1.1}{5.9}$ ആയിരിക്കും.
ചക്രീയചതുർഭുജംABCD യിൽ ∠ABC = θ.
ആ ചതുർഭുജം നിർമിക്കുന്നതിന് 7 സെ.മീ. നീളത്തിൽ AB വരയ്ക്കുക.
∠B യുടെ അളവ് (θ) എത്ര ഡിഗ്രിയാണെന്ന് അറിയില്ലെങ്കിലും
$cos\theta = \frac{1.1}{5.9}$ എന്നറിയാം.

കർണം 5.9 സെ.മീ. , ∠B യുടെ സമീപവശം 1.1 സെ.മീ. ആകത്തക്കവിധം മട്ടത്രികോണം നിർമിക്കുന്നതിന് , AB യെ P യിൽ ഖണ്ഡിക്കുന്നവിധത്തിൽ B കേന്ദ്രമായി 5.9 സെ.മീ. ആരത്തിൽ ചാപം വരയ്ക്കുക. PB യുടെ ലംബസമഭാജി വരച്ച് മധ്യബിന്ദു M അടയാളപ്പെടുത്തുക. M കേന്ദ്രമായി PB വ്യാസത്തിൽ അർധവൃത്തം വരയ്ക്കുക. അർധവൃത്തത്തെ Q ൽ മുറിച്ചുകടക്കുന്ന വിധത്തിൽ B കേന്ദ്രമായി 1.1 സെ.മീ. ആരത്തിൽ ചാപം വരയ്ക്കുക.
BQ യോജിപ്പിച്ച് നീട്ടിവരയ്ക്കുക. ∠ABQ = θആയിരിക്കും.

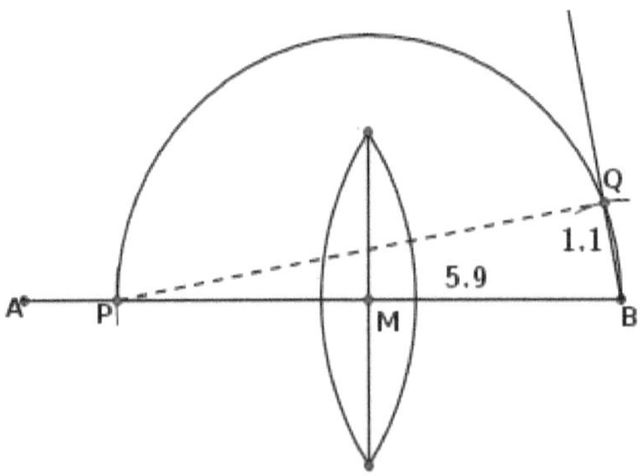

ആ വരയെ C യിൽ ഖണ്ഡിക്കുന്ന വിധത്തിൽ B കേന്ദ്രമായി 5 സെ.മീ.ആരത്തിൽ ചാപം വരയ്ക്കുക. C കേന്ദ്രമായി 4 സെ.മീ.ആരത്തിലും A കേന്ദ്രമായി 6 സെ.മീ.ആരത്തിലും ചാപങ്ങൾ വരച്ച് സംഗമബിന്ദു D അടയാളപ്പെടുത്തുക.
വശങ്ങൾ വരച്ച് ചതുർഭുജംABCD പൂർത്തിയാക്കുക.
ഇതൊരു ചക്രീയചതുർഭുജം ആയിരിക്കും.

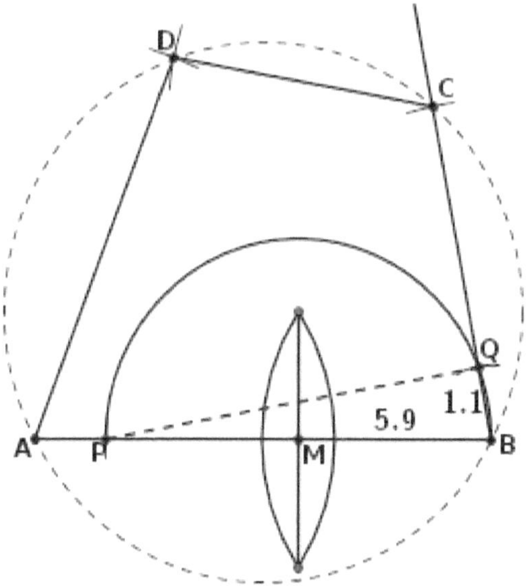

ഇവിടെ $\theta < 90^\circ$ ആണ്. അത് ന്യൂനകോണാണ്. θ എന്നത് ഒരു ബൃഹത് കോൺ (അതായത് $\theta > 90^\circ$) ആയാലോ.

ചതുർഭുജത്തിന്റെ ഒരു മൂലയിലെ കോൺ ബൃഹത് കോൺ ആയാൽ ആ മൂലയിലെ ബാഹ്യകോൺ ന്യൂനകോൺ ആയിരിക്കുമല്ലോ. അത്തരത്തിലൊരു ചക്രീയചതുർഭുജം വരയ്ക്കുന്നതെങ്ങിനെയെന്ന് നോക്കാം.

ഉദാ (2):- PQRS ഒരു ചക്രീയചതുർഭുജമാണ്.
PQ = 6 സെ.മീ. , QR = 5 സെ.മീ. , RS = 7 സെ.മീ.,
PS = 9 സെ.മീ.ആകുന്നു.

PQ , QR എന്നീ വശങ്ങൾക്കിടയിലെ കോണളവ് θ ആണെങ്കിൽ

$$cos\theta = \frac{(6^2+5^2)-(7^2+9^2)}{2(6\times 5+7\times 9)} = -\frac{69}{186} = -\frac{23}{62}$$

$cos\theta < 0$ ആയതിനാൽ $\theta > 90^\circ$. അപ്പോൾ Q എന്ന മൂലയിലെ ബാഹ്യകോണിന്റെ അളവ് $180 - \theta < 90^\circ$ ആയിരിക്കും.

$cos\theta = -\frac{23}{62}$ആയതുകൊണ്ട് $cos(180-\theta) = \frac{23}{62}$

(വരയ്ക്കാനുള്ള സൗകര്യത്തിനായി $cos(180-\theta) = \frac{23}{62} = \frac{2.3}{6.2}$ എന്നെടുക്കാം).

$cos(180-\theta) = \frac{2.3}{6.2}$ എന്ന് കിട്ടുന്നതിന്6.2 സെ.മീ. കർണവും 2.3 സെ.മീ. മറ്റൊരു വശവുമായി ഒരു മട്ടത്രികോണം നിർമിച്ചാൽ മതിയല്ലോ.

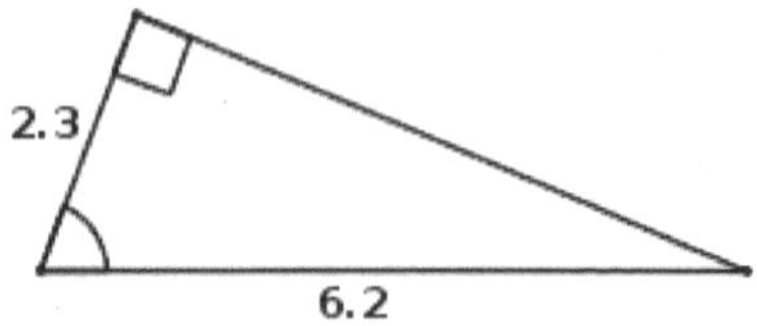

ആ വശങ്ങൾക്കിടയിലെ കോണളവ് $180-\theta$ എന്നെടുത്താൽ $cos(180-\theta) = \frac{2.3}{6.2}$ ആയിരിക്കും.

ചക്രീയചതുർഭുജംPQRS ൽ $\angle PQR = \theta$ എന്നെടുക്കുമ്പോൾ ആ മൂലയിലെ ബാഹ്യകോൺ $180-\theta$ ആയിരിക്കും.

ചതുർഭുജംPQRS നിർമിക്കുന്നതിന് 6 സെ.മീ. നീളത്തിൽ PQ വരച്ച് Q ന്റെ ഭാഗത്തേക്ക് നീട്ടുക. കർണം 6.2 സെ.മീ. , $\angle PQR$ ന്റെ ബാഹ്യകോണിന്റെ സമീപവശം 2.3 സെ.മീ. ആകത്തക്കവിധം മട്ടത്രികോണം നിർമിക്കുന്നതിന് , PQ എന്ന വരയിൽ QA = 6.2 ആയി A അടയാളപ്പെടുത്തുക. QA യുടെ ലംബസമഭാജി വരച്ച് മധ്യബിന്ദു M അടയാളപ്പെടുത്തുക . M കേന്ദ്രമായി QA വ്യാസത്തിൽ അർധവൃത്തം വരയ്ക്കുക. അർധവൃത്തത്തെ B യിൽ മുറിച്ചുകടക്കുന്ന വിധത്തിൽ Q കേന്ദ്രമായി 2.3 സെ.മീ. ആരത്തിൽ ചാപം വരയ്ക്കുക. QB യോജിപ്പിച്ച് നീട്ടിവരയ്ക്കുക.

$\angle AQB = 180-\theta$ ആകുമ്പോൾ $\angle PQB = \theta$

QB എന്ന വരയെ R ൽ ഖണ്ഡിക്കുന്ന വിധത്തിൽ Q കേന്ദ്രമായി 5 സെ.മീ. ആരത്തിൽ ചാപം വരയ്ക്കുക. R കേന്ദ്രമായി 7 സെ.മീ.ആരത്തിലും P കേന്ദ്രമായി 9 സെ.മീ.ആരത്തിലും ചാപങ്ങൾ വരച്ച് സംഗമബിന്ദു S അടയാളപ്പെടുത്തുക.

വശങ്ങൾ വരച്ച് ചതുർഭുജംPQRS പൂർത്തിയാക്കുക.

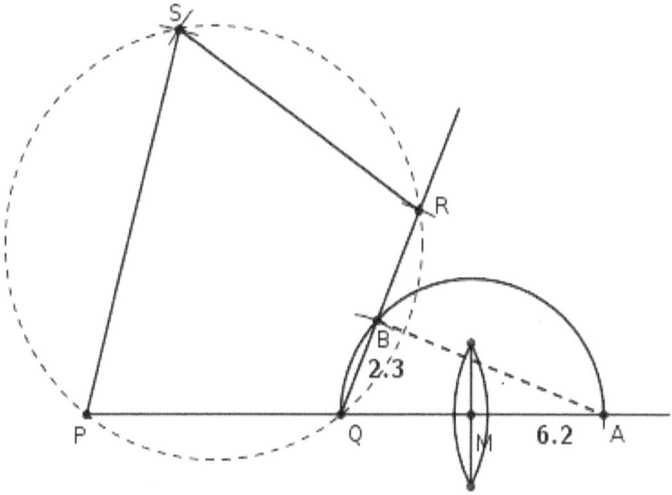

2.1.3. സമപാർശ്വലംബകവും കൊസൈൻ സമവാക്യവും

സമപാർശ്വലംബകത്തിന്റെ ഒരു ജോടി എതിർവശങ്ങൾ സമാന്തരവും മറ്റേ ജോടി എതിർവശങ്ങൾ തുല്യവുമാണല്ലോ. സമപാർശ്വലംബകത്തിന്റെ എതിർകോണുകളുടെ തുക 180° ആണ്. അതുകൊണ്ട് ഏതൊരു സമപാർശ്വലംബകവും ചക്രീയചതുർഭുജമാണ്. മാത്രമല്ല ഒരു ലംബകം ചക്രീയമാണെങ്കിൽ അത് സമപാർശ്വലംബകം ആയിരിക്കും.

സമപാർശ്വലംബകത്തിന്റെ ഒരു ജോടി എതിർവശങ്ങൾ തുല്യമാണല്ലോ. അപ്പോൾ കൊസൈൻ സമവാക്യം എന്തായിരിക്കും. ചിത്രം നോക്കൂ.

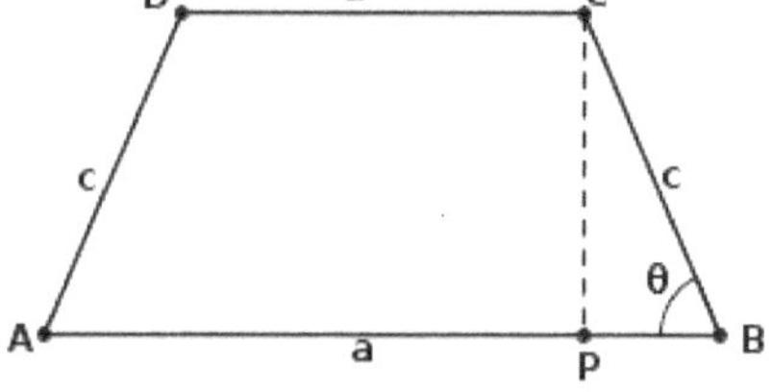

ചിത്രത്തിൽ സമപാർശ്വലംബകത്തിന്റെ സമാന്തരവശങ്ങളുടെ നീളങ്ങൾ a, b തുല്യവശങ്ങളുടെ നീളം c ആണെന്നിരിക്കട്ടെ.

കൊസൈൻ സൂത്രവാക്യം അനുസരിച്ച്

$$cos\theta = \frac{(a^2+c^2)-(b^2+c^2)}{2(ac+bc)}$$

$$cos\theta = \frac{a^2-b^2}{2c(a+b)}$$ അതായത് $$cos\theta = \frac{a-b}{2c}$$

അതല്ലെങ്കിൽ C യിൽ നിന്നും AB യിലേക്കുള്ള ലംബം CP

പരിഗണിച്ചാൽ

$$BP = \frac{a-b}{2} \quad , \quad cos\theta = \frac{BP}{BC} = \frac{a-b}{2c}$$

വശങ്ങളുടെ നീളങ്ങൾ തന്നാൽ സമപാർശ്വലംബകം നിർമിക്കുന്നതിന് ഒരു രീതി മനസ്സിലാക്കിയിട്ടുണ്ടല്ലോ. സമപാർശ്വലംബകം ചക്രീയചതുർഭുജമായതുകൊണ്ട് മുകളിൽ പറഞ്ഞ ആശയം ഉപയോഗിച്ചും നിർമിക്കാവുന്നതാണ്.

? ലംബകംABCD യിൽ AB യും CD യും സമാന്തരവും AD യും BC യും തുല്യവുമാണ് AB = 8.1 സെ.മീ. , CD = 5.4 സെ.മീ., BC = 6 സെ.മീ. ലംബകം നിർമിക്കുക.
(നിർമിതി അനുബന്ധം 2 ൽ)

2.2. ത്രികോണത്തിന്റെ ചുറ്റളവും നിർമിതിയും

ഒരു ത്രികോണം നിർമിക്കുന്നതിന് ഒന്നുകിൽ മൂന്നു വശങ്ങളുടെ നീളം അല്ലെങ്കിൽ രണ്ടു വശങ്ങളുടെ നീളവും അവ ചേരുന്ന മൂലയിലെ കോണിന്റെ അളവും അതുമല്ലെങ്കിൽ ഒരു വശത്തിന്റെ നീളവും അതിലെ രണ്ടു കോണുകളുടെ അളവും തന്നാൽ മതിയെന്ന് നമുക്കറിയാം.

കൂടാതെ ത്രികോണത്തിന്റെ ചുറ്റളവും വശങ്ങളുടെ നീളം തമ്മിലുള്ള അംശബന്ധവും അറിയാമെങ്കിൽ ത്രികോണം നിർമിക്കുന്നതിന് ചുറ്റളവ് നീളമായി വരുന്ന ഒരു വര വരച്ച് അതിനെ വശങ്ങളുടെ നീളം തമ്മിലുള്ള അംശബന്ധത്തിൽ ഭാഗിച്ച് ത്രികോണം വരയ്ക്കാമെന്നും നാം മനസ്സിലാക്കിയിട്ടുണ്ട്.

ഒരേ കോണളവുള്ള അനേകം ത്രികോണങ്ങൾ ഉള്ളതുകൊണ്ട് മൂന്നു കോണുകളുടെ അളവ് മാത്രം തന്നാൽ ഒരു നിശ്ചിത ത്രികോണം നിർമിക്കാൻ കഴിയില്ല. കോണളവുകളോടൊപ്പം പരിവൃത്ത ആരമോ അന്തർവൃത്ത ആരമോ അറിയാമെങ്കിൽ പരിവൃത്തത്തിന്റെ / അന്തർവൃത്തത്തിന്റെ കേന്ദ്രകോണുകളുടെ പ്രത്യേകത ഉപയോഗിച്ച് ത്രികോണം നിർമിക്കാം. എന്നാൽ കോണുകളുടെ അളവിനോടൊപ്പം ത്രികോണത്തിന്റെ ചുറ്റളവ് കൂടി തന്നാലോ. ത്രികോണം നിർമിക്കാൻ സാധിക്കുമോയെന്ന് നോക്കാം.

2.2.1. ത്രികോണത്തിന്റെ ചുറ്റളവും കോണുകളും

ചിത്രം നോക്കുക.

$\triangle ABC$ യിൽ $\angle ABC$, $\angle ACB$ എന്നീ കോണുകളുടെ സമഭാജികൾ D യിൽ സംഗമിക്കുന്നു. AB ക്കും AC ക്കും സമാന്തരമായി D യിൽ കൂടി വരയ്ക്കുന്ന വരകൾ BC യെ E , F എന്നീ ബിന്ദുക്കളിൽ ഖണ്ഡിക്കുന്നു.

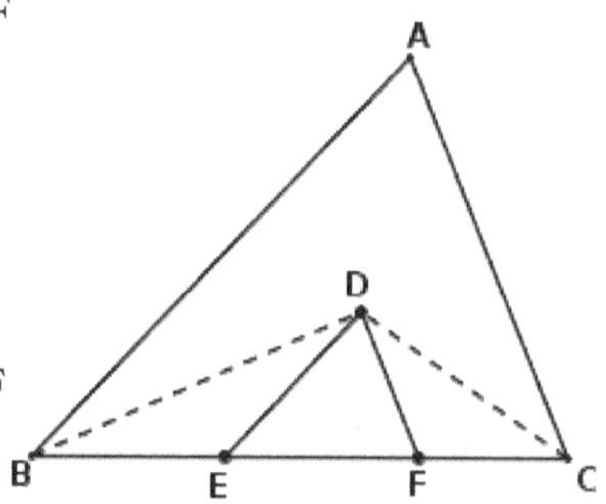

$\angle BDE = \angle ABD = \angle DBE.$

$\angle CDF = \angle ACD = \angle DCF.$

അതുകൊണ്ട് $BE = DE$,

$CF = DF$.

$\triangle DEF$ ന്റെ ചുറ്റളവ് $= DE+EF+DF$

$= BE + EF + FC$

$= BC$.

ഈ വസ്തുത ഉപയോഗിച്ച് ചുറ്റളവും കോണുകളുടെ അളവും അറിയാവുന്ന ത്രികോണം നിർമിക്കാൻ സാധിക്കും.

ഉദാ(1) :- $\triangle ABC$ യുടെ ചുറ്റളവ് 7 സെ.മീ. $\angle ABC = 49°$, $\angle ACB = 57°$. ത്രികോണം നിർമിക്കുക.

7 സെ.മീ. നീളത്തിൽ PQ എന്ന വര വരയ്ക്കുക. $\angle QPR = 49°$, $\angle PQR = 57°$ ആകത്തക്കവിധം $\triangle PQR$ നിർമിക്കുക.
$\angle QPR$, $\angle PQR$ എന്നീ കോണുകളുടെ സമഭാജികൾ വരച്ച് സംഗമബിന്ദു A അടയാളപ്പെടുത്തുക. A യിൽ കൂടി PR ന് സമാന്തരമായും QR ന് സമാന്തരമായും ഓരോ വര വരയ്ക്കുക. ഈ വരകൾ PQ നെ യഥാക്രമം B , C എന്നീ ബിന്ദുക്കളിൽ മുറിച്ചുകടക്കുന്നുവെന്നിരിക്കട്ടെ.
അപ്പോൾ $\angle ABC = 49°$, $\angle ACB = 57°$ ആയിരിക്കും.
കൂടാതെ $\angle PAB = \angle APR = \angle APB$,
$\angle QAC = \angle AQR = \angle AQC$.
അതുകൊണ്ട് $AB = PB$, $AC = CQ$.

$\triangle ABC$ യുടെ ചുറ്റളവ് $= AB + BC + AC$
$= PB + BC + CQ$
$= PQ =$ 7 സെ.മീ.

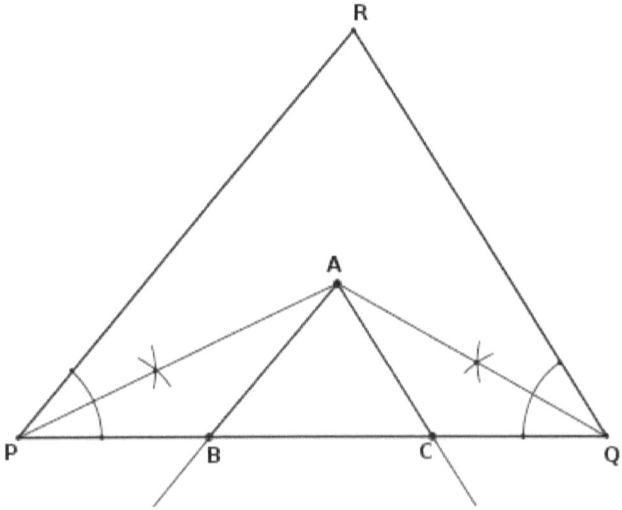

2.2.2. സമപാർശ്വത്രികോണത്തിന്റെ ചുറ്റളവും ഒരു കോണും

സമപാർശ്വത്രികോണമാകുമ്പോൾ രണ്ടു വശങ്ങളുടെ നീളം തുല്യമാണ്. ആ വശങ്ങൾക്കെതിരെയുള്ള കോണുകളും തുല്യമാണ്. സമപാർശ്വത്രികോണത്തിന്റെ തുല്യവശങ്ങൾ ഏതാണെന്ന് അറിയാമെങ്കിൽ ഒരു കോണിന്റെ അളവ് തന്നാൽ മറ്റു കോണുകളുടെ അളവ് കണക്കാക്കാം. ചുറ്റളവും ഒരു കോണിന്റെ അളവും തന്നാൽ സമപാർശ്വത്രികോണം നിർമിക്കുന്നതെങ്ങിനെയെന്ന് അടുത്ത ഉദാഹരണത്തിൽ വിശദമാക്കുന്നു.

ഉദാ :- $\triangle PQR$ ന്റെ ചുറ്റളവ് 6.5 സെ.മീ. , $PQ = PR$, $\angle PQR = 37°$ ത്രികോണം നിർമിക്കുക.

6.5 സെ.മീ. നീളത്തിൽ AB എന്ന വര വരച്ച് അതിന്റെ ലംബസമഭാജി വരയ്ക്കുക. AB ഒരു ഭുജമാകത്തക്കവിധം A യിൽ 37° അളവിൽ വരയ്ക്കുന്ന കോൺ , ലംബസമഭാജിയെ C എന്ന ബിന്ദുവിൽ ഖണ്ഡിക്കുന്നു. ലംബസമഭാജിയെ P എന്ന ബിന്ദുവിൽ മുറിച്ചുകടക്കുന്ന വിധത്തിൽ $\angle BAC$ യുടെ സമഭാജി വരയ്ക്കുക. AC യ്ക്ക് സമാന്തരമായി P യിൽ കൂടി വരയ്ക്കുന്ന വര AB യെ Q എന്ന ബിന്ദുവിൽ ഖണ്ഡിക്കുന്നു. P കേന്ദ്രമായി PQ ആരത്തിൽ വരയ്ക്കുന്ന ചാപം AB യെ R എന്ന ബിന്ദുവിൽ ഖണ്ഡിക്കുന്നു.

$PQ = PR$, $\angle PQR = 37°$. കൂടാതെ $\angle APQ = \angle PAC = \angle PAQ$. അതുകൊണ്ട് $PQ = AQ$. $\triangle PQR$ ന്റെ ചുറ്റളവ് $= AB = 6.5$ സെ.മീ.

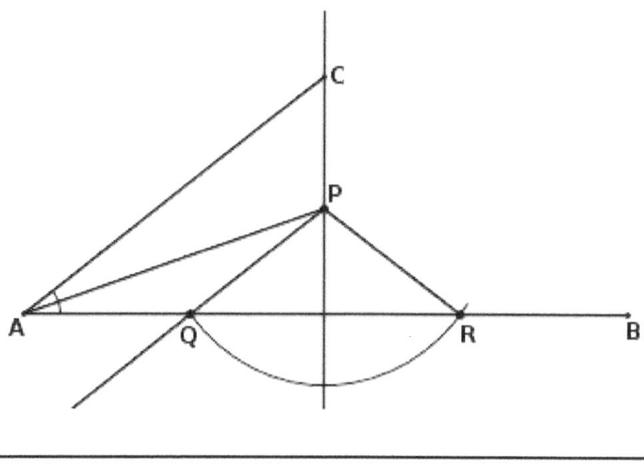

2.2.3. മട്ടത്രികോണത്തിന്റെ ചുറ്റളവും ലംബവശങ്ങളുടെ അംശബന്ധവും

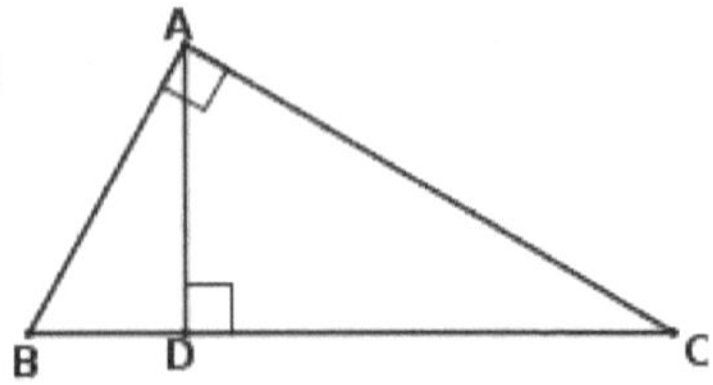

ചിത്രത്തിൽ $\angle BAC = 90^\circ$. A യിൽ നിന്നും BC യിലേക്കുള്ള ലംബമാണ് AD.
അപ്പോൾ $\angle BAD = \angle ACD$,
$\angle ABD = \angle CAD$ ആകുന്നു.
അതായത് $\triangle BAD$, $\triangle ACD$, $\triangle BCA$ എന്നീ ത്രികോണങ്ങൾ സദൃശമാണ്. അതുകൊണ്ട് അവയുടെ തുല്യകോണുകൾക്ക് എതിരെയുള്ള വശങ്ങൾ ആനുപാതികമായിരിക്കും.

$$\frac{BD}{AB} = \frac{AB}{BC} \quad , \quad \frac{DC}{AC} = \frac{AC}{BC}$$

അപ്പോൾ $BD = \dfrac{AB^2}{BC}$, $DC = \dfrac{AC^2}{BC}$

അതുകൊണ്ട് $BD : DC = AB^2 : AC^2$

അതായത് ഒരു മട്ടത്രികോണത്തിന്റെ മട്ടമൂലയിൽ നിന്നും കർണത്തിലേക്കുള്ള ലംബം , കർണത്തെ ലംബവശങ്ങളുടെ വർഗങ്ങളുടെ അംശബന്ധത്തിൽ ഭാഗിക്കും.

ഈ ചിത്രം നോക്കൂ. PQ എന്ന വരയെ $a : b$ എന്ന അംശബന്ധത്തിൽ ഭാഗിക്കുന്ന ബിന്ദു R എന്നിരിക്കട്ടെ. PQ ന് ലംബമായി R ൽ കൂടിയുള്ള വര PQ വ്യാസമായ അർധവൃത്തത്തെ S എന്ന ബിന്ദുവിൽ മുറിച്ചുകടക്കുന്നുവെങ്കിൽ $\angle PSQ = 90^\circ$ ആയിരിക്കും.

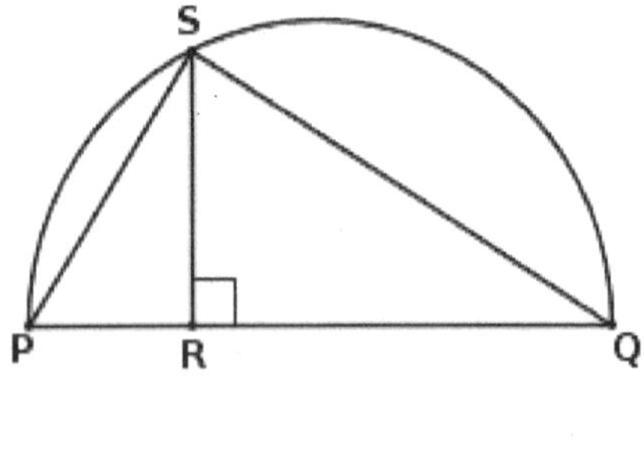

$PR : RQ = a : b$ ആയതുകൊണ്ട് $PR = ka$ എന്നും $RQ = kb$ എന്നുമെടുക്കാം.

$RS^2 = PR \times RQ$ ആയതിനാൽ $RS = k\sqrt{ab}$

$\triangle$PSR , $\triangle$SQR എന്നിവ സദൃശത്രികോണങ്ങൾ ആണല്ലോ.

അപ്പോൾ $$\frac{PS}{QS} = \frac{PR}{RS} = \frac{ka}{k\sqrt{ab}} = \frac{\sqrt{a}}{\sqrt{b}}$$

അതായത് മട്ടത്രികോണം PSQ ന്റെ ലംബവശങ്ങളുടെ അംശബന്ധം $\sqrt{a} : \sqrt{b}$ ആകുന്നു.

ഈ ആശയങ്ങളുടെ സഹായത്തോടെ ചുറ്റളവും ലംബവശങ്ങളുടെ അംശബന്ധവും അറിയാവുന്ന മട്ടത്രികോണം നിർമിക്കുന്നതെങ്ങിനെയെന്ന് നോക്കാം.

ഉദാ :- $\triangle$ABC യുടെ ചുറ്റളവ് 8 സെ.മീ. , $\angle$BAC = 90°.
AB : AC = 2 : 3 ആകത്തക്കവിധം ത്രികോണം നിർമിക്കുക.

8 സെ.മീ. നീളത്തിൽ PQ എന്ന വര വരച്ച് അതിൽ PR : RQ = 4 : 9 ആകത്തക്കവിധം R എന്ന ബിന്ദു അടയാളപ്പെടുത്തുക.

PQ വ്യാസമായി അർധവൃത്തം വരയ്ക്കുക.അർധവൃത്തത്തെ S ൽ മുറിച്ചുകടക്കുന്ന വിധത്തിൽ PQ ന് ലംബമായി R ൽ കൂടി ഒരു വര വരയ്ക്കുക. $\triangle$PSQ വരയ്ക്കുക. അപ്പോൾ $\angle$PSQ = 90° ,

മട്ടത്രികോണം PSQ ൽ ലംബവശങ്ങളുടെ അംശബന്ധം (PS : QS) $\sqrt{4} : \sqrt{9}$ ആയിരിക്കും. അതായത് PS : QS = 2 : 3

$\angle$QPS , $\angle$PQS എന്നീ കോണുകളുടെ സമഭാജികൾ വരച്ച് സംഗമബിന്ദു A അടയാളപ്പെടുത്തുക. A യിൽ കൂടി PS ന് സമാന്തരമായും QS ന് സമാന്തരമായും ഓരോ വര വരയ്ക്കുക. ഈ വരകൾ PQ നെ യഥാക്രമം B , C എന്നീ ബിന്ദുക്കളിൽ മുറിച്ചുകടക്കുന്നുവെന്നിരിക്കട്ടെ.

അപ്പോൾ $\angle$ABC = $\angle$SPQ , $\angle$ACB = $\angle$SQP ആയിരിക്കും.

$\triangle$ABC , $\triangle$SPQ എന്നീ ത്രികോണങ്ങൾ സദൃശമാണ്.

അതുകൊണ്ട് AB : AC = PS : QS = 2 : 3 .

$\angle PAB = \angle APS = \angle APB$, $\angle QAC = \angle AQS = \angle AQC$.

അതുകൊണ്ട് AB = PB. AC = QC .

അപ്പോൾ $\triangle ABC$ യുടെ ചുറ്റളവ് = PQ = 8 സെ.മീ.

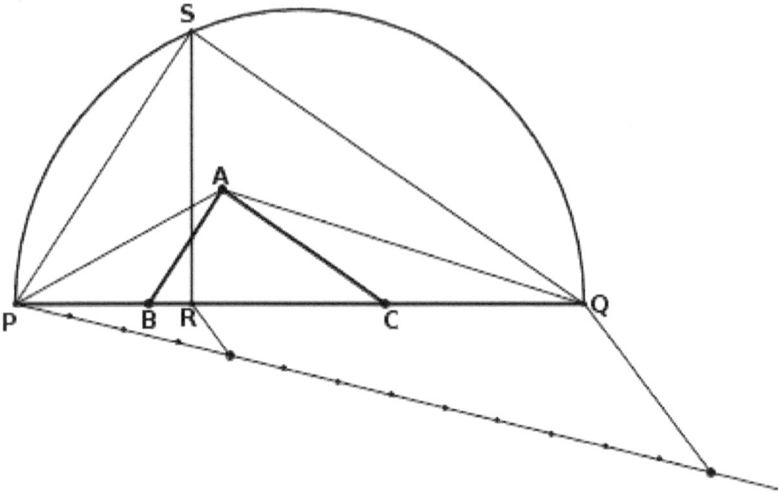

? ചുറ്റളവ് 7 സെ.മീ. ആയ സമപാർശ്വമട്ടത്രികോണം നിർമിക്കുക. (നിർമിതി അനുബന്ധം 2 ൽ)

2.3. പരപ്പളവും വരയുടെ നീളവും

ഒരു വരയുടെ നീളം എന്നത് സ്കെയിൽ ഉപയോഗിച്ച് നേരിട്ട് അളന്നെഴുതാൻ കഴിയുന്ന അളവാണ്. അതുകൊണ്ടുതന്നെ ഒരു ബഹുഭുജത്തിന്റെ ചുറ്റളവും നേരിട്ട് അളന്നെഴുതാം. എന്നാൽ ത്രികോണത്തിന്റെയോ ചതുരത്തിന്റെയോ മറ്റു ബഹുഭുജങ്ങളുടെയോ പരപ്പളവ് നേരിട്ട് അളന്നെഴുതാൻ കഴിയുന്ന ഒന്നല്ല. വരകളുടെ നീളങ്ങളും കോണുകളുടെ അളവുകളും ഉപയോഗിച്ച് കണക്കുകൂട്ടിയാണ് പരപ്പളവ് കണക്കാക്കുന്നത്.

ത്രികോണത്തിന്റെ പരപ്പളവ് (A) , അതിന്റെ ഒരു വശത്തിന്റെ നീളവും (b) എതിർമൂലയിൽ നിന്നും ആ വശത്തേക്കുള്ള ഉന്നതിയും (h) അളന്ന് $A = \frac{bh}{2}$ എന്ന വാക്യം ഉപയോഗിച്ചോ , മൂന്നു വശങ്ങളുടെയും നീളങ്ങൾ (a, b, c) അളന്ന് $A = \sqrt{s(s-a)(s-b)(s-c)}$, (s - അർദ്ധചുറ്റളവ്) എന്ന വാക്യം ഉപയോഗിച്ചോ , രണ്ടു വശങ്ങളുടെ നീളങ്ങളും (a, b) ആ വശങ്ങൾക്കിടയിലെ കോണും (θ) അളന്ന് $A = \frac{1}{2} \times ab \times sin\theta$ എന്ന വാക്യം ഉപയോഗിച്ചോ കണക്കാക്കാമെന്ന് പഠിച്ചിട്ടുണ്ട്. അതുപോലെ ഒരു വശത്തിന്റെ നീളം (a) ഉപയോഗിച്ച് സമചതുരത്തിന്റെ പരപ്പളവ് $A = a^2$ എന്നും സമഭുജത്രികോണത്തിന്റെ പരപ്പളവ് $A = \frac{\sqrt{3}a^2}{4}$ എന്നും സമഷഡ്ഭുജത്തിന്റെ പരപ്പളവ് $A = \frac{3\sqrt{3}a^2}{2}$ എന്നും കാണാം.

ഒന്നാം ഭാഗത്തിൽ വിശദീകരിച്ച ജ്യാമിതീയതത്വങ്ങളുടെയും നിർമിതികളുടെയും സഹായത്തോടെ ബഹുഭുജങ്ങളുടെ പരപ്പളവിനെ കുറിക്കുന്ന സംഖ്യ നീളമായി വരുന്ന വര നിർമിക്കാൻ സാധിക്കും. അപ്പോൾ പരപ്പളവ് കാണാൻ ആ വരയുടെ നീളം അളന്നാൽ മതിയല്ലോ. പരപ്പളവ് ഏത് ചതുരശ്രയൂണിറ്റിലാണോ കണക്കാക്കേണ്ടത്, ആ യൂണിറ്റ് ആരമുള്ള വൃത്തത്തെ (അതായത് യൂണിറ്റ് വൃത്തത്തെ) അടിസ്ഥാനമാക്കിയാണ് നിർമിതി സാധ്യമാക്കുന്നത്. അതായത് പരപ്പളവ് ചതുരശ്ര സെന്റിമീറ്ററിലാണെങ്കിൽ ഒരു സെന്റിമീറ്റർ ആരമുള്ള വൃത്തവും ചതുരശ്ര ഇഞ്ചിലാണെങ്കിൽ ഒരു ഇഞ്ച് ആരമുള്ള വൃത്തവും വരയ്ക്കുന്നു.

മട്ടത്രികോണവുമായി ബന്ധപ്പെട്ട് വിശദമാക്കിയ ആശയം ഉപയോഗപ്പെടുത്തിക്കൊണ്ട് ഒരു വരയുടെ നീളത്തിന്റെ വർഗം നീളമായി വരുന്ന മറ്റൊരു വര നിർമിക്കാൻ സാധിക്കുമെന്ന് ഒന്നാം ഭാഗത്തിൽ സൂചിപ്പിച്ചിട്ടുണ്ട്. (1.1.5)

ചിത്രത്തിൽ $OQ^2 = OP \times OR$ ആയതിനാൽ
$OP = 1$ യൂണിറ്റ്,
$OQ = a$ യൂണിറ്റ് ആകുമ്പോൾ
$OR = a^2$ യൂണിറ്റ് ആയിരിക്കും.

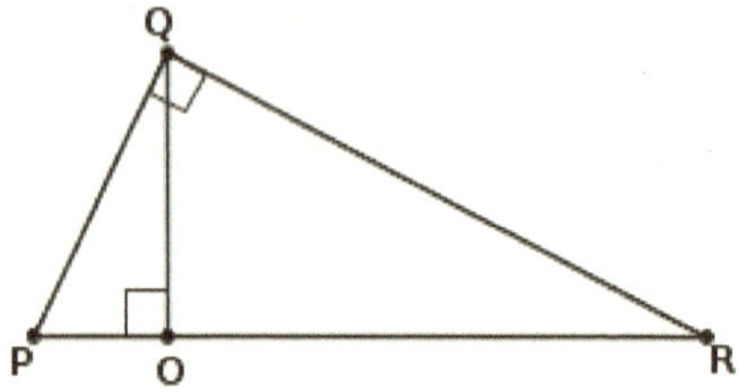

ഓരോ സമബഹുഭുജത്തിന്റെയും പരപ്പളവിനെ കുറിക്കുന്ന സംഖ്യ നീളമായി വരുന്ന വര നിർമിക്കുന്നതെങ്ങിനെയെന്നു നോക്കാം.

2.3.1. സമചതുരത്തിന്റെ പരപ്പളവ്

സമചതുരത്തിന്റെ വശത്തിന്റെ നീളം a ആയാൽ പരപ്പളവ് $= a^2$
സമചതുരത്തിന്റെ പരപ്പളവ് (ചതുരശ്രയൂണിറ്റിൽ) എത്രയാണോ , അത്രയും യൂണിറ്റ് നീളം വരുന്ന ഒരു വരയാണ് നിർമിക്കേണ്ടത്.

a യൂണിറ്റ് വശമായി സമചതുരം ABCD വരച്ച ശേഷം AB എന്ന വശം B യുടെ ഭാഗത്തേക്ക് നീട്ടിവരയ്ക്കുക. B കേന്ദ്രമായി ഒരു യൂണിറ്റ് ആരത്തിൽ വരയ്ക്കുന്ന വൃത്തം AB എന്ന വശത്തെ P യിൽ ഖണ്ഡിക്കുന്നുവെന്നിരിക്കട്ടെ. PC വരയ്ക്കുക. $BC = a$ ആകുന്നു.

അതിന്റെ വർഗം നീളമായി വരുന്ന വര ലഭിക്കുന്നതിന് , C എന്ന മൂലയിലെ കോൺ മട്ടകോൺ ആകത്തക്കവിധം PC ഒരു വശമായി മട്ടത്രികോണം നിർമിച്ചാൽ മതി. അതിന് AB എന്ന വരയെ Q ൽ മുറിച്ചുകടക്കുന്നവിധത്തിൽ PC യ്ക്ക് ലംബമായി C യിൽ കൂടി ഒരു വര വരയ്ക്കുക.
$\triangle PCQ$ ൽ $\angle PCQ = 90^\circ$, PQ ന് ലംബമാണ് CB.
അതുകൊണ്ട് $BC^2 = BP \times BQ$
$BP = 1$, $BC = a$ ആയതിനാൽ $BQ = a^2$

BQ ന്റെ നീളം എത്രയാണോ , അത്രയും ചതുരശ്രയൂണിറ്റാണ് സമചതുരം ABCD യുടെ പരപ്പളവ്.

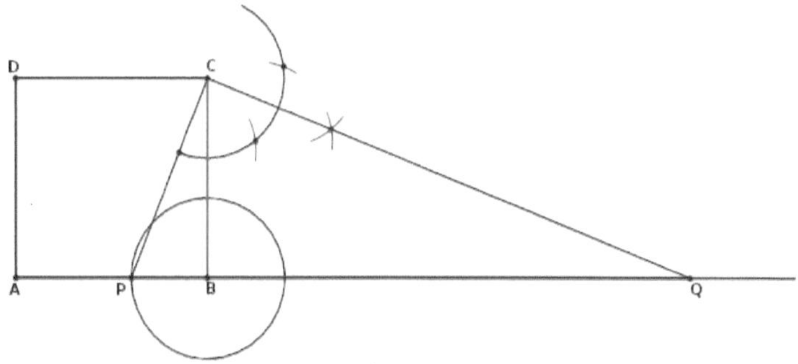

സമചതുരത്തിന്റെ പരപ്പളവ് വളരെ എളുപ്പത്തിൽ കണക്കാക്കാവുന്ന ഒന്നാണ്. മറ്റു സമബഹുഭുജങ്ങളുടെ കാര്യത്തിൽ വശത്തിന്റെ നീളം പൂർണസംഖ്യ ആണെങ്കിൽ പോലും പരപ്പളവ് അഭിന്നകമാണ്. അഭിന്നകസംഖ്യ ദശാംശരൂപത്തിൽ എഴുതുമ്പോൾ കിട്ടുന്ന ഏകദേശവിലയാണ് പരപ്പളവായി രേഖപ്പെടുത്തുന്നത്. അത്തരം ബഹുഭുജങ്ങളുടെ പരപ്പളവ് നീളമായി വരുന്ന വര വരയ്ക്കുകയാണെങ്കിൽ അഭിന്നകസംഖ്യകളുടെ ഏകദേശവില ഓർത്തുവെക്കേണ്ടതില്ലെന്ന സൗകര്യമുണ്ട്. വശത്തിന്റെ നീളം a യൂണിറ്റ് ആയ സമഭുജത്രികോണത്തിന്റെ പരപ്പളവ് കണ്ടെത്താൻ $\frac{\sqrt{3}a^2}{4}$യൂണിറ്റ് നീളമുള്ള വരയും സമഷഡ്ഭുജത്തിന്റെ പരപ്പളവ് കണ്ടെത്താൻ $\frac{3\sqrt{3}a^2}{2}$ യൂണിറ്റ് നീളമുള്ള വരയും ആണല്ലോ നിർമിക്കേണ്ടത്. അതെങ്ങിനെയെന്ന് നോക്കാം.

2.3.2. സമഭുജത്രികോണത്തിന്റെ പരപ്പളവ്

സമഭുജത്രികോണത്തിന്റെ വശത്തിന്റെ നീളം aആയാൽ

പരപ്പളവ് = $\frac{\sqrt{3}a^2}{4}$

$\frac{\sqrt{3}a^2}{4}$ യൂണിറ്റ് നീളമുള്ള വര വരയ്ക്കണമെന്നിരിക്കട്ടെ. ഒരു വരയുടെ നീളത്തിന്റെ വർഗം നീളമായി വരുന്ന മറ്റൊരു വര എങ്ങിനെ

നിർമിക്കാമെന്ന് മനസ്സിലാക്കിയല്ലോ. അപ്പോൾ $\sqrt{\frac{\sqrt{3}a^2}{4}}$ യൂണിറ്റ് നീളമുള്ള വര നിർമിക്കാൻ സാധിച്ചാൽ $\frac{\sqrt{3}a^2}{4}$ യൂണിറ്റ് നീളമുള്ള വര വരയ്ക്കാം.

ഒന്നാം ഭാഗത്തിൽ ചർച്ച ചെയ്ത നിർമിതികളിൽ ഉപയോഗിച്ച , അർധവൃത്തവുമായി ബന്ധപ്പെട്ട ആശയം ഇവിടെ പ്രയോജനപ്പെടുത്താം.

ചിത്രത്തിൽ $OR^2 = OP \times OQ$ ആയതിനാൽ

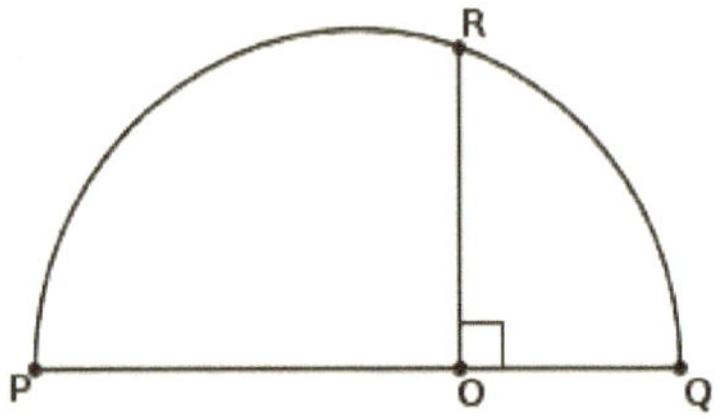

$OP = \sqrt{3}a$ യൂണിറ്റ് ,
$OQ = \frac{a}{4}$ യൂണിറ്റ് ആകുമ്പോൾ
$OR = \sqrt{\frac{\sqrt{3}a^2}{4}}$ യൂണിറ്റ് ആയിരിക്കും.

$\sqrt{\frac{\sqrt{3}a^2}{4}}$ യൂണിറ്റ് നീളമുള്ള വര നിർമിക്കുന്നതിന് , a യൂണിറ്റ് വശമായി സമഭുജത്രികോണം ABC വരയ്ക്കുക. AB എന്ന വശം നീട്ടിവരച്ചശേഷം അതിന് ലംബമായി A യിൽ കൂടി വര വരയ്ക്കുക. ആ വരയെ D യിൽ ഖണ്ഡിക്കുന്ന വിധത്തിൽ BC എന്ന വശം നീട്ടുക. $\angle BAD = 90°$, $\angle ABD = 60°$, $\angle ADB = 30°$.
$AB = a$ ആയതിനാൽ $AD = \sqrt{3}a$

AB യുടെ ലംബസമഭാജി വരച്ച് മധ്യബിന്ദു M ഉം AM ന്റെ ലംബസമഭാജി വരച്ച് മധ്യബിന്ദു N ഉം അടയാളപ്പെടുത്തുക.
$AM = \frac{a}{2}$, $AN = \frac{a}{4}$.

AD എന്ന വരയെ A യുടെ വലതുവശത്ത് E യിൽ ഖണ്ഡിക്കുന്ന വിധത്തിൽ A കേന്ദ്രമായി AN ആരത്തിൽ ചാപം വരയ്ക്കുക.
അപ്പോൾ $AE = \frac{a}{4}$.

DE യുടെ ലംബസമഭാജി വരച്ച് മധ്യബിന്ദു O അടയാളപ്പെടുത്തുക.

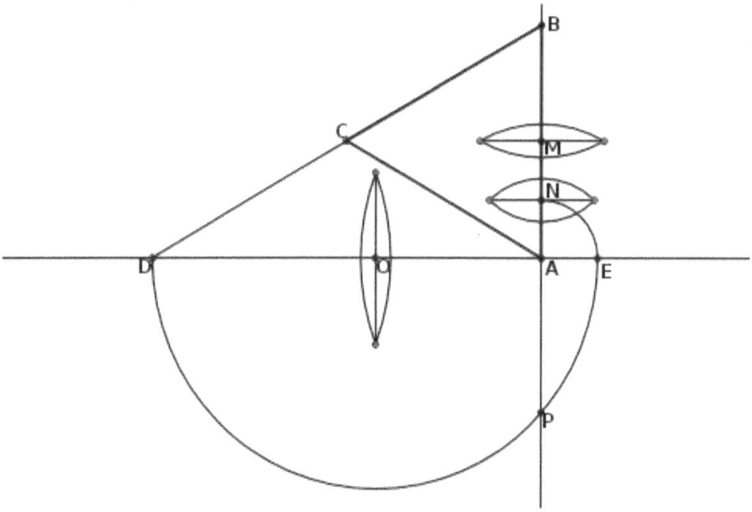

O കേന്ദ്രമായി DE വ്യാസത്തിൽ വരയ്ക്കുന്ന അർധവൃത്തം AB എന്ന വരയെ P ൽ ഖണ്ഡിക്കുന്നു.

$AP^2 = AD \times AE \quad = \sqrt{3}a \times \frac{a}{4} \quad = \frac{\sqrt{3}a^2}{4}$

അതായത് $AP = \sqrt{\frac{\sqrt{3}a^2}{4}}$

AP യുടെ വർഗം നീളമായി വരുന്ന വര നിർമിക്കുന്നതിന് , A കേന്ദ്രമായി ഒരു യൂണിറ്റ് ആരത്തിൽ വൃത്തം വരയ്ക്കുക. വൃത്തം AD എന്ന വരയെ Q ൽ ഖണ്ഡിക്കുന്നുവെന്നിരിക്കട്ടെ. PQ യോജിപ്പിക്കുക. AD എന്ന വരയെ R ൽ മുറിച്ചുകടക്കുന്നവിധത്തിൽ PQ ന് ലംബമായി P ൽക്കൂടി ഒരു വര വരയ്ക്കുക.

$\triangle QPR$ ൽ $\angle QPR = 90^\circ$, QR ന് ലംബമാണ് PA .
അപ്പോൾ $AP^2 = AQ \times AR$

$AQ = 1$, $AP^2 = \frac{\sqrt{3}a^2}{4}$ ആയതിനാൽ $AR = \frac{\sqrt{3}a^2}{4}$

AR ന്റെ നീളം എത്രയാണോ , അത്രയും ചതുരശ്രയൂണിറ്റാണ് സമഭുജത്രികോണംABC യുടെ പരപ്പളവ്.

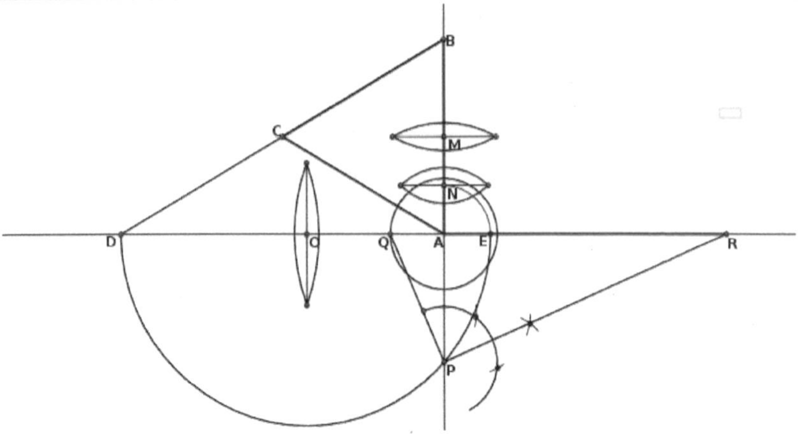

2.3.3. സമഷഡ്ഭുജത്തിന്റെ പരപ്പളവ്

സമഭുജത്രികോണത്തിന്റേതെന്ന പോലെ സമഷഡ്ഭുജത്തിന്റെ പരപ്പളവിനെ കുറിക്കുന്ന സംഖ്യ നീളമായി വരുന്ന വരയും നിർമിക്കാം. സമഷഡ്ഭുജത്തിന്റെ വശത്തിന്റെ നീളം a യൂണിറ്റ് ആയാൽ

പരപ്പളവ് $= \dfrac{3\sqrt{3}a^2}{2}$

$\dfrac{3\sqrt{3}a^2}{2}$ യൂണിറ്റ് നീളമുള്ള വര വരയ്ക്കണമെങ്കിൽ , $\sqrt{\dfrac{3\sqrt{3}a^2}{2}}$ യൂണിറ്റ് നീളമുള്ള വര വരച്ച് , അതിന്റെ വർഗം നീളമായി വരുന്ന വര നിർമിച്ചാൽ മതിയല്ലോ.

ചിത്രത്തിൽ $OR^2 = OP \times OQ$ ആയതിനാൽ

$OP = \sqrt{3}a$ യൂണിറ്റ്,

$OQ = \dfrac{3a}{2}$ യൂണിറ്റ് ആകുമ്പോൾ

$OR = \sqrt{\dfrac{3\sqrt{3}a^2}{2}}$ യൂണിറ്റ്

ആയിരിക്കും.

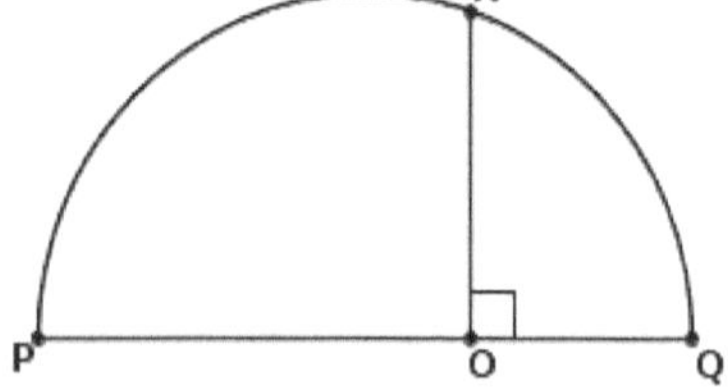

വരച്ച് നോക്കാമല്ലോ . (നിർമിതി അനുബന്ധം 2 ൽ)

സമചതുരം , സമഭുജത്രികോണം , സമഷ്ഡ്ഭുജം എന്നിവയുടെ പരപ്പളവ് കണക്കാക്കുന്നതിൽ നിന്നും അല്പം വ്യത്യസ്തമായ ഒന്നാണ് സമപഞ്ചഭുജത്തിന്റെ പരപ്പളവ്.

2.3.4. സമപഞ്ചഭുജത്തിന്റെ പരപ്പളവ്

വശത്തിന്റെ നീളം a ആയ സമപഞ്ചഭുജത്തിന്റെ

പരപ്പളവ് $= \dfrac{5a^2tan54}{4}$.

ഇവിടെ $\dfrac{5a^2tan54}{4}$ യൂണിറ്റ് നീളമുള്ള വരയാണ് നിർമിക്കേണ്ടത്.

അപ്പോൾ $\sqrt{\dfrac{5a^2tan54}{4}}$ യൂണിറ്റ് നീളമുള്ള വര നിർമിച്ച് അതിന്റെ വർഗം നീളമായി വരുന്ന വര വരച്ചാൽ മതി.

ചിത്രത്തിൽ $OR^2 = OP \times OQ$ ആയതിനാൽ

$OP = \dfrac{5a}{4}$ യൂണിറ്റ് ,
$OQ = atan54$ യൂണിറ്റ് ആകുമ്പോൾ

$OR = \sqrt{\dfrac{5a^2tan54}{4}}$ യൂണിറ്റ് ആയിരിക്കും.

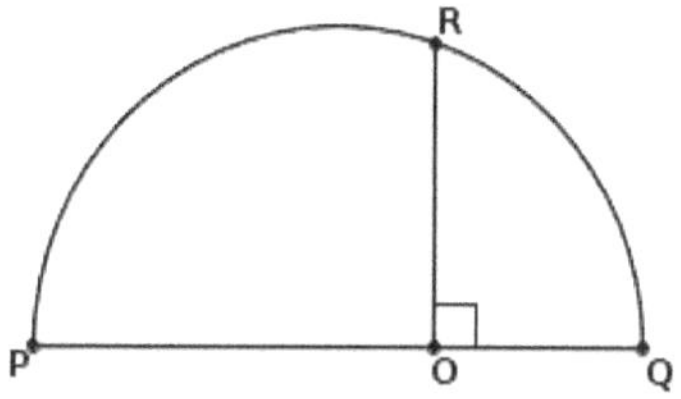

a യൂണിറ്റ് വശമായി സമപഞ്ചഭുജംABCDE വരയ്ക്കുക. AB എന്ന വശം നീട്ടിവരച്ചശേഷം അതിന് ലംബമായി A യിൽ കൂടി വര വരയ്ക്കുക. ഈ വരയെ F എന്ന ബിന്ദുവിൽ സംഗമിക്കുന്ന വിധത്തിൽ $\angle ABC$ യുടെ സമഭാജി വരയ്ക്കുക.

$\angle ABC = 108^\circ$ അതുകൊണ്ട് $\angle ABF = 54^\circ$

$\triangle ABF$ ൽ $\angle BAF = 90^\circ$, $\angle ABF = 54^\circ$, $AB = a$ ആയതിനാൽ

$AF = atan54$

AB എന്ന വരയെ G യിൽ ഖണ്ഡിക്കുന്ന വിധത്തിൽ B കേന്ദ്രമായി BA ആരത്തിൽ ചാപം വരയ്ക്കുക. BG യുടെ മധ്യബിന്ദു H ഉം BH ന്റെ മധ്യബിന്ദു K യും അടയാളപ്പെടുത്തുക.

അപ്പോൾ BK = $\frac{a}{4}$, AK = $a+\frac{a}{4}=\frac{5a}{4}$

A കേന്ദ്രമായി AK ആരത്തിൽ വരയ്ക്കുന്ന ചാപം AF എന്ന വരയെ L എന്ന ബിന്ദുവിൽ ഖണ്ഡിക്കുന്നു. AL = $\frac{5a}{4}$

FL വ്യാസത്തിൽ വരയ്ക്കുന്ന അർധവൃത്തം BA എന്ന വരയെ P യിൽ ഖണ്ഡിക്കുന്നു.

$AP^2 = AL \times AF = \frac{5a}{4} \times a tan54 = \frac{5a^2 tan54}{4}$

അതായത് AP = $\sqrt{\frac{5a^2 tan54}{4}}$

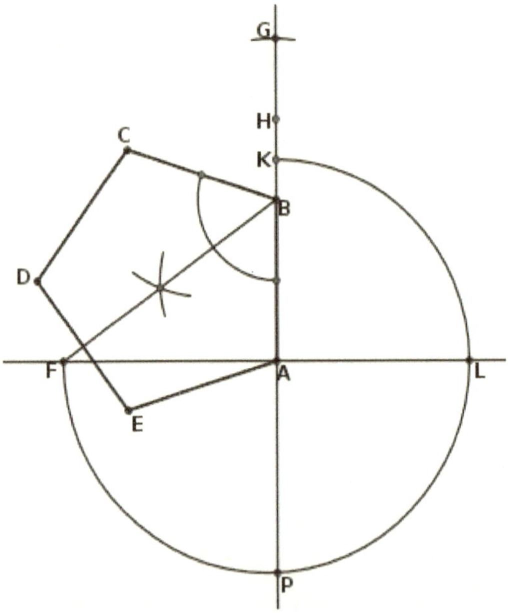

A കേന്ദ്രമായി ഒരു യൂണിറ്റ് ആരത്തിൽ വൃത്തം വരയ്ക്കുക. വൃത്തം AF എന്ന വരയെ Q ൽ ഖണ്ഡിക്കുന്നുവെന്നിരിക്കട്ടെ. PQ വരയ്ക്കുക. FA എന്ന വരയെ R ൽ മുറിച്ചുകടക്കുന്നവിധത്തിൽ PQ ന് ലംബമായി P ൽ കൂടി ഒരു വര വരയ്ക്കുക.

$\triangle QPR$ ൽ $\angle QPR = 90^\circ$, QR ന് ലംബമാണ് PA

$AP^2 = AQ \times AR$

AQ = 1 , $AP^2 = \frac{5a^2tan54}{4}$ ആയതിനാൽ

$AR = \frac{5a^2tan54}{4}$

AR ന്റെ നീളം എത്രയാണോ , അത്രയും ചതുരശ്രയൂണിറ്റാണ് സമപഞ്ചഭുജത്തിന്റെ പരപ്പളവ്.

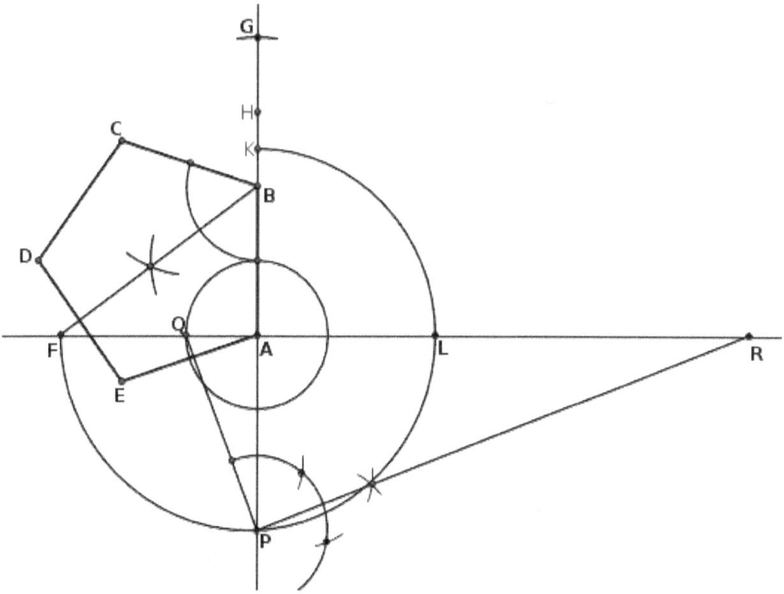

2.3.5. സമഅഷ്ടഭുജത്തിന്റെ പരപ്പളവ്

ഇതുവരെ ചർച്ച ചെയ്ത സമബഹുഭുജങ്ങളിൽ നിന്നും കുറച്ച് വ്യത്യസ്തമായ ഒന്നാണ് സമഅഷ്ടഭുജം . വശത്തിന്റെ നീളം aയും വശത്തിന് സമാന്തരമായ വികർണത്തിന്റെ നീളം d യും ആയ സമഅഷ്ടഭുജത്തിന്റെ പരപ്പളവ് = $2ad$

$2ad$ യൂണിറ്റ് നീളമുള്ള വര ലഭിക്കാൻ ആദ്യം ഏത് വര നിർമിക്കണമെന്ന് ഊഹിക്കാമല്ലോ.

$\sqrt{2ad}$ യൂണിറ്റ് നീളമുള്ള വര നിർമിക്കാൻ എന്താണ് മാർഗം ?

ചിത്രത്തിൽ $OR^2 = OP \times OQ$ ആയതിനാൽ $OQ = 2a$ യൂണിറ്റ് ,$OP = d$ യൂണിറ്റ് ആകുമ്പോൾ $OR = \sqrt{2ad}$ യൂണിറ്റ് ആയിരിക്കും.

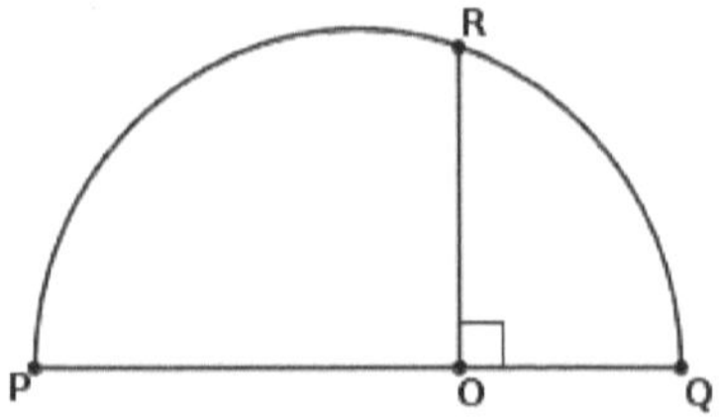

വശത്തിന്റെ നീളം a യും വശത്തിന് സമാന്തരമായ വികർണത്തിന്റെ നീളം d യും ആയി സമഅഷ്ടഭുജംABCDEFGH വരച്ച ശേഷം AF എന്ന വികർണവും AB എന്ന വശവും ഇരുഭാഗത്തേക്കും നീട്ടിവരയ്ക്കുക. $AB = a$, $AF = d$
ലംബവരയെ J എന്ന ബിന്ദുവിൽ മുറിച്ചുകടക്കുന്ന വിധത്തിൽ B കേന്ദ്രമായി BC ആരത്തിലും FA എന്ന വരയെ K യിൽ മുറിച്ചുകടക്കുന്ന വിധത്തിൽ A കേന്ദ്രമായി AJ ആരത്തിലും ചാപങ്ങൾ വരയ്ക്കുക. അപ്പോൾ $BJ = a$, $AJ = 2a$, $AK = 2a$.

FK വ്യാസമായി വരയ്ക്കുന്ന അർധവൃത്തം ലംബവരയെ P എന്ന ബിന്ദുവിൽ ഖണ്ഡിച്ചാൽ AP എന്തായിരിക്കും ?

$AP = \sqrt{2ad}$

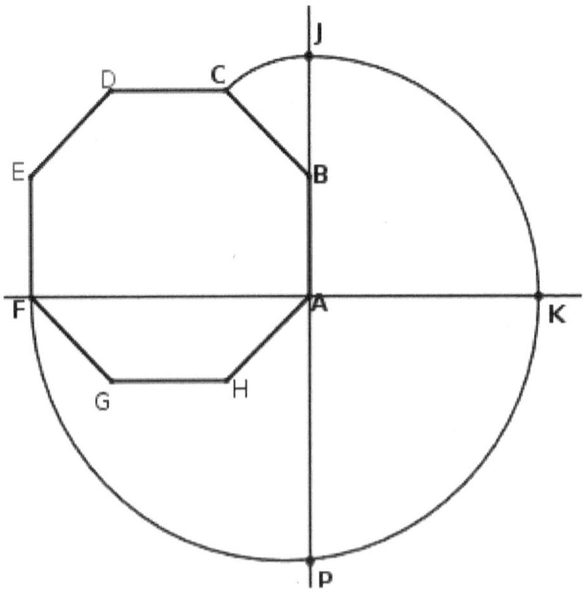

A കേന്ദ്രമായി ഒരു യൂണിറ്റ് ആരത്തിൽ വൃത്തം വരയ്ക്കുക. വൃത്തം AF എന്ന വികർണത്തെ Q ൽ ഖണ്ഡിക്കുന്നുവെന്നിരിക്കട്ടെ. PQ യോജിപ്പിച്ച് അതിന് ലംബമായി P ൽക്കൂടി ഒരു വര വരയ്ക്കുക. ഈ വര FA എന്ന വരയെ R ൽ മുറിച്ചുകടക്കുന്നുവെങ്കിൽ AR = $2ad$ ആയിരിക്കുമല്ലോ. അതായത് AR ന്റെ നീളം എത്രയാണോ , അത്രയും ചതുരശ്രയൂണിറ്റാണ് സമഅഷ്ടഭുജത്തിന്റെ പരപ്പളവ്.

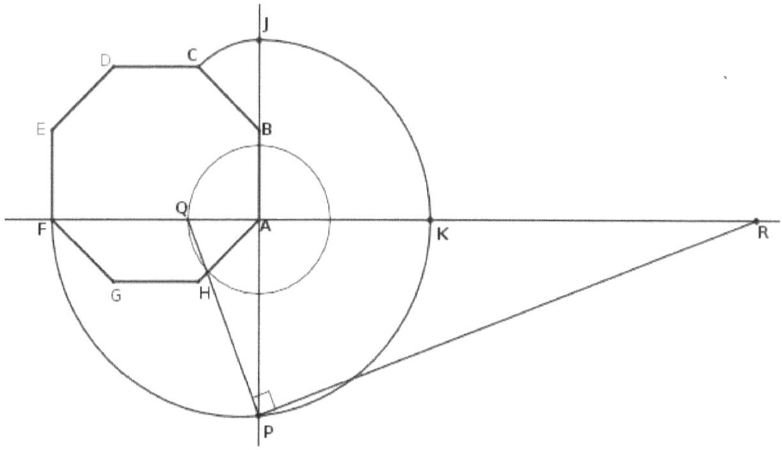

2.3.6. സമബഹുഭുജത്തിന്റെ പരപ്പളവ്

ഏതൊരു സമബഹുഭുജത്തിന്റെയും പരപ്പളവ് കാണുന്നതിനുള്ള സമവാക്യം ഒന്നാം ഭാഗത്തിൽ വിശദീകരിച്ചിട്ടുണ്ടല്ലോ.

പൊതുവെ പറഞ്ഞാൽ , n വശങ്ങളുള്ള സമബഹുഭുജത്തിന്റെ ഒരു വശത്തിന്റെ നീളം a , ഒരു കോണിന്റെ അളവ് θ ആണെങ്കിൽ അതിന്റെ പരപ്പളവ് $= \frac{na^2}{4} \times tan\left(\frac{\theta}{2}\right)$ എന്നും

ഇരട്ട എണ്ണം വശങ്ങളുള്ള സമബഹുഭുജത്തിന്റെ ഒരു വശത്തിന്റെ നീളം a യും ആ വശത്തിന് ലംബമായ വികർണത്തിന്റെ നീളം dയും ആണെങ്കിൽ അതിന്റെ പരപ്പളവ് $= \frac{n}{4} \times ad$ എന്നും അറിയാം.

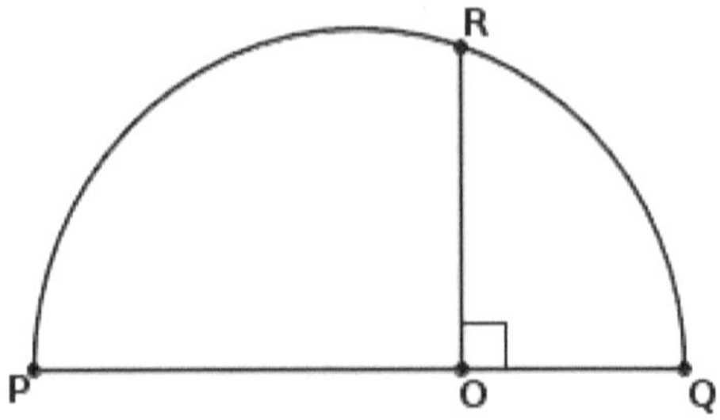

ചിത്രത്തിൽ $OR^2 = OP \times OQ$ ആയതിനാൽ

$OP = \frac{na}{4}$, $OQ = a \times tan\left(\frac{\theta}{2}\right)$ ആകുമ്പോൾ

$OR^2 = \frac{na^2}{4} \times tan\left(\frac{\theta}{2}\right)$ ആയിരിക്കും.

$OP = \frac{na}{4}$, $OQ = d$ ആകുമ്പോൾ $OR^2 = \frac{n}{4} \times ad$ ആയിരിക്കും.

സമദശഭുജത്തിന്റെ പരപ്പളവ് $= \frac{5a^2tan72}{2}$ അല്ലെങ്കിൽ $\frac{5ad}{2}$

സമദ്വാദശഭുജത്തിന്റെ പരപ്പളവ് $= 3a^2(2+\sqrt{3})$ അല്ലെങ്കിൽ $3ad$

? സമദശഭുജവും സമദ്വാദശഭുജവും വരച്ച് ഓരോന്നിന്റെയും പരപ്പളവ്, നീളമായി വരുന്ന വര നിർമിക്കുക (വിശദാംശങ്ങൾ അനുബന്ധം 2 ൽ)

സമബഹുഭുജങ്ങളുടെ പരപ്പളവ് കണക്കാക്കാൻ അവയുടെ ഒരു വശത്തിന്റെ നീളം അറിഞ്ഞാൽ മതി. എന്നാൽ ത്രികോണത്തിന്റെ പരപ്പളവ് കണക്കാക്കാൻ ഒരു വശത്തിന്റെ നീളവും ആ വശത്തേക്കുള്ള ഉന്നതിയും അറിയണം. അതുപോലെ ലംബകത്തിന്റെ പരപ്പളവ് കണക്കാക്കാൻ സമാന്തരവശങ്ങളുടെ നീളവും അവ തമ്മിലുള്ള അകലവും അറിയണം. ത്രികോണത്തിന്റെയും ലംബകത്തിന്റെയും പരപ്പളവ് ആയ സംഖ്യ നീളമായി വരുന്ന വര നിർമിക്കുന്നതെങ്ങിനെയെന്ന് നോക്കാം.

2.3.7. ത്രികോണത്തിന്റെയും ലംബകത്തിന്റെയും പരപ്പളവ്

ത്രികോണത്തിന്റെ ഒരു വശത്തിന്റെ നീളം b , എതിർമൂലയിൽ നിന്നും ആ വശത്തേക്കുള്ള ഉന്നതി h ആണെങ്കിൽ പരപ്പളവ് = $\frac{bh}{2}$. $\sqrt{\frac{bh}{2}}$ യൂണിറ്റ് നീളമുള്ള വര വരച്ച് , അതിന്റെ വർഗം നീളമായി വരുന്ന വര നിർമിച്ചാൽ ത്രികോണത്തിന്റെ പരപ്പളവ് ആയ സംഖ്യ നീളമായി വരുന്ന വരയായി.

ത്രികോണംABC വരയ്ക്കുക. (AB = b , C യിൽ നിന്നും AB യിലേക്കുള്ള ഉന്നതി h) . AB എന്ന വശം B യുടെ ഭാഗത്തേക്ക് നീട്ടിവരച്ച ശേഷം അതിന് ലംബമായി B യിൽ കൂടി ഒരു വര വരയ്ക്കുക. ലംബവരയെ D യിൽ ഖണ്ഡിക്കുന്ന വിധത്തിൽ C യിൽ നിന്നും ലംബം വരയ്ക്കുക. BD യുടെ മധ്യബിന്ദു E അടയാളപ്പെടുത്തുക.

അപ്പോൾ BD= h , BE = $\frac{h}{2}$

B കേന്ദ്രമായി BE ആരത്തിൽ ചാപം വരയ്ക്കുക. ഈ ചാപം AB എന്ന വരയെ F ൽ മുറിച്ചുകടക്കുന്നുവെങ്കിൽ BF = $\frac{h}{2}$

AF വ്യാസത്തിൽ വരയ്ക്കുന്ന അർധവൃത്തം ലംബവരയെ P യിൽ ഖണ്ഡിക്കുന്നു.

$$BP^2 = BA \times BF = b \times \frac{h}{2} = \frac{bh}{2} \quad \text{അതായത്} \quad BP = \sqrt{\frac{bh}{2}}$$

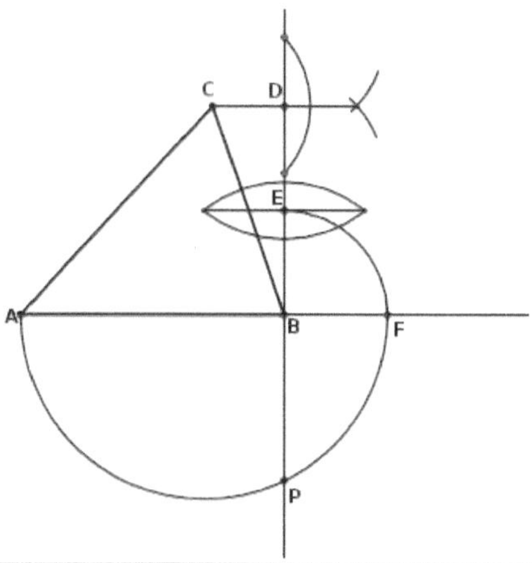

B കേന്ദ്രമായി ഒരു യൂണിറ്റ് ആരത്തിൽ വൃത്തം വരയ്ക്കുക. വൃത്തം AB എന്ന വശത്തെ Q ൽ ഖണ്ഡിക്കുന്നുവെന്നിരിക്കട്ടെ. PQ യോജിപ്പിച്ച് അതിന് ലംബമായി P യിൽ കൂടി ഒരു വര വരയ്ക്കുക. ഈ വര AB എന്ന വരയെ R ൽ ഖണ്ഡിക്കുന്നുവെങ്കിൽ BR = $\frac{bh}{2}$ ആയിരിക്കും. അപ്പോൾ BR ന്റെ നീളം എത്രയാണോ , അത്രയും ചതുരശ്രയൂണിറ്റാണ് ത്രികോണത്തിന്റെ പരപ്പളവ്.

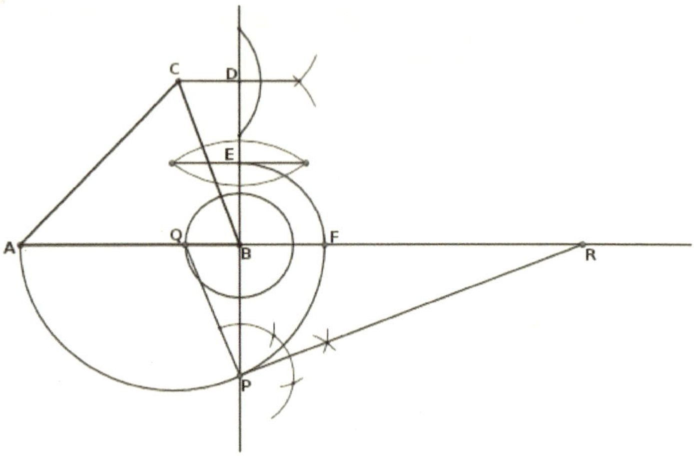

ലംബകത്തിന്റെ സമാന്തരവശങ്ങളുടെ നീളം a, b അവ തമ്മിലുള്ള അകലം h ആണെങ്കിൽ പരപ്പളവ് = $\frac{(a+b)h}{2}$

$\frac{(a+b)h}{2}$ യൂണിറ്റ് നീളമുള്ള വര നിർമിക്കാൻ ആദ്യം $\sqrt{\frac{(a+b)h}{2}}$ യൂണിറ്റ് നീളമുള്ള വര വരയ്ക്കണം .

വരച്ചു നോക്കൂ. (നിർമിതി അനുബന്ധം 2 ൽ)

2.4. വരയുടെ നീളവും സമബഹുഭുജങ്ങളുടെ പരപ്പളവും

സമബഹുഭുജങ്ങളുടെ പരപ്പളവിനെ കുറിക്കുന്ന സംഖ്യ നീളമായി വരുന്ന വര നിർമിക്കാൻ സാധിക്കുമെന്ന് മനസ്സിലാക്കിയല്ലോ. മറിച്ചാലോചിച്ചാൽ വരയുടെ നീളം , പരപ്പളവ് (ചതുരശ്ര യൂണിറ്റിൽ) ആയി വരുന്ന സമബഹുഭുജം നിർമിക്കാമോ. പരപ്പളവ് അറിയാമെങ്കിൽ വശത്തിന്റെ നീളം കണക്കുകൂട്ടിയെടുക്കാമല്ലോ.

സമചതുരത്തിന്റെ കാര്യത്തിൽ വശത്തിന്റെ നീളം പൂർണസംഖ്യ ആണെങ്കിൽ പരപ്പളവും പൂർണസംഖ്യ ആയിരിക്കും. എന്നാൽ പരപ്പളവ് പൂർണസംഖ്യ ആയാൽ വശത്തിന്റെ നീളം പൂർണസംഖ്യ ആകണമെന്നില്ല. പലപ്പോഴും അഭിന്നകമായിരിക്കും. സമഭുജത്രികോണം , സമപഞ്ചഭുജം , സമഷഡ്ഭുജം , സമഅഷ്ടഭുജം തുടങ്ങിയ ബഹുഭുജങ്ങളുടെ കാര്യത്തിൽ വശത്തിന്റെ നീളം പൂർണസംഖ്യ ആയാലും പരപ്പളവ് പൂർണസംഖ്യ അല്ല , അഭിന്നകമാണ്. അതുപോലെ പരപ്പളവ് പൂർണസംഖ്യ ആയാൽ വശത്തിന്റെ നീളം അഭിന്നകമാണ്. അതുകൊണ്ടുതന്നെ പൂർണസംഖ്യ (ചതുരശ്ര യൂണിറ്റിൽ) പരപ്പളവ് ആയി വരുന്ന സമബഹുഭുജം നിർമിക്കേണ്ടുന്ന സന്ദർഭത്തിൽ വശത്തിന്റെ നീളം കണക്കുകൂട്ടിയെടുത്ത് വരയ്ക്കാൻ പ്രയാസമായിരിക്കും. എന്നാൽ ഒന്നാം ഭാഗത്തിൽ വിശദീകരിച്ച ജ്യാമിതീയ തത്വങ്ങളുടെയും നിർമിതികളുടെയും സഹായത്തോടെ പരപ്പളവിനെ കുറിക്കുന്ന സംഖ്യ നീളമായുള്ള വര വരച്ച് ആ നീളം പരപ്പളവായി വരുന്ന സമബഹുഭുജം നിർമിക്കാം.

2.4.1. വരയും സമചതുരവും

നിശ്ചിത പരപ്പളവുള്ള (k ചതുരശ്രയൂണിറ്റ്) സമചതുരം നിർമിക്കണമെന്നിരിക്കട്ടെ.

സമചതുരത്തിന്റെ വശത്തിന്റെ നീളം a ആയാൽ പരപ്പളവ് $= a^2$

$a^2 = k$ ആകണമെങ്കിൽ $a = \sqrt{k}$ ആയിരിക്കണം.

ഒരു വരയുടെ നീളത്തിന്റെ വർഗമൂലം നീളമായി വരുന്ന വര നിർമിക്കുന്നതെങ്ങിനെയെന്ന് അറിയാമല്ലോ.

2.4.2. വരയും സമഭുജത്രികോണവും

നിശ്ചിത പരപ്പളവുള്ള (k ചതുരശ്രയൂണിറ്റ്) സമഭുജത്രികോണം എങ്ങിനെ നിർമിക്കാമെന്ന് നോക്കാം. സമഭുജത്രികോണത്തിന്റെ വശത്തിന്റെ നീളം a ആയാൽ പരപ്പളവ് $= \frac{\sqrt{3}a^2}{4}$

$\frac{\sqrt{3}a^2}{4} = k$ ആകണമെങ്കിൽ $a^2 = \frac{4k}{\sqrt{3}}$.

അതായത് $a = \sqrt{\frac{4k}{\sqrt{3}}} = 2 \times \sqrt{\frac{k}{\sqrt{3}}}$

ആദ്യം $\sqrt{\frac{k}{\sqrt{3}}}$ യൂണിറ്റ് നീളമുള്ള വര വരയ്ക്കാം.

k യൂണിറ്റ് നീളത്തിൽ AB എന്ന വര വരയ്ക്കുക. AB എന്ന വര B യുടെ ഭാഗത്തേക്ക് നീട്ടിവരച്ച ശേഷം അതിന് ലംബമായി B യിൽ കൂടി ഒരു വര വരയ്ക്കുക.

30° , 60° , 90° കോണളവുള്ള ത്രികോണത്തിൽ 60° കോണിനെതിരെയുള്ള വശം k ആയാൽ 30° കോണിനെതിരെയുള്ള വശം $\frac{k}{\sqrt{3}}$ ആയിരിക്കുമല്ലോ.

AB ഒരു ഭുജമാകത്തക്കവിധം A യിൽ 30° കോൺ നിർമിക്കുക. കോണിന്റെ മറ്റേ ഭുജം ലംബവരയെ P യിൽ ഖണ്ഡിക്കുന്നു എന്നിരിക്കട്ടെ. അപ്പോൾ $BP = \frac{k}{\sqrt{3}}$.

ലംബവരയെ Q ൽ ഖണ്ഡിക്കുന്ന വിധത്തിൽ B കേന്ദ്രമായി ഒരു യൂണിറ്റ് ആരത്തിൽ വൃത്തം വരയ്ക്കുക. PQ വ്യാസമായി വരയ്ക്കുന്ന അർധവൃത്തം AB എന്ന വരയെ R ൽ ഖണ്ഡിക്കുന്നു.

$BR^2 = BP \times BQ = \frac{k}{\sqrt{3}} \times 1 = \frac{k}{\sqrt{3}}$. അതുകൊണ്ട് $BR = \sqrt{\frac{k}{\sqrt{3}}}$

AB എന്ന വരയെ S ൽ ഖണ്ഡിക്കുന്ന വിധത്തിൽ R കേന്ദ്രമായി RB ആരത്തിൽ വൃത്തം വരയ്ക്കുക. $BS = 2 \times \sqrt{\frac{k}{\sqrt{3}}}$

BS വശമായി സമഭുജത്രികോണം നിർമിച്ചാൽ അതിന്റെ പരപ്പളവ് k ചതുരശ്രയൂണിറ്റ് ആയിരിക്കും.

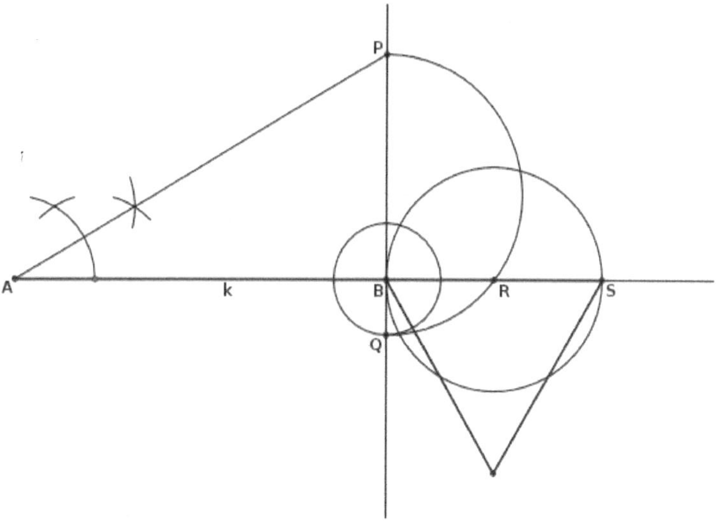

2.4.3. വരയും സമഷഡ്ഭുജവും

k ചതുരശ്രയൂണിറ്റ് പരപ്പളവുള്ള സമഷഡ്ഭുജം എങ്ങിനെ നിർമിക്കാം . സമഷഡ്ഭുജത്തിന്റെ വശത്തിന്റെ നീളം a ആയാൽ

പരപ്പളവ് $= \dfrac{3\sqrt{3}a^2}{2}$

പരപ്പളവ് k ചതുരശ്രയൂണിറ്റ് (അതായത് $\dfrac{3\sqrt{3}a^2}{2} = k$) ആകണമെങ്കിൽ

$a^2 = \dfrac{2k}{3\sqrt{3}}$ ആയിരിക്കണം. അതായത് $a = \sqrt{\dfrac{2k}{3\sqrt{3}}}$

$\sqrt{\dfrac{2k}{3\sqrt{3}}}$ യൂണിറ്റ് നീളമുള്ള വര വരച്ച് , ആ വര വശമായി സമഷഡ്ഭുജം നിർമിച്ചാൽ അതിന്റെ പരപ്പളവ് k ചതുരശ്രയൂണിറ്റ് ആയിരിക്കും.

നിർമിച്ചു നോക്കാമല്ലോ . (നിർമിതി അനുബന്ധം 2 ൽ)

2.4.4. വരയും സമപഞ്ചഭുജവും

സമപഞ്ചഭുജം നിർമിക്കുന്നതെങ്ങിനെയെന്നും സമപഞ്ചഭുജത്തിന്റെ വശത്തിന്റെ നീളം a ആയാൽ പരപ്പളവ് $= \dfrac{5a^2 tan54}{4}$ ആണെന്നും ഒന്നാം ഭാഗത്തിൽ വിശദീകരിച്ചിട്ടുണ്ട് . ഇവിടെ നിശ്ചിത പരപ്പളവ് (k ചതുരശ്രയൂണിറ്റ്) ഉള്ള സമപഞ്ചഭുജമാണ് നിർമിക്കേണ്ടത് .

പരപ്പളവ് k ചതുരശ്രയൂണിറ്റ് (അതായത് $\dfrac{5a^2 tan54}{4} = k$) ആകണമെങ്കിൽ $a^2 = \dfrac{4k}{5} \times tan36$ ആയിരിക്കണം.

അപ്പോൾ $a = \sqrt{\dfrac{4ktan36}{5}}$ ആയിരിക്കണമല്ലോ.

$\sqrt{\dfrac{4ktan36}{5}}$ യൂണിറ്റ് നീളമുള്ള വര എങ്ങിനെ നിർമിക്കാം .

k യൂണിറ്റ് നീളത്തിൽ AB എന്ന വര വരയ്ക്കുക. AB എന്ന വര ഇരുഭാഗത്തേക്കും നീട്ടിവരച്ച ശേഷം അതിന് ലംബമായി B യിൽ കൂടി ഒരു വര വരയ്ക്കുക.

AE : EB = 1 : 4 ആകത്തക്കവിധം E എന്ന ബിന്ദു അടയാളപ്പെടുത്തുക. BE = $\dfrac{4k}{5}$.

36° കോണിന്റെ സമീപവശം BE ആകത്തക്കവിധം മട്ടത്രികോണം വരച്ചാൽ ആ കോണിന്റെ എതിർവശം BE $\times$ tan36° ആയിരിക്കും. EB ഒരു ഭുജമാകത്തക്കവിധം E യിൽ 36° കോൺ നിർമിക്കുക. (ഒന്നാം ഭാഗത്തിൽ 36° കോണിന്റെ നിർമിതി നോക്കുക).

[ചിത്രത്തിൽ AE = EG = GH . കൂടാതെ $\angle$AEH = 90° .
അതുകൊണ്ട് AJ = AH = $\sqrt{5}\times$AE , JE = AE $(\sqrt{5}+1)$,
JE യുടെ മധ്യബിന്ദു K .

EK = AE $\left(\dfrac{\sqrt{5}+1}{2}\right)$, EL = EK , FL = FE ,

$$EF : FL : EL \quad = \quad 1 : 1 : \left(\frac{\sqrt{5}+1}{2}\right)$$

അതുകൊണ്ട് $\angle FEL = 36^\circ$].

കോണിന്റെ മറ്റേ ഭുജം ലംബവരയെ P യിൽ ഖണ്ഡിക്കുന്നുവെന്നിരിക്കട്ടെ.

$\triangle EBP$ ൽ $\angle EBP = 90^\circ$, $\angle BEP = 36^\circ$

അതുകൊണ്ട് $BP = BE \times tan36 = \frac{4k}{5} \times tan36$.

ലംബവരയെ Q ൽ ഖണ്ഡിക്കുന്ന വിധത്തിൽ B കേന്ദ്രമായി ഒരു യൂണിറ്റ് ആരത്തിൽ വൃത്തം വരയ്ക്കുക. PQ വ്യാസത്തിൽ വരയ്ക്കുന്ന അർധവൃത്തം AB എന്ന വരയെ R ൽ ഖണ്ഡിക്കുന്നു.

$BR^2 = BP \times BQ = \frac{4k}{5} \times tan36 \times 1 = \frac{4k}{5} \times tan36$.

അപ്പോൾ $BR = \sqrt{\frac{4ktan36}{5}}$

BR വശമായി സമപഞ്ചഭുജം നിർമിച്ചാൽ അതിന്റെ പരപ്പളവ് k ചതുരശ്രയൂണിറ്റ് ആയിരിക്കും.

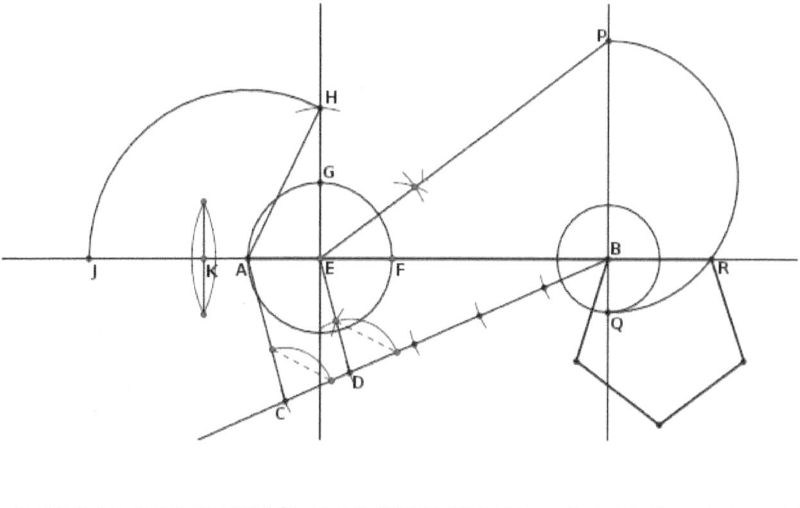

2.4.5. വരയും സമഅഷ്ടഭുജവും

സമഅഷ്ടഭുജത്തിന്റെ വശത്തിന്റെ നീളം a ആയാൽ
പരപ്പളവ് $= 2a^2(\sqrt{2}+1)$
പരപ്പളവ് k ചതുരശ്രയൂണിറ്റ് [അതായത് $2a^2(\sqrt{2}+1) = k$] ആകണമെങ്കിൽ

$a^2 = \frac{k}{2} \times (\sqrt{2}-1)$ ആയിരിക്കണം. അപ്പോൾ $a = \sqrt{\frac{k(\sqrt{2}-1)}{2}}$

k ചതുരശ്രയൂണിറ്റ് പരപ്പളവുള്ള സമഅഷ്ടഭുജം നിർമിക്കുന്നതിന്, k യൂണിറ്റ് നീളത്തിൽ AB എന്ന വര വരയ്ക്കുക. AB എന്ന വര B യുടെ ഭാഗത്തേക്ക് നീട്ടിവരച്ച ശേഷം അതിന് ലംബമായി B യിൽ കൂടി ഒരു വര വരയ്ക്കുക. AB യുടെ മധ്യലംബം വരച്ച് മധ്യബിന്ദു C അടയാളപ്പെടുത്തുക. ലംബവരയെ B യുടെ മുകൾഭാഗത്ത് D എന്ന ബിന്ദുവിൽ ഖണ്ഡിക്കുന്ന വിധത്തിൽ B കേന്ദ്രമായി BC ആരത്തിൽ ചാപം വരയ്ക്കുക. അപ്പോൾ BD = BC = $\frac{k}{2}$, DC = $\frac{k}{2} \times \sqrt{2}$

D കേന്ദ്രമായി DC ആരത്തിൽ വരയ്ക്കുന്ന ചാപം , ലംബവരയെ B യുടെ കീഴ്ഭാഗത്ത് P യിൽ മുറിച്ചുകടക്കുന്നുവെന്നിരിക്കട്ടെ.

DP = $\frac{k}{2} \times \sqrt{2}$, DB = $\frac{k}{2}$

BP = DP - DB = $\frac{k}{2} \times (\sqrt{2}-1)$

ലംബവരയെ B യുടെ മുകൾഭാഗത്ത് , Q ൽ ഖണ്ഡിക്കുന്ന വിധത്തിൽ B കേന്ദ്രമായി ഒരു യൂണിറ്റ് ആരത്തിൽ വൃത്തം വരയ്ക്കുക. PQ വ്യാസത്തിൽ വരയ്ക്കുന്ന അർധവൃത്തം AB എന്ന വരയെ R ൽ ഖണ്ഡിക്കുന്നു.

BR^2 = BP × BQ = $\frac{k}{2} \times (\sqrt{2}-1) \times 1 = \frac{k}{2} \times (\sqrt{2}-1)$,

BR = $\sqrt{\frac{k(\sqrt{2}-1)}{2}}$

BR വശമായി സമഅഷ്ടഭുജം നിർമിച്ചാൽ അതിന്റെ പരപ്പളവ് k ചതുരശ്രയൂണിറ്റ് ആയിരിക്കും.

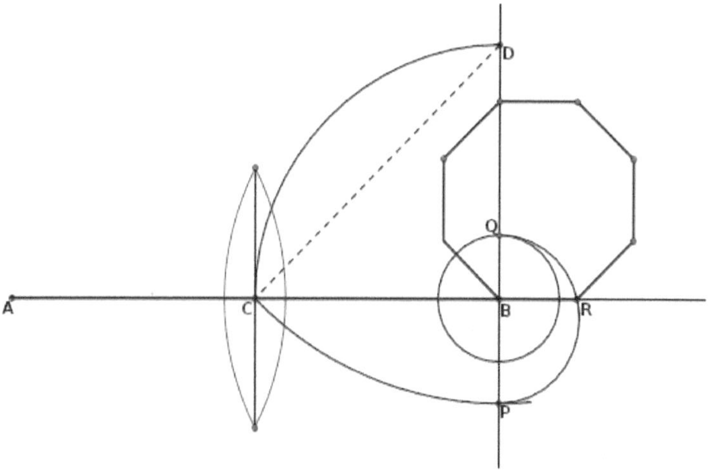

2.4.6. വരയും സമദശഭുജവും

സമദശഭുജത്തിന്റെ വശം aആയാൽ പരപ്പളവ് = $\frac{5a^2tan72}{2}$

$\frac{5a^2tan72}{2} = k$ ആകണമെങ്കിൽ $a^2 = \frac{2k}{5} \times tan18$ ആകണം.

അപ്പോൾ $a = \sqrt{\frac{2ktan18}{5}}$.

നിശ്ചിത പരപ്പളവുള്ള സമദശഭുജം നിർമിച്ചു നോക്കൂ . (നിർമിതി അനുബന്ധം 2 ൽ)

2.4.7. വരയും സമദ്വാദശഭുജവും

വശം a ആയ സമദ്വാദശഭുജത്തിന്റെ പരപ്പളവ് = $3a^2(2+\sqrt{3})$

പരപ്പളവ് kചതുരശ്രയൂണിറ്റ് [അതായത് $3a^2(2+\sqrt{3}) = k$] ആയ സമദ്വാദശഭുജം നിർമിക്കണമെങ്കിൽ $a^2 = \frac{k}{3} \times (2-\sqrt{3})$

ആയിരിക്കണം. അതായത് $a = \sqrt{\frac{k(2-\sqrt{3})}{3}}$

kചതുരശ്രയൂണിറ്റ് പരപ്പളവുള്ള സമദ്വാദശഭുജം നിർമിച്ചു നോക്കൂ .
(നിർമിതി അനുബന്ധം 2 ൽ)

n വശങ്ങളുള്ള സമബഹുഭുജത്തിന്റെ ഒരു വശത്തിന്റെ നീളം a , ഒരു കോണിന്റെ അളവ് θ ആണെങ്കിൽ അതിന്റെ

പരപ്പളവ് $= \frac{na^2}{4} \times tan\left(\frac{\theta}{2}\right)$ എന്നും ഇരട്ട എണ്ണം വശങ്ങളുള്ള സമബഹുഭുജത്തിന്റെ ഒരു വശത്തിന്റെ നീളം a യും ആ വശത്തിന് ലംബമായ വികർണത്തിന്റെ നീളം d യും ആണെങ്കിൽ അതിന്റെ പരപ്പളവ് $= \frac{n}{4} \times ad$ എന്നും അറിയാം.

ഈ സമവാക്യങ്ങളുടെ സഹായത്തോടെ നിശ്ചിത പരപ്പളവുള്ള ഏതൊക്കെ സമബഹുഭുജങ്ങൾ നിർമിക്കാൻ സാധിക്കുമെന്ന് പരിശോധിച്ചു നോക്കുമല്ലോ.

അനുബന്ധം 1

(1.1.3) 75° കോൺ

OP എന്ന വര വരയ്ക്കുക. OP ഒരു ഭുജമാകത്തക്കവിധം 60° കോൺ (∠POQ) നിർമിക്കുക. OQ ഒരു ഭുജമാകത്തക്കവിധം 60° കോൺ (∠QOR) നിർമിക്കുക. ∠QOR ന്റെ സമഭാജി OS വരയ്ക്കുക.
∠QOS = 30° . ∠QOS ന്റെ സമഭാജി OT വരയ്ക്കുക.
∠QOT = 15° അപ്പോൾ ∠POT = 75°

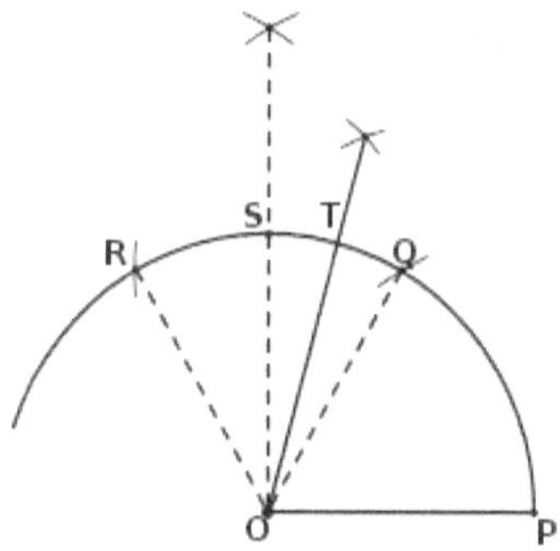

(1.2.11) സമഷഡ്ഭുജവും സമചതുരവും

സമഷഡ്ഭുജം ABCDEF യിൽ AB = a , BD = $\sqrt{3}a$
AB എന്ന വരയ്ക്ക് ലംബമാണ് FG . ലംബവരയെ H എന്ന ബിന്ദുവിൽ മുറിച്ചുകടക്കുന്ന വിധത്തിൽ B കേന്ദ്രമായി BG ആരത്തിൽചാപം വരയ്ക്കുക. AG = $\frac{a}{2}$, BG = $\frac{3a}{2}$, BH = $\frac{3a}{2}$.

DH വ്യാസത്തിൽ അർധവൃത്തം വരയ്ക്കുക. അർധവൃത്തം AB എന്ന വരയെ K എന്ന ബിന്ദുവിൽ ഖണ്ഡിക്കുന്നു.

$BK^2 = BD \times BH = \sqrt{3}a \times \frac{3a}{2} = \frac{3\sqrt{3}a^2}{2}$

അപ്പോൾ $BK = \sqrt{\frac{3\sqrt{3}a^2}{2}}$

BK വശമായി സമചതുരം നിർമിക്കുക.

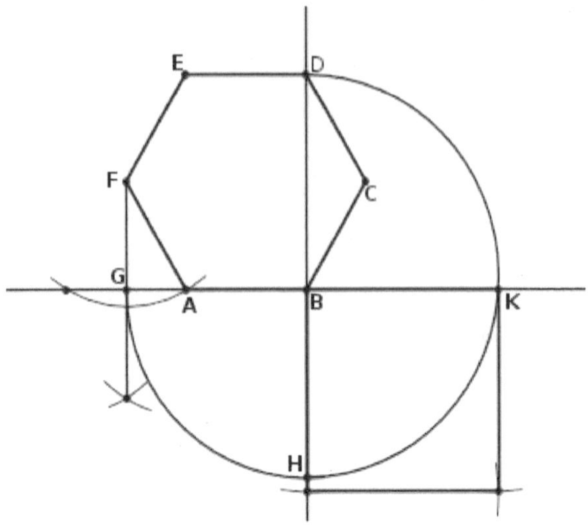

(1.2.12) **സമഷഡ്ഭുജവും സമഭുജത്രികോണവും**

സമഷഡ്ഭുജം ABCDEF വരച്ച് AB എന്ന വശം B യുടെ ഭാഗത്തേക്ക് നീട്ടിവരയ്ക്കുക. $AB = a$ ആയാൽ $BD = \sqrt{3}a$.
AB എന്ന വരയെ G യിൽ മുറിച്ചുകടക്കുന്ന വിധത്തിൽ B കേന്ദ്രമായി BD ആരത്തിൽ ചാപം വരയ്ക്കുക. $\triangle DBG$ സമപാർശ്വമട്ടത്രികോണം ആകുന്നു. അതുകൊണ്ട് $DG = \sqrt{2}\times BD$
അതായത് $DG = \sqrt{2} \times \sqrt{3}a = \sqrt{6}a$
DG വശമായി സമഭുജത്രികോണം നിർമിക്കുക.

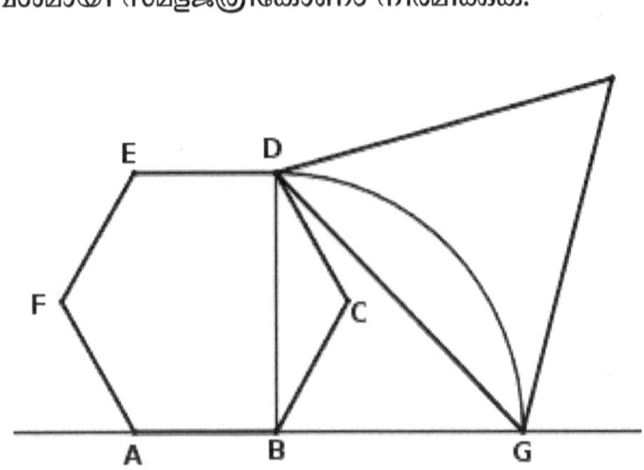

(1.3.3) പരപ്പളവ് $\frac{1}{2}$ ഭാഗം

ഒരു ത്രികോണത്തിന്റെ പരപ്പളവിന്റെ പകുതി പരപ്പളവുള്ള ത്രികോണം നിർമിക്കുന്നതിന് അതിന്റെ വശത്തിന്റെ $\frac{1}{\sqrt{2}}$ ഭാഗം വശമുള്ള സദൃശത്രികോണം നിർമിച്ചാൽ മതി.

സമഭുജത്രികോണം ABC യിൽ AC = a. AC യുടെ മധ്യബിന്ദു M. MC = $\frac{a}{2}$. MD = MC ആകത്തക്കവിധം BM എന്ന വരയിലെ ബിന്ദുവാണ് D.

$\triangle$CMD യിൽ $\angle$CMD = 90° , $\angle$MDC = $\angle$MCD = 45°
അതുകൊണ്ട് CD = $\sqrt{2} \times \frac{a}{2} = \frac{a}{\sqrt{2}}$
CD വശമായ സമഭുജത്രികോണത്തിന്റെ പരപ്പളവ്
$\triangle$ABC യുടെ പരപ്പളവിന്റെ പകുതി ആയിരിക്കും.

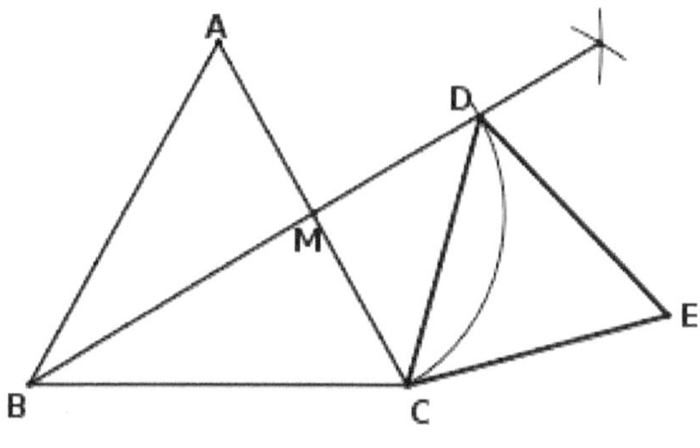

(1.3.5) 3 മടങ്ങ് പരപ്പളവുള്ള വൃത്തം

O കേന്ദ്രമായി വൃത്തം വരച്ച് അതിന്റെ ഒരു ആരം OA വരയ്ക്കുക. വൃത്തത്തെ B എന്ന ബിന്ദുവിൽ മുറിച്ചുകടക്കുന്ന വിധത്തിൽ A കേന്ദ്രമായി OA ആരത്തിൽ ചാപം വരയ്ക്കുക. അതേ ആരത്തിൽ A കേന്ദ്രമായും B കേന്ദ്രമായും വരയ്ക്കുന്ന ചാപങ്ങൾ C എന്ന ബിന്ദുവിൽ ഖണ്ഡിക്കുന്നുവെന്നിരിക്കട്ടെ.

സമഭുജസാമാന്തരികം OACB പരിഗണിച്ചാൽ
AO = AB ആയതുകൊണ്ട് OC = $\sqrt{3} \times$ OA.

O കേന്ദ്രമായി OC ആരത്തിൽ വരയ്ക്കുന്ന വൃത്തത്തിന്റെ പരപ്പളവ് ആദ്യവൃത്തത്തിന്റെ പരപ്പളവിന്റെ 3 മടങ്ങ് ആയിരിക്കും.

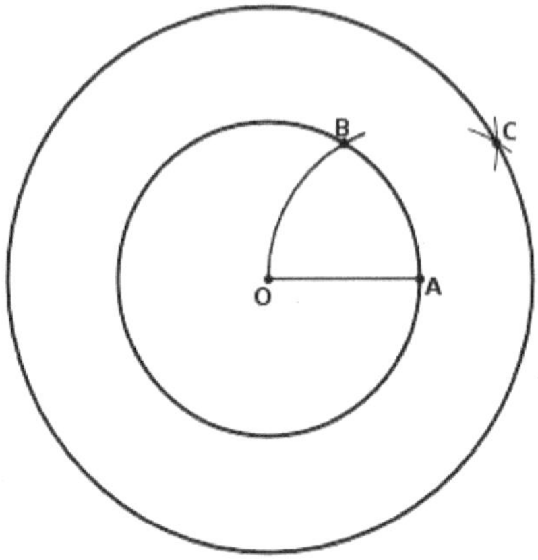

(1.4.6) **6° കോൺ**

റൂളറും കോമ്പസും ഉപയോഗിച്ച് 30° കോണും 36° കോണും നിർമിക്കാൻ നാം മനസ്സിലാക്കിയിട്ടുണ്ട്.
OA എന്ന വര ഭുജമായി വരുന്ന വിധത്തിൽ 36° അളവിൽ
$\angle$AOB നിർമിക്കുക. OA ഭുജമായി തന്നെ 30° അളവിൽ
$\angle$AOC നിർമിക്കുക. അപ്പോൾ $\angle$BOC = 6°.
$\angle$BOC യുടെ സമഭാജി വരച്ചാൽ 3° കോൺ കിട്ടും..

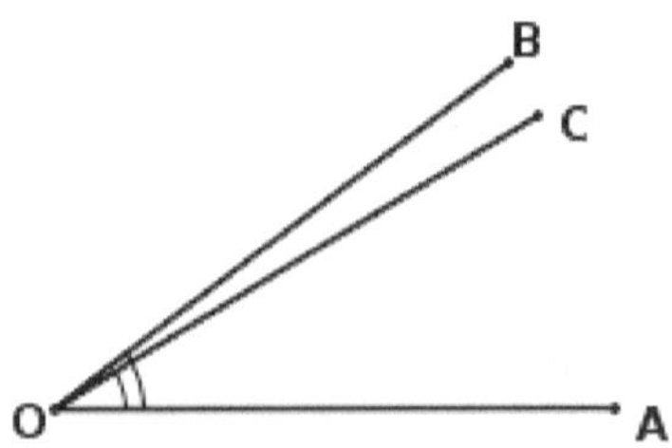

(1.5.7) സമപഞ്ചഭുജവും സമഭുജത്രികോണവും

ചിത്രത്തിൽ സമപഞ്ചഭുജം ABCDE യിൽ AB = a.
AF = AB = a . AF ന്റെ മധ്യബിന്ദു G. AG യുടെ മധ്യബിന്ദു H.

AG = $\frac{a}{2}$, AH = $\frac{a}{4}$. BH = $\frac{5a}{4}$. ∠BHP = 30° . BP = $\frac{5a}{4\sqrt{3}}$

∠BAE യുടെ സമഭാജി AQ. ∠BAQ = 54° , BQ = $atan54$

BR= $\sqrt{\frac{5a^2tan54}{4\sqrt{3}}}$. RS = RB , BS = $2 \times \sqrt{\frac{5a^2tan54}{4\sqrt{3}}}$

BS വശമായ സമഭുജത്രികോണത്തിന്റെ പരപ്പളവ് , സമപഞ്ചഭുജത്തിന്റെ പരപ്പളവിന് തുല്യമായിരിക്കും.

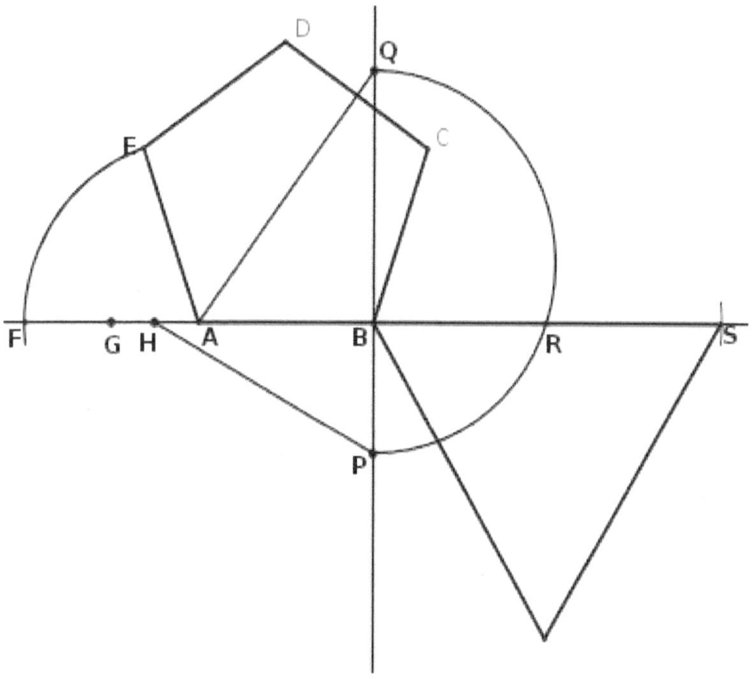

(1.5.7) **സമപഞ്ചഭുജവും സമഷഡ്ഭുജവും**

വശത്തിന്റെ നീളം k ആയ സമഷഡ്ഭുജത്തിന്റെ പരപ്പളവ് , വശത്തിന്റെ നീളം a ആയ സമപഞ്ചഭുജത്തിന്റെ പരപ്പളവിന് തുല്യമാകണമെങ്കിൽ $\frac{3\sqrt{3}k^2}{2} = \frac{5a^2 tan54}{4}$

അതായത് $k^2 = \frac{5a^2 tan54}{6\sqrt{3}}$ അപ്പോൾ $k = \sqrt{\frac{5a^2 tan54}{6\sqrt{3}}}$

അതായത് $k = \sqrt{\frac{5a}{6\sqrt{3}} \times atan54}$

ചിത്രത്തിൽ സമപഞ്ചഭുജം ABCDE യിൽ AB = a.

AP : PB = 1 : 5 ആകത്തക്കവിധമുള്ള ബിന്ദു P . BP = $\frac{5a}{6}$

$\angle$BPQ = 30° അതുകൊണ്ട് BQ = $\frac{5a}{6\sqrt{3}}$

$\angle$BAE യുടെ സമഭാജി AR. $\angle$BAR = 54° BR = $atan54$

BS= $\sqrt{\frac{5a^2 tan54}{6\sqrt{3}}}$. BS വശമായ സമഷഡ്ഭുജത്തിന്റെ പരപ്പളവ് , സമപഞ്ചഭുജത്തിന്റെ പരപ്പളവിന് തുല്യമായിരിക്കും.

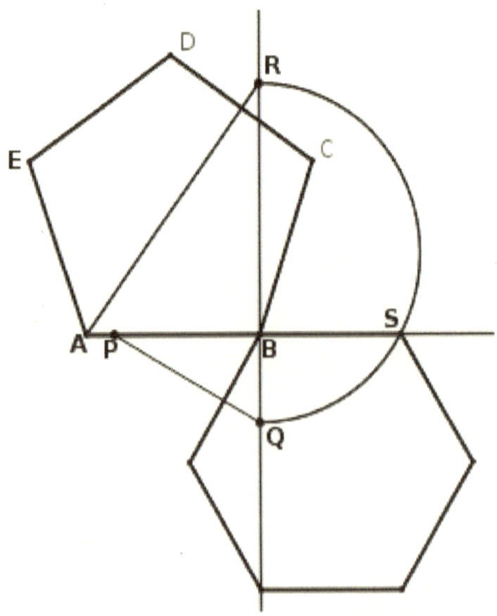

(1.5.7) സമഷഡ്ഭുജവും സമപഞ്ചഭുജവും

സമഷഡ്ഭുജംABCDEF ൽ AB = a , BD = $\sqrt{3}a$
BP : PD = 3 : 2 ആകത്തക്കവിധമുള്ള ബിന്ദുവാണ് P.

അപ്പോൾ BP = $\frac{3\sqrt{3}a}{5}$. PQ = PB , BQ = $\frac{6\sqrt{3}a}{5}$
∠BAR = 36° . അതുകൊണ്ട് BR = $atan36$

BS = $\sqrt{\frac{6\sqrt{3}a^2tan36}{5}}$. BS വശമായി സമപഞ്ചഭുജം നിർമിക്കുക.

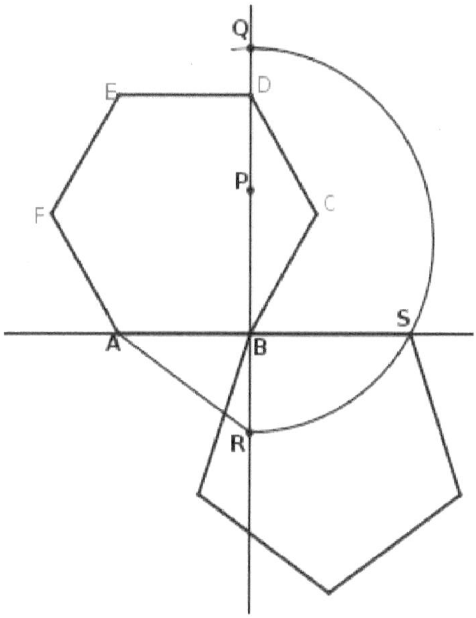

(1.5.7) സമഭുജത്രികോണവും സമപഞ്ചഭുജവും

വശത്തിന്റെ നീളം k ആയ സമപഞ്ചഭുജത്തിന്റെ പരപ്പളവ് , വശത്തിന്റെ നീളം a ആയ സമഭുജത്രികോണത്തിന്റെ പരപ്പളവിന്

തുല്യമാകണമെങ്കിൽ $$\frac{5k^2tan54}{4} = \frac{\sqrt{3}a^2}{4}$$

അതായത് $k^2 = \dfrac{\sqrt{3}a^2}{5tan54} = \dfrac{\sqrt{3}a^2tan36}{5}$

അപ്പോൾ $k = \sqrt{\dfrac{\sqrt{3}a^2tan36}{5}} = \sqrt{\dfrac{\sqrt{3}a}{5} \times atan36}$

ചിത്രത്തിൽ സമഭുജത്രികോണംABC യിൽ AB = a.

$\angle$BAD = 60° അതുകൊണ്ട് BD = $\sqrt{3}a$

BP : PD = 1 : 4 ആകത്തക്കവിധമുള്ള ബിന്ദു P . BP = $\dfrac{\sqrt{3}a}{5}$

$\angle$BAQ = 36° . BQ = $atan36$

BR = $\sqrt{\dfrac{\sqrt{3}a^2tan36}{5}}$. BR വശമായ സമപഞ്ചഭുജത്തിന്റെ പരപ്പളവ്, സമഭുജത്രികോണത്തിന്റെ പരപ്പളവിന് തുല്യമായിരിക്കും.

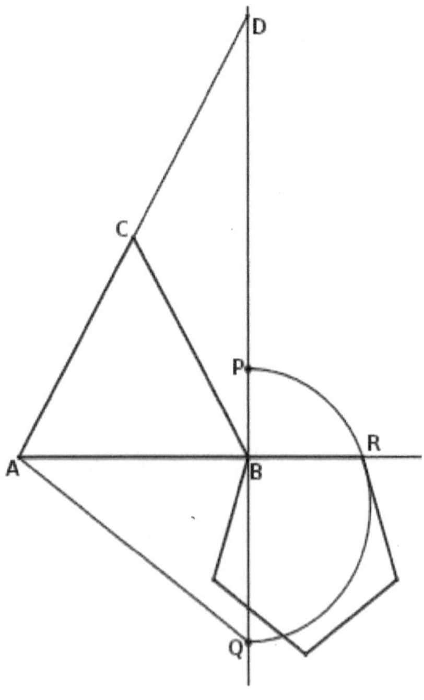

(1.6.4) സമദശഭുജവും സമഭുജത്രികോണവും

വശത്തിന്റെ നീളം k ആയ സമഭുജത്രികോണത്തിന്റെ പരപ്പളവ് , വശത്തിന്റെ നീളം a യും വശത്തിന് ലംബമായ വികർണത്തിന്റെ നീളം d യും ആയ സമദശഭുജത്തിന്റെ പരപ്പളവിന് തുല്യമാകണമെങ്കിൽ $\frac{\sqrt{3}k^2}{4} = \frac{5ad}{2}$ അതായത് $k^2 = 4 \times \frac{5ad}{2\sqrt{3}}$.

അപ്പോൾ $k = 2 \times \sqrt{\frac{5ad}{2\sqrt{3}}} = 2 \times \sqrt{\frac{5a}{2\sqrt{3}} \times d}$

AB വശമായ സമദശഭുജം (AB= a). KL = AK = AJ = AB

KL ന്റെ മധ്യബിന്ദു M. KM = $\frac{a}{2}$. അപ്പോൾ BM = $\frac{5a}{2}$

$\angle$BMP = 30° . BP = $\frac{5a}{2\sqrt{3}}$

BF = d ആയാൽ BQ = $\sqrt{\frac{5ad}{2\sqrt{3}}}$

QR = BQ. അതുകൊണ്ട് BR = $2 \times \sqrt{\frac{5ad}{2\sqrt{3}}}$

BR വശമായി സമഭുജത്രികോണം നിർമിക്കുക.

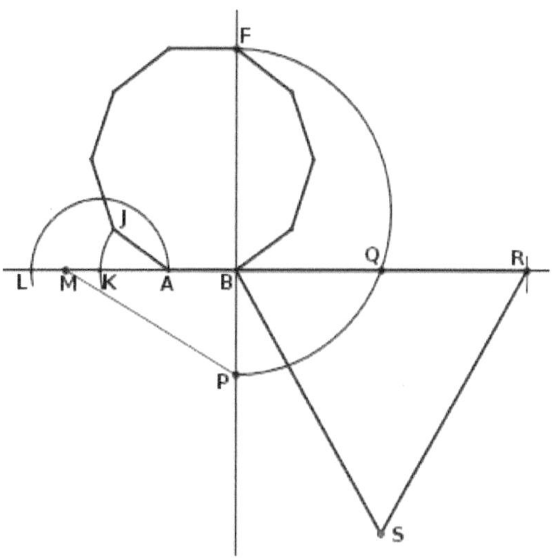

(1.6.4) സമദശഭുജവും സമഷഡ്ഭുജവും

വശത്തിന്റെ നീളം k ആയ സമഷഡ്ഭുജത്തിന്റെ പരപ്പളവ് , വശത്തിന്റെ നീളം a യും വശത്തിന് ലംബമായ വികർണത്തിന്റെ നീളം dയും ആയ സമദശഭുജത്തിന്റെ പരപ്പളവിന് തുല്യമാകണമെങ്കിൽ $\dfrac{3\sqrt{3}k^2}{2} = \dfrac{5ad}{2}$ അതായത് $k^2 = \dfrac{5ad}{3\sqrt{3}}$.

അപ്പോൾ $k = \sqrt{\dfrac{5ad}{3\sqrt{3}}} = \sqrt{\dfrac{5a}{3\sqrt{3}} \times d}$

AB വശമായ സമദശഭുജം (AB= a). AP = AJ = AB = a
AQ : QP = 2 : 1 ആകത്തക്കവിധമുള്ള ബിന്ദുവാണ് Q .

അപ്പോൾ AQ = $\dfrac{2a}{3}$, BQ = $\dfrac{5a}{3}$

∠BQR = 30° അതുകൊണ്ട് BR = $\dfrac{5a}{3\sqrt{3}}$

BF = d ആയാൽ BS = $\sqrt{\dfrac{5ad}{3\sqrt{3}}}$.

BS വശമായി സമഷഡ്ഭുജം നിർമിക്കുക.

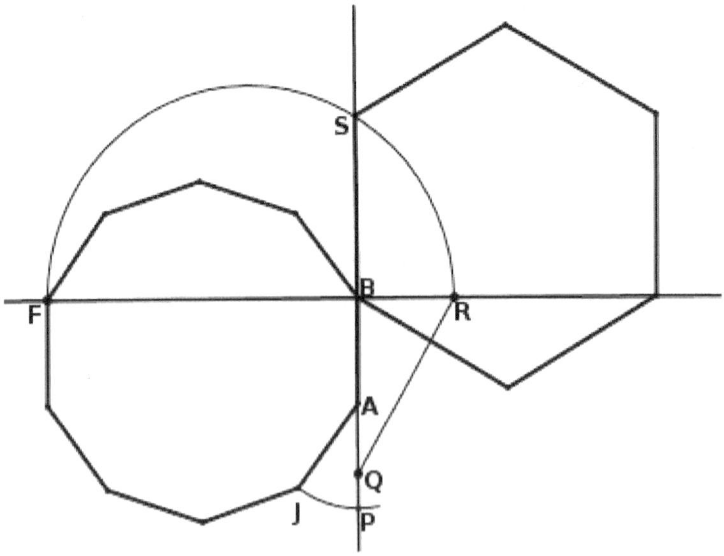

(1.6.6) സമഭുജത്രികോണവും സമദശഭുജവും

വശത്തിന്റെ നീളം k ആയ സമദശഭുജത്തിന്റെ പരപ്പളവ് വശത്തിന്റെ നീളം a ആയ സമഭുജത്രികോണത്തിന്റെ പരപ്പളവിന് തുല്യമാകണമെങ്കിൽ $\frac{5k^2 tan72}{2} = \frac{\sqrt{3}a^2}{4}$

അതായത് $k^2 = \frac{1}{4} \times \frac{2\sqrt{3}a^2}{5tan72} = \frac{1}{4} \times \frac{2\sqrt{3}a^2 tan18}{5}$

അപ്പോൾ $k = \frac{1}{2} \times \sqrt{\frac{2\sqrt{3}a^2 tan18}{5}} = \frac{1}{2} \times \sqrt{\frac{2\sqrt{3}a}{5} \times atan18}$

സമഭുജത്രികോണം ABC യിൽ AB = a. ∠BAD = 60° , BD = $\sqrt{3}a$
BE : ED = 2 : 3 ആകത്തക്കവിധമുള്ള ബിന്ദുവാണ് E .

BE = $\frac{2\sqrt{3}a}{5}$. ∠BAF = 18° അതുകൊണ്ട് BF = $atan18$

BG = $\sqrt{\frac{2\sqrt{3}a^2 tan18}{5}}$. BG യുടെ മധ്യബിന്ദു H.

BH = $\frac{1}{2} \times \sqrt{\frac{2\sqrt{3}a^2 tan18}{5}}$. BH വശമായ സമദശഭുജം നിർമിക്കുക.

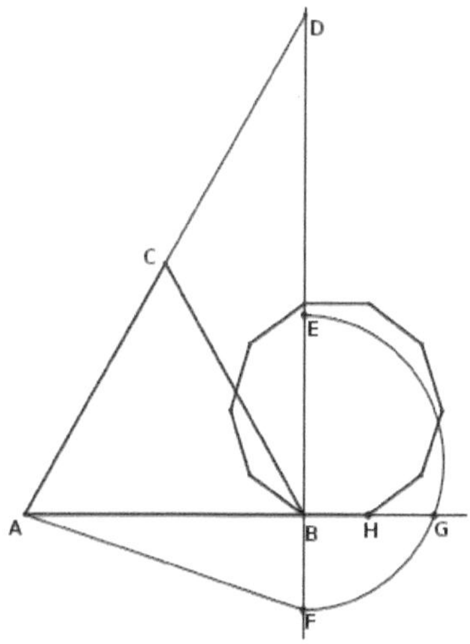

(1.6.6) സമഷഡ്ഭുജവും സമദശഭുജവും

വശത്തിന്റെ നീളം k ആയ സമദശഭുജത്തിന്റെ പരപ്പളവ് വശത്തിന്റെ നീളം a ആയ സമഷഡ്ഭുജത്തിന്റെ പരപ്പളവിന് തുല്യമാകണമെങ്കിൽ

$$\frac{5k^2 tan72}{2} = \frac{3\sqrt{3}a^2}{2} \quad . \qquad k^2 = \frac{3\sqrt{3}a^2}{5tan72} = \frac{3\sqrt{3}a^2 tan18}{5}$$

അപ്പോൾ $k = \sqrt{\frac{3\sqrt{3}a^2 tan18}{5}} = \sqrt{\frac{3\sqrt{3}a}{5} \times atan18}$

സമഷഡ്ഭുജംABCDEF ൽ AB = a , BD = $\sqrt{3}a$

BP : PD = 3 : 2 ആകത്തക്കവിധമുള്ള ബിന്ദുവാണ് P .

അപ്പോൾ BP = $\frac{3\sqrt{3}a}{5}$

∠BAQ = 18° അതുകൊണ്ട് BQ = $atan18$

BR = $\sqrt{\frac{3\sqrt{3}a^2 tan18}{5}}$

BR വശമായി സമദശഭുജം നിർമിക്കുക.

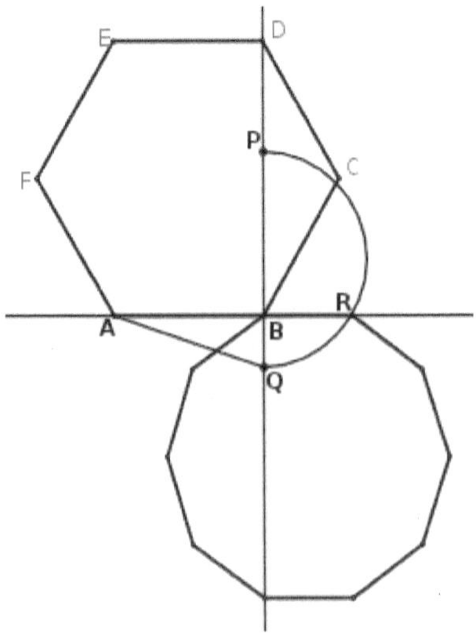

(1.7.5) സമഅഷ്ടഭുജവും സമഭുജത്രികോണവും

വശത്തിന്റെ നീളം k ആയ സമഭുജത്രികോണത്തിന്റെ പരപ്പളവ് വശത്തിന്റെ നീളം a യും വശത്തിന് സമാന്തരമായ വികർണത്തിന്റെ നീളം d യും ആയ സമഅഷ്ടഭുജത്തിന്റെ പരപ്പളവിന് തുല്യമാകണമെങ്കിൽ $\frac{\sqrt{3}k^2}{4} = d^2 - a^2$

അതായത് $k^2 = \frac{4}{\sqrt{3}} \times (d^2 - a^2)$ $= 4 \times (d+a) \times \frac{(d-a)}{\sqrt{3}}$

അപ്പോൾ $k = 2 \times \sqrt{\frac{(d+a)(d-a)}{\sqrt{3}}}$

സമഅഷ്ടഭുജംABCDEFGH ൽ AB = a , HC = d.

H കേന്ദ്രമായി HA ആരത്തിൽ വരയ്ക്കുന്ന വൃത്തം HC എന്ന വരയെ P , Q എന്നീ ബിന്ദുക്കളിലും C കേന്ദ്രമായി CQ ആരത്തിൽ വരയ്ക്കുന്ന വൃത്തം CD എന്ന വരയെ R എന്ന ബിന്ദുവിലും ഖണ്ഡിക്കുന്നു.

CP = $(d+a)$, CR = CQ = $(d-a)$.

$\angle$CRS = 30° , അതുകൊണ്ട് CS = $\frac{(d-a)}{\sqrt{3}}$

CT = $\sqrt{\frac{(d+a)(d-a)}{\sqrt{3}}}$, CU = $2 \times \sqrt{\frac{(d+a)(d-a)}{\sqrt{3}}}$

CU വശമായ സമഭുജത്രികോണത്തിന്റെ പരപ്പളവ് = $d^2 - a^2$

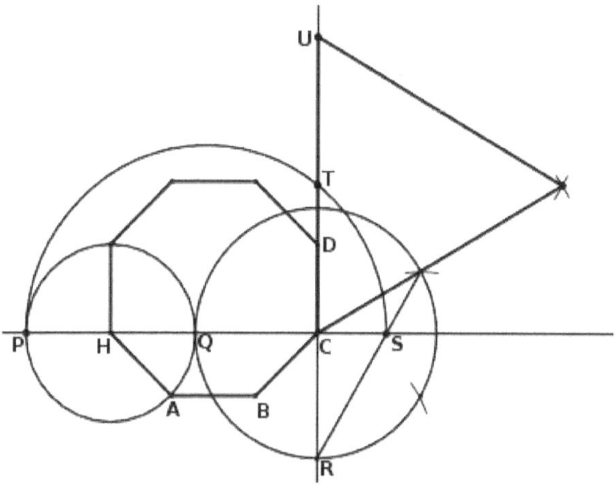

(1.7.5) സമഅഷ്ടഭുജവും സമഷഡ്ഭുജവും

വശത്തിന്റെ നീളം k ആയ സമഷഡ്ഭുജത്തിന്റെ പരപ്പളവ് വശത്തിന്റെ നീളം a യും വശത്തിന് സമാന്തരമായ വികർണത്തിന്റെ നീളം d യും ആയ സമഅഷ്ടഭുജത്തിന്റെ പരപ്പളവിന് തുല്യമാകണമെങ്കിൽ $\frac{3\sqrt{3}k^2}{2} = d^2 - a^2$

$$k^2 = \frac{2(d+a)(d-a)}{3\sqrt{3}}. \qquad k = \sqrt{\frac{2(d+a)(d-a)}{3\sqrt{3}}}$$

സമഅഷ്ടഭുജംABCDEFGH ൽ AB = a , HC = d.
H കേന്ദ്രമായി HA ആരത്തിൽ വരയ്ക്കുന്ന വൃത്തം HC എന്ന വരയെ J , K എന്നീ ബിന്ദുക്കളിലും C കേന്ദ്രമായി CJ ആരത്തിൽ വരയ്ക്കുന്ന വൃത്തം CD എന്ന വരയെ L എന്ന ബിന്ദുവിലും ഖണ്ഡിക്കുന്നു.
CK = $(d+a)$, CL = CJ = $(d-a)$.

CP : PK = 2 : 1 ആകത്തക്കവിധമുള്ള ബിന്ദു P . CP = $\frac{2(d+a)}{3}$

$\angle$CLQ = 30° അപ്പോൾ CQ = $\frac{(d-a)}{\sqrt{3}}$

CR = $\sqrt{\frac{2(d+a)(d-a)}{3\sqrt{3}}}$ .CR വശമായി സമഷഡ്ഭുജം നിർമിക്കുക.

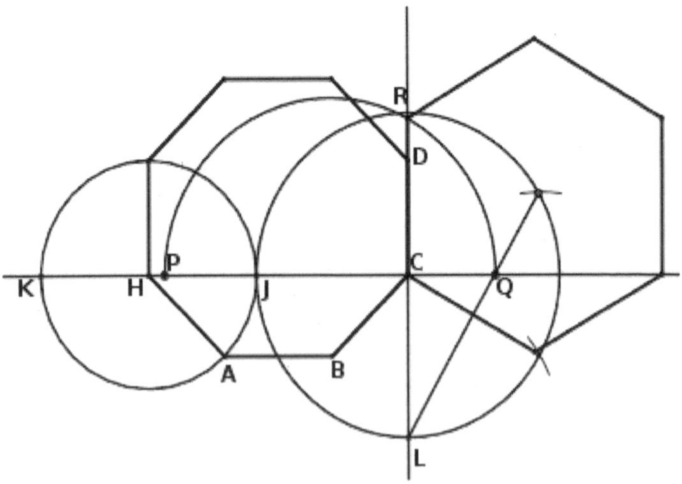

(1.7.5) സമഅഷ്ടഭുജവും സമദശഭുജവും

വശത്തിന്റെ നീളം k ആയ സമദശഭുജത്തിന്റെ പരപ്പളവ് വശത്തിന്റെ നീളം a യും വശത്തിന് സമാന്തരമായ വികർണത്തിന്റെ നീളം d യും ആയ സമഅഷ്ടഭുജത്തിന്റെ പരപ്പളവിന് തുല്യമാകണമെങ്കിൽ

$$\frac{5k^2 tan72}{2} = d^2 - a^2$$

അതായത് $k^2 = \frac{2(d^2 - a^2)}{5tan72} = \frac{2(d+a)(d-a)tan18}{5}$

അപ്പോൾ $k = \sqrt{\frac{2(d+a)(d-a)tan18}{5}}$

സമഅഷ്ടഭുജംABCDFGH ൽ AB = a , HC = d.
H കേന്ദ്രമായി HA ആരത്തിൽ വരയ്ക്കുന്ന വൃത്തം HC എന്ന വരയെ J , K എന്നീ ബിന്ദുക്കളിലും C കേന്ദ്രമായി CJ ആരത്തിൽ വരയ്ക്കുന്ന വൃത്തം CD എന്ന വരയെ Q എന്ന ബിന്ദുവിലും ഖണ്ഡിക്കുന്നു.
CK = $(d+a)$, CQ = CJ = $(d-a)$.

CP : PK = 2 : 3 ആകത്തക്കവിധമുള്ള ബിന്ദു P . CP = $\frac{2(d+a)}{5}$
$\angle$CQR = 18° അപ്പോൾ CR = $(d-a)tan18$

CS = $\sqrt{\frac{2(d+a)(d-a)tan18}{5}}$

CS വശമായി സമഷഡ്ഭുജം വരച്ചാൽ അതിന്റെ പരപ്പളവ് = $d^2 - a^2$

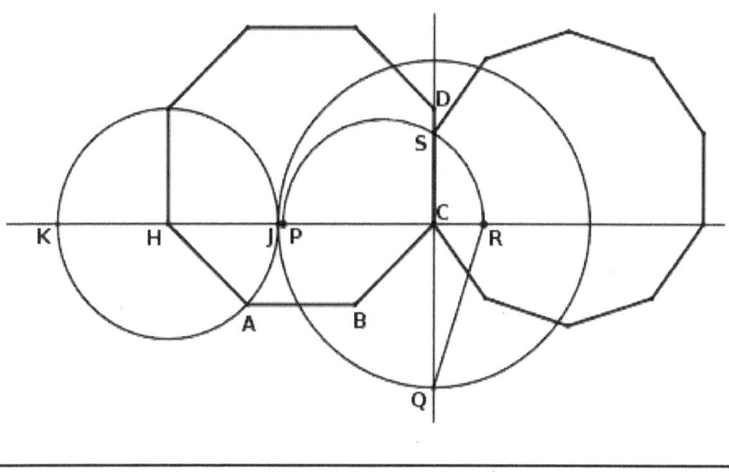

(1.7.8) സമഭുജത്രികോണവും സമഅഷ്ടഭുജവും

വശം k ആയ സമഅഷ്ടഭുജത്തിന്റെ പരപ്പളവ് = $2k^2(\sqrt{2}+1)$

$2k^2(\sqrt{2}+1) = \frac{\sqrt{3}a^2}{4}$ ആകണമെങ്കിൽ

$$k^2 = \frac{\sqrt{3}a^2}{8(\sqrt{2}+1)} = \frac{\sqrt{3}a^2(\sqrt{2}-1)}{8} \qquad k = \sqrt{\frac{\sqrt{3}a^2(\sqrt{2}-1)}{8}}$$

സമഭുജത്രികോണംABC യിൽ AB = a . ലംബവരയിലേക്ക് C യിൽ നിന്നുമുള്ള ലംബമാണ് CD. അതുകൊണ്ട് BD = $\frac{\sqrt{3}a}{2}$

BD യുടെ മധ്യബിന്ദു E യും BE യുടെ മധ്യബിന്ദു F ഉം ആകുന്നു. അപ്പോൾ BF = $\frac{\sqrt{3}a}{8}$. BP = BA അതുകൊണ്ട് PA = $\sqrt{2}a$

PQ = PA = $\sqrt{2}a$. അപ്പോൾ BQ = $a(\sqrt{2}-1)$

BR = $\sqrt{\frac{\sqrt{3}a^2(\sqrt{2}-1)}{8}}$

BR വശമായ സമഅഷ്ടഭുജത്തിന്റെ പരപ്പളവ് , സമഭുജത്രികോണത്തിന്റെ പരപ്പളവിനു തുല്യമായിരിക്കും.

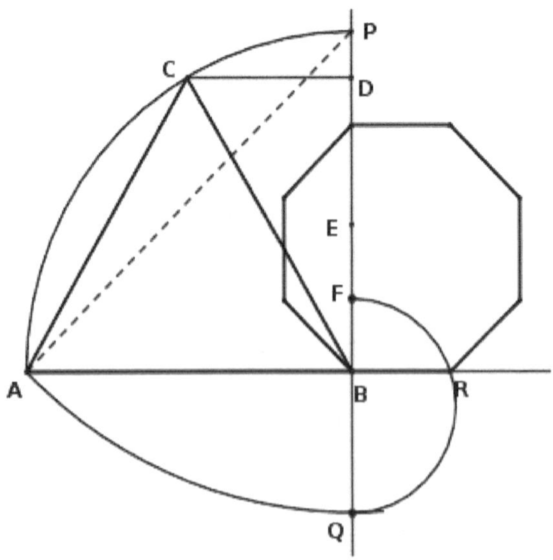

(1.7.8) സമപഞ്ചഭുജവും സമഅഷ്ടഭുജവും

വശം k ആയ സമഅഷ്ടഭുജത്തിന്റെ പരപ്പളവ് = $2k^2(\sqrt{2}+1)$

$2k^2(\sqrt{2}+1) = \dfrac{5a^2tan54}{4}$ ആകണമെങ്കിൽ

$$k^2 = \frac{5a^2tan54}{8(\sqrt{2}+1)} = \frac{5a^2tan54(\sqrt{2}-1)}{8}$$

അപ്പോൾ $$k = \sqrt{\frac{5a^2tan54(\sqrt{2}-1)}{8}}$$

സമപഞ്ചഭുജംABCDE യിൽ AB = a. GH = AG = AE = AB = a.

GH ന്റെ മധ്യബിന്ദു P . BP = $\dfrac{5a}{2}$

BP യുടെ മധ്യബിന്ദു Q, BQ ന്റെ മധ്യബിന്ദു R . അപ്പോൾ BR = $\dfrac{5a}{8}$

BS = BR = $\dfrac{5a}{8}$. അതുകൊണ്ട് SR = $\dfrac{5a}{8} \times \sqrt{2}$

ST = SR = $\dfrac{5a}{8} \times \sqrt{2}$. അപ്പോൾ BT = $\dfrac{5a(\sqrt{2}-1)}{8}$

$\angle$BAE യുടെ സമഭാജി AF. അതുകൊണ്ട് AF = $atan54$

BU = $\sqrt{\dfrac{5a^2tan54(\sqrt{2}-1)}{8}}$

BU വശമായി സമഅഷ്ടഭുജം നിർമിക്കുക.

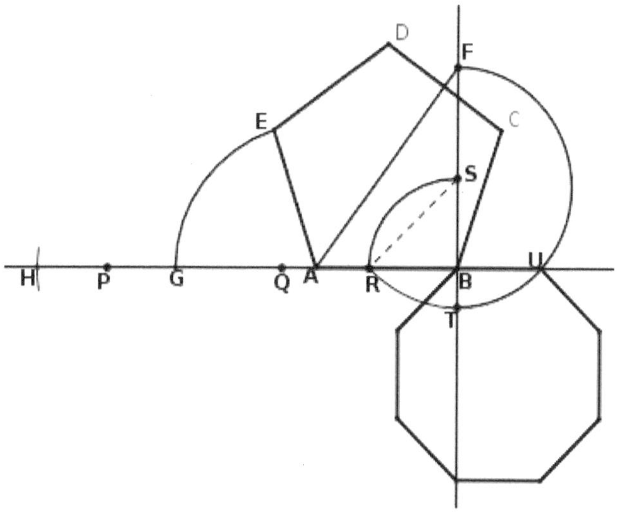

(1.7.8) സമദശഭുജവും സമഅഷ്ടഭുജവും

വശം k ആയ സമഅഷ്ടഭുജത്തിന്റെ പരപ്പളവ് = $2k^2(\sqrt{2}+1)$

വശത്തിന്റെ നീളം a യും വശത്തിന് ലംബമായ വികർണത്തിന്റെ നീളം d യും ആയ സമദശഭുജത്തിന്റെ പരപ്പളവ് = $\frac{5ad}{2}$

$2k^2(\sqrt{2}+1) = \frac{5ad}{2}$ ആകണമെങ്കിൽ

$$k^2 = \frac{5ad}{4(\sqrt{2}+1)} = \frac{5ad(\sqrt{2}-1)}{4}. \qquad k = \sqrt{\frac{5ad(\sqrt{2}-1)}{4}}$$

സമദശഭുജംABCDEFGHIJ യിൽ AB = a , BF = d.

KL = AK = AJ = AB = a. LK യുടെ മധ്യബിന്ദു M . BM = $\frac{5a}{2}$

BM ന്റെ മധ്യബിന്ദു P . അപ്പോൾ BP = $\frac{5a}{4}$. BQ = BP = $\frac{5a}{4}$.

അതുകൊണ്ട് QP = $\frac{5a}{4} \times \sqrt{2}$. QR = QP = $\frac{5a}{4} \times \sqrt{2}$

അപ്പോൾ BR = $\frac{5a(\sqrt{2}-1)}{4}$. BS = $\sqrt{\frac{5ad(\sqrt{2}-1)}{4}}$

BS വശമായി സമഅഷ്ടഭുജം നിർമിക്കുക.

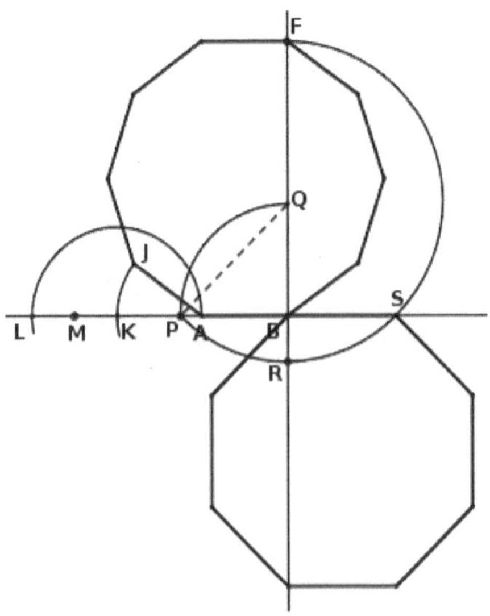

(1.8.5) സമദ്വാദശഭുജവും സമഭുജത്രികോണവും

വശത്തിന്റെ നീളം k ആയ സമഭുജത്രികോണത്തിന്റെ പരപ്പളവ് വശത്തിന്റെ നീളം a യും വശത്തിന് സമാന്തരമായ വലിയ വികർണത്തിന്റെ നീളം d യും ആയ സമദ്വാദശഭുജത്തിന്റെ പരപ്പളവിന് തുല്യമാകണമെങ്കിൽ

$\frac{\sqrt{3}k^2}{4} = 3ad$ അതായത് $k^2 = 4 \times \frac{3ad}{\sqrt{3}} = 4 \times \sqrt{3}ad$

അപ്പോൾ $k = 2 \times \sqrt{\sqrt{3}ad}$

സമദ്വാദശഭുജംABCDEFGHIJKL ൽ AB = a, BG = d.

$\angle$BAP = 60° അതുകൊണ്ട് BP = $\sqrt{3}a$

(JA എന്ന വികർണം P യിലേക്ക് നീട്ടിയാൽ $\angle$BAP = 60° ആകും)

BQ = $\sqrt{\sqrt{3}ad}$ QR = QB .

അപ്പോൾ BR = $2 \times \sqrt{\sqrt{3}ad}$

BR വശമായ സമഭുജത്രികോണത്തിന്റെ പരപ്പളവ് , സമദ്വാദശഭുജത്തിന്റെ പരപ്പളവിനു തുല്യമായിരിക്കും.

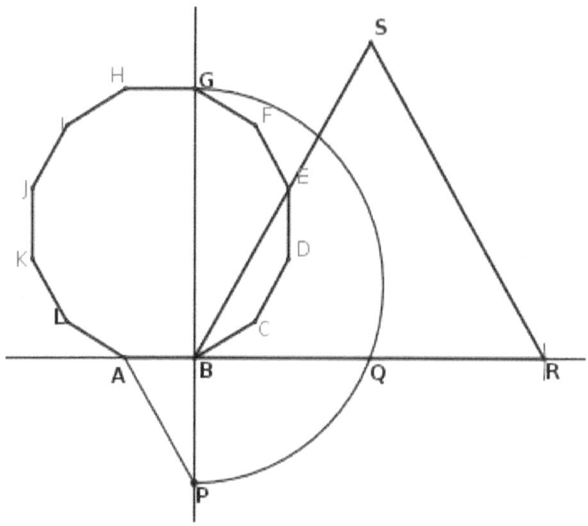

(1.8.5) സമദ്വാദശഭുജവും സമഷഡ്ഭുജവും

വശത്തിന്റെ നീളം k ആയ സമഷഡ്ഭുജത്തിന്റെ പരപ്പളവ് വശത്തിന്റെ നീളം a യും വശത്തിന് സമാന്തരമായ വലിയ വികർണത്തിന്റെ നീളം d യും ആയ സമദ്വാദശഭുജത്തിന്റെ പരപ്പളവിന് തുല്യമാകണമെങ്കിൽ $\frac{3\sqrt{3}k^2}{2} = 3ad$

അതായത് $k^2 = \frac{2ad}{\sqrt{3}}$. അപ്പോൾ $k = \sqrt{\frac{2ad}{\sqrt{3}}}$

സമദ്വാദശഭുജംABCDEFGHIJKL ൽ AB = a , BG = d.
AP = AL = AB . അപ്പോൾ BP = $2a$.

$\angle$BPQ = 30° അതുകൊണ്ട് BQ = $\frac{2a}{\sqrt{3}}$. BR = $\sqrt{\frac{2ad}{\sqrt{3}}}$

BR വശമായ സമഷഡ്ഭുജത്തിന്റെ പരപ്പളവ് , സമദ്വാദശഭുജത്തിന്റെ പരപ്പളവിന തുല്യമായിരിക്കും.

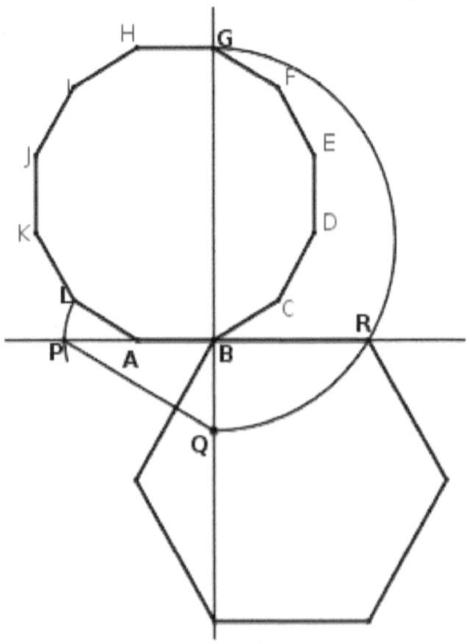

(1.8.5) സമദ്വാദശഭുജവും സമപഞ്ചഭുജവും

വശത്തിന്റെ നീളം k ആയ സമപഞ്ചഭുജത്തിന്റെ പരപ്പളവ് വശത്തിന്റെ നീളം a യും വശത്തിന് സമാന്തരമായ വലിയ വികർണത്തിന്റെ നീളം d യും ആയ സമദ്വാദശഭുജത്തിന്റെ പരപ്പളവിന് തുല്യമാകണമെങ്കിൽ $\frac{5k^2 tan54}{4} = 3ad$

$k^2 = \frac{12ad}{5tan54} = \frac{12adtan36}{5}$. $k = \sqrt{\frac{12adtan36}{5}}$

സമദ്വാദശഭുജംABCDEFGHIJKL ൽ AB = a , BG = d.
AM = AL , MN = MB . അപ്പോൾ BN = $4a$.
∠BNP = 36° അതുകൊണ്ട് BP = $4atan36$
BQ : QG = 3 : 2 ആകത്തക്കവിധമുള്ള ബിന്ദു Q .
അതുകൊണ്ട് BQ = $\frac{3d}{5}$. BR = $\sqrt{\frac{12adtan36}{5}}$

BR വശമായ സമപഞ്ചഭുജത്തിന്റെ പരപ്പളവ് , സമദ്വാദശഭുജത്തിന്റെ പരപ്പളവിന്ന തുല്യമായിരിക്കും.

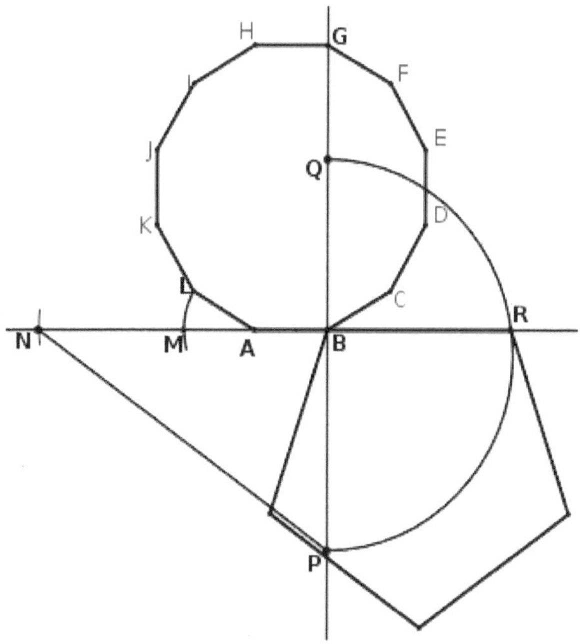

(1.8.5) സമദ്വാദശഭുജവും സമദശഭുജവും

വശത്തിന്റെ നീളം k ആയ സമദശഭുജത്തിന്റെ പരപ്പളവ് വശത്തിന്റെ നീളം a യും വശത്തിന് സമാന്തരമായ വലിയ വികർണത്തിന്റെ നീളം d യും ആയ സമദ്വാദശഭുജത്തിന്റെ പരപ്പളവിന് തുല്യമാകണമെങ്കിൽ $\dfrac{5k^2tan72}{2} = 3ad$ അതായത് $k^2 = \dfrac{6ad}{5tan72} = \dfrac{6adtan18}{5}$.

അപ്പോൾ $k = \sqrt{\dfrac{6adtan18}{5}}$

സമദ്വാദശഭുജംABCDEFGHIJKL ൽ AB = a , BG = d.
AM = AL = AB . അപ്പോൾ BM = $2a$
$\angle$BMP = 18° അതുകൊണ്ട് BP = $2atan18$

BQ : QG = 3 : 2 ആകത്തക്കവിധമുള്ള ബിന്ദു Q . BQ = $\dfrac{3d}{5}$.

BR = $\sqrt{\dfrac{6adtan18}{5}}$

BR വശമായ സമദശഭുജത്തിന്റെ പരപ്പളവ് , സമദ്വാദശഭുജത്തിന്റെ പരപ്പളവിനു തുല്യമായിരിക്കും.

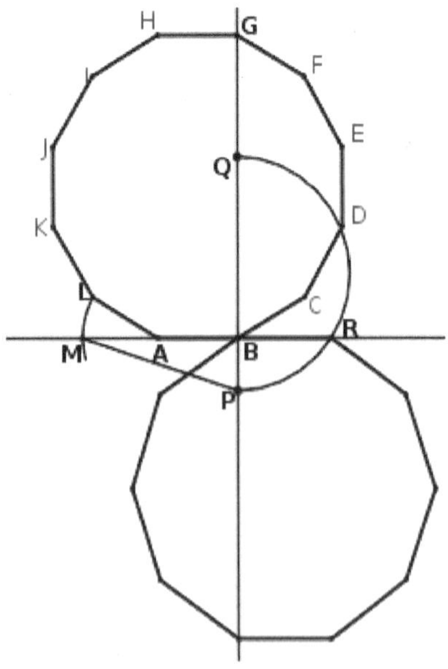

(1.8.8) സമഭുജത്രികോണവും സമദ്വാദശഭുജവും

വശം k ആയ സമദ്വാദശഭുജത്തിന്റെ പരപ്പളവ് = $3k^2(2+\sqrt{3})$

$3k^2(2+\sqrt{3}) = \dfrac{\sqrt{3}a^2}{4}$ ആകണമെങ്കിൽ

$$k^2 = \frac{1}{4} \times \frac{a^2(2-\sqrt{3})}{\sqrt{3}}. \qquad k = \frac{1}{2} \times \sqrt{\frac{a^2(2-\sqrt{3})}{\sqrt{3}}}$$

സമഭുജത്രികോണംABC യിൽ AB = a , AE = $2a$, BE = $\sqrt{3}a$

EF = EA = $2a$, BF = $a(2-\sqrt{3})$

$\angle$BAC യുടെ സമഭാജി AD. $\angle$BAD = 30° , BD = $\dfrac{a}{\sqrt{3}}$

BG = $\sqrt{\dfrac{a^2(2-\sqrt{3})}{\sqrt{3}}}$. BG യുടെ മധ്യബിന്ദു H.

BH = $\dfrac{1}{2} \times \sqrt{\dfrac{a^2(2-\sqrt{3})}{\sqrt{3}}}$

BH വശമായ സമദ്വാദശഭുജത്തിന്റെ പരപ്പളവ് , സമഭുജത്രികോണത്തിന്റെ പരപ്പളവിനു തുല്യമായിരിക്കും.

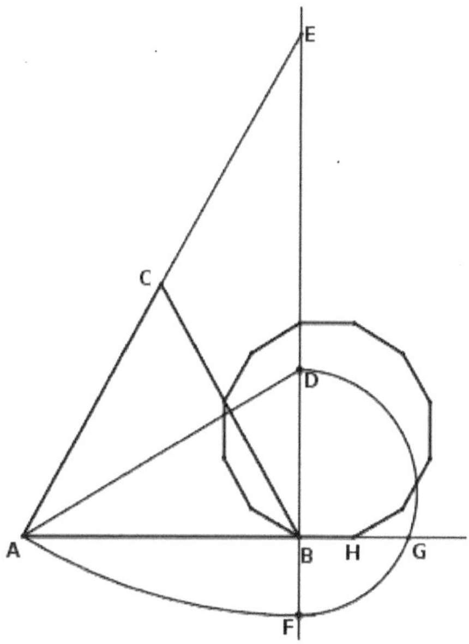

(1.8.8) സമഷഡ്ഭുജവും സമദ്വാദശഭുജവും

വശം k ആയ സമദ്വാദശഭുജത്തിന്റെ പരപ്പളവ് = $3k^2(2+\sqrt{3})$

$3k^2(2+\sqrt{3}) = \dfrac{3\sqrt{3}a^2}{2}$ ആകണമെങ്കിൽ

$$k^2 = \frac{\sqrt{3}a^2(2-\sqrt{3})}{2}. \qquad k = \sqrt{\frac{\sqrt{3}a^2(2-\sqrt{3})}{2}}$$

സമഷഡ്ഭുജംABCDEF ൽ AB = a ,

BD = $\sqrt{3}a$, AD = $2a$, DQ = DA = $2a$. BQ = $a(2-\sqrt{3})$.

BD , FC എന്നീ വികർണങ്ങൾ P യിൽ ഖണ്ഡിക്കുന്നു.

BD യുടെ മധ്യബിന്ദുവാണ് P. അതുകൊണ്ട് BP = $\dfrac{\sqrt{3}a}{2}$

$$BR = \sqrt{\frac{\sqrt{3}a^2(2-\sqrt{3})}{2}}$$

BR വശമായ സമദ്വാദശഭുജത്തിന്റെ പരപ്പളവ് , സമഷഡ്ഭുജത്തിന്റെ പരപ്പളവിനു തുല്യമായിരിക്കും.

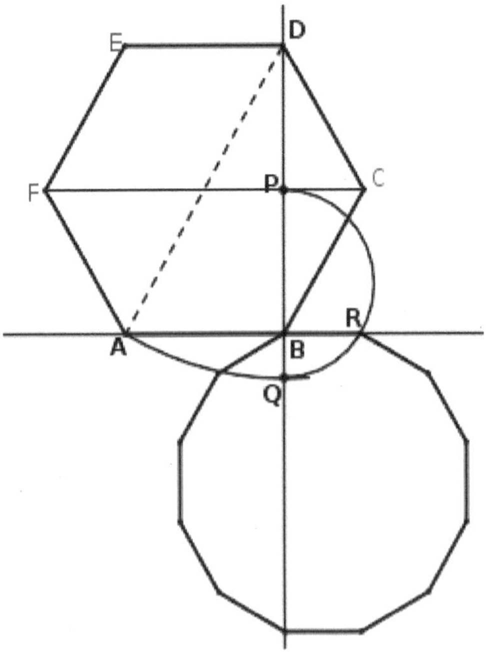

(1.8.8) സമപഞ്ചഭുജവും സമദ്വാദശഭുജവും

വശം k ആയ സമദ്വാദശഭുജത്തിന്റെ പരപ്പളവ് = $3k^2(2+\sqrt{3})$

$3k^2(2+\sqrt{3}) = \dfrac{5a^2 tan54}{4}$ ആകണമെങ്കിൽ

$$k^2 = \frac{5a^2 tan54(2-\sqrt{3})}{12} \quad . \quad k = \sqrt{\frac{5a^2 tan54(2-\sqrt{3})}{12}}$$

സമപഞ്ചഭുജംABCDE യിൽ AB = a. ∠BAE യുടെ സമഭാജി AF.
BF = $a tan54$. AG = AE = AB . അപ്പോൾ BG = $2a$.
AP : PG = 2 : 1 ആകത്തക്കവിധമുള്ള ബിന്ദു P .

അതുകൊണ്ട് AP = $\dfrac{2a}{3}$, BP = $\dfrac{5a}{3}$.
BP യുടെ മധ്യബിന്ദു Q ഉം BQ ന്റെ മധ്യബിന്ദു R ഉം ആകുന്നു.
BQ = $\dfrac{5a}{6}$, BR = $\dfrac{5a}{12}$. ∠BRS = 60° . SR = $\dfrac{10a}{12}$, SB = $\dfrac{5a}{12} \times \sqrt{3}$
ST = SR = $\dfrac{10a}{12}$, BT = $\dfrac{5a(2-\sqrt{3})}{12}$

BU = $\sqrt{\dfrac{5a^2 tan54(2-\sqrt{3})}{12}}$
BU വശമായി സമദ്വാദശഭുജം നിർമിക്കുക.

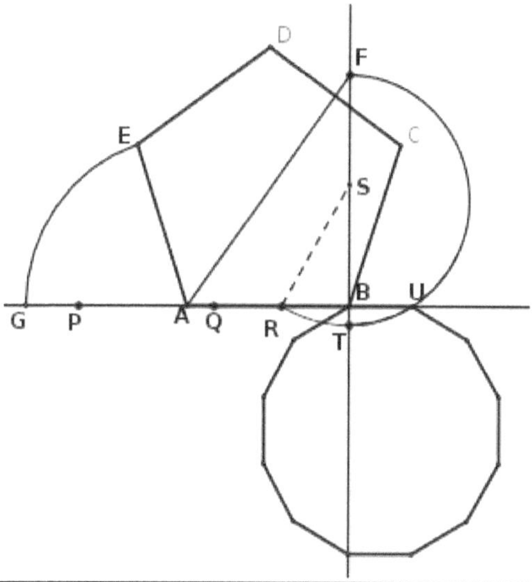

(1.8.8) സമദശഭുജവും സമദ്വാദശഭുജവും

വശം k ആയ സമദ്വാദശഭുജത്തിന്റെ പരപ്പളവ് = $3k^2(2+\sqrt{3})$
വശത്തിന്റെ നീളം a യും വശത്തിന് ലംബമായ വികർണത്തിന്റെ നീളം dയും ആയ സമദശഭുജത്തിന്റെ പരപ്പളവ് = $\dfrac{5ad}{2}$

$3k^2(2+\sqrt{3}) = \dfrac{5ad}{2}$ ആകണമെങ്കിൽ

$$k^2 = \frac{5ad}{6(2+\sqrt{3})} = \frac{5ad(2-\sqrt{3})}{6}. \qquad k = \sqrt{\frac{5ad(2-\sqrt{3})}{6}}$$

സമദശഭുജംABCDEFGHIJ യിൽ AB = a , BF = d
$\angle$BAP = 60° , AP = $2a$, BP = $\sqrt{3}a$.
PQ = PA = $2a$. BQ = $a(2-\sqrt{3})$
BR : RF = 5 : 1 ആകത്തക്കവിധമുള്ള ബിന്ദു R .
അതുകൊണ്ട് BR = $\dfrac{5d}{6}$

BS = $\sqrt{\dfrac{5ad(2-\sqrt{3})}{6}}$ BS വശമായി സമദ്വാദശഭുജം നിർമിക്കുക.

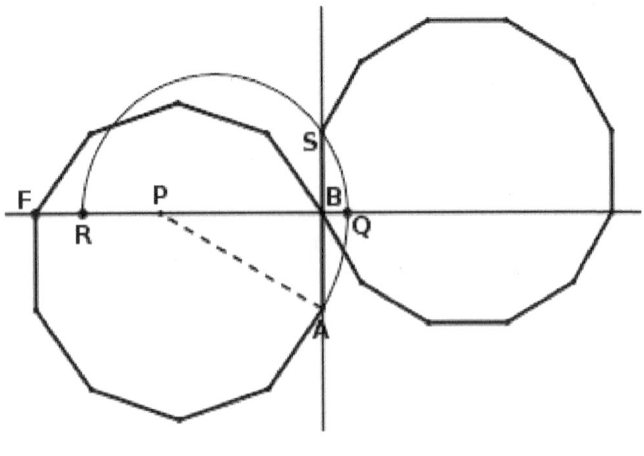

(1.9.2) 16 വശങ്ങളുള്ള സമബഹുഭുജം

16 വശങ്ങളുള്ള സമബഹുഭുജത്തിന്റെ ഒരു വശത്തിന്റെ നീളം a യും വശത്തിന് ലംബമായ വികർണത്തിന്റെ നീളം d യും ആണെങ്കിൽ പരപ്പളവ് $= 4ad$.

സമചതുരത്തിന്റെ വശം k ആയാൽ പരപ്പളവ് $= k^2$

$k^2 = 4ad$ ആകണമെങ്കിൽ $k = 2 \times \sqrt{ad}$

സമഭുജത്രികോണത്തിന്റെ വശം k ആയാൽ പരപ്പളവ് $= \frac{\sqrt{3}k^2}{4}$

$\frac{\sqrt{3}k^2}{4} = 4ad$ ആകണമെങ്കിൽ $k^2 = \frac{16ad}{\sqrt{3}}$.

അതായത് $k = 4 \times \sqrt{\frac{ad}{\sqrt{3}}}$

സമഷഡ്ഭുജത്തിന്റെ വശം k ആയാൽ പരപ്പളവ് $= \frac{3\sqrt{3}k^2}{2}$

$\frac{3\sqrt{3}k^2}{2} = 4ad$ ആകണമെങ്കിൽ $k^2 = \frac{8ad}{3\sqrt{3}}$.

അതായത് $k = 2 \times \sqrt{\frac{2ad}{3\sqrt{3}}}$

സമപഞ്ചഭുജത്തിന്റെ വശം k ആയാൽ പരപ്പളവ് $= \frac{5k^2 tan54}{4}$

$\frac{5k^2 tan54}{4} = 4ad$ ആകണമെങ്കിൽ $k^2 = \frac{16ad}{5tan54} = \frac{16adtan36}{5}$

അതായത് $k = 4 \times \sqrt{\frac{adtan36}{5}}$

സമദശഭുജത്തിന്റെ വശം k ആയാൽ പരപ്പളവ് $= \frac{5k^2 tan72}{2}$

$\frac{5k^2 tan72}{2} = 4ad$ ആകണമെങ്കിൽ $k^2 = \frac{8ad}{5tan72} = \frac{8adtan18}{5}$

അതായത് $k = 2 \times \sqrt{\frac{2adtan18}{5}}$

സമഅഷ്ടഭുജത്തിന്റെ വശം k ആയാൽ പരപ്പളവ് $= 2k^2(\sqrt{2}+1)$

$2k^2(\sqrt{2}+1) = 4ad$ ആകണമെങ്കിൽ $k^2 = 2ad(\sqrt{2}-1)$

അതായത് $k = \sqrt{2ad(\sqrt{2}-1)}$

സമദ്വാദശഭുജത്തിന്റെ വശം k ആയാൽ പരപ്പളവ് $= 3k^2(2+\sqrt{3})$

$3k^2(2+\sqrt{3}) = 4ad$ ആകണമെങ്കിൽ $k^2 = \dfrac{4ad(2-\sqrt{3})}{3}$

അതായത് $k = 2 \times \sqrt{\dfrac{ad(2-\sqrt{3})}{3}}$

(1.10.2) അർധവൃത്തത്തിൽ സമചതുരം

AB എന്ന വര വ്യാസമായി അർധവൃത്തം വരയ്ക്കുക. കേന്ദ്രം O എന്നും ആരം r എന്നുമിരിക്കട്ടെ.
OB വ്യാസമായി അർധവൃത്തം വരയ്ക്കുക. OM : MB = 1 : 4 ആകത്തക്കവിധം M എന്ന ബിന്ദു അടയാളപ്പെടുത്തുക.

അപ്പോൾ OM = $\dfrac{r}{5}$, MB = $\dfrac{4r}{5}$

OB വ്യാസമായ അർധവൃത്തത്തെ N എന്ന ബിന്ദുവിൽ മുറിച്ചുകടക്കുന്ന വിധത്തിൽ OB യ്ക്ക് ലംബമായി M ൽ കൂടി ഒരു വര വരയ്ക്കുക.

$MN^2 = OM \times MB = \dfrac{r}{5} \times \dfrac{4r}{5} = \dfrac{4r^2}{25}$ അതുകൊണ്ട് $MN = \dfrac{2r}{5}$

ON യോജിപ്പിക്കുക.

$ON^2 = OM^2 + MN^2 = \left(\dfrac{r}{5}\right)^2 + \left(\dfrac{2r}{5}\right)^2 = \dfrac{5r^2}{25} = \dfrac{r^2}{5}.$

അതായത് $ON = \dfrac{r}{\sqrt{5}}$

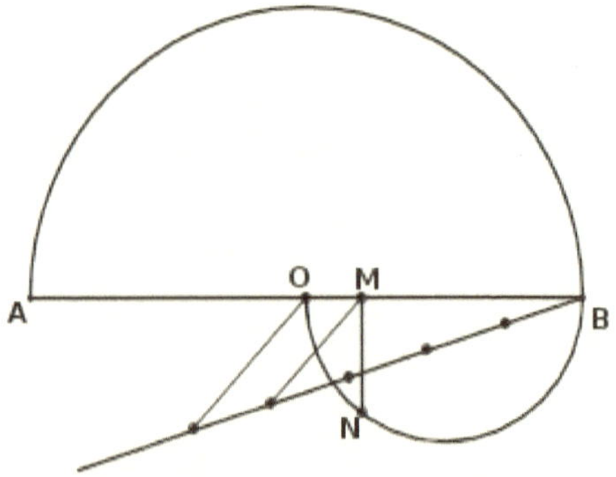

AB യെ P , Q എന്നീ ബിന്ദുക്കളിൽ മുറിച്ചുകടക്കുന്ന വിധത്തിൽ O കേന്ദ്രമായി ON ആരത്തിൽ ചാപം വരയ്ക്കുക.

അപ്പോൾ PQ = $\frac{2r}{\sqrt{5}}$. PQ വശമായി സമചതുരം നിർമിക്കുക.

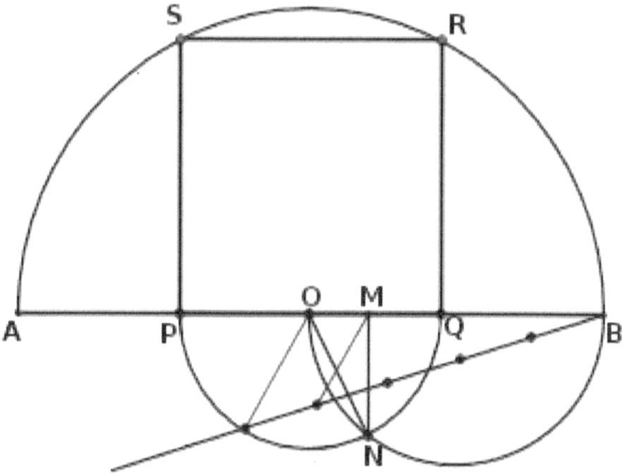

(1.10.3) **വരയുടെ $\frac{1}{\sqrt{6}}$ ഭാഗം**

AB എന്ന വര വരയ്ക്കുക . AP : PB = 1 : 5 ആകത്തക്കവിധം P എന്ന ബിന്ദു കണ്ടെത്തുക.

AB = k ആണെങ്കിൽ AP = $\frac{k}{6}$, PB = $\frac{5k}{6}$

AB വ്യാസമായി അർധവത്തം വരയ്ക്കുക. അർധവൃത്തത്തെ Q എന്ന ബിന്ദുവിൽ മുറിച്ചുകടക്കുന്ന വിധത്തിൽ AB യ്ക്ക് ലംബമായി P യിൽ കൂടി ഒരു വര വരയ്ക്കുക.

$PQ^2 = \frac{k}{6} \times \frac{5k}{6} = \frac{5k^2}{36}$. AQ യോജിപ്പിച്ച് വരയ്ക്കുക.

$AQ^2 = PQ^2 + AP^2 = \frac{5k^2}{36} + \frac{k^2}{36} = \frac{k^2}{6}$. $AQ = \frac{k}{\sqrt{6}}$.

അതായത് AQ ന്റെ നീളം AB യുടെ $\frac{1}{\sqrt{6}}$ ഭാഗമാണ്.

(AB യുടെ $\frac{1}{\sqrt{2}}$ ഭാഗം വരച്ച് ,അതിന്റെ $\frac{1}{\sqrt{3}}$ ഭാഗം വരച്ചാലും $\frac{1}{\sqrt{6}}$ ഭാഗം ആകും).

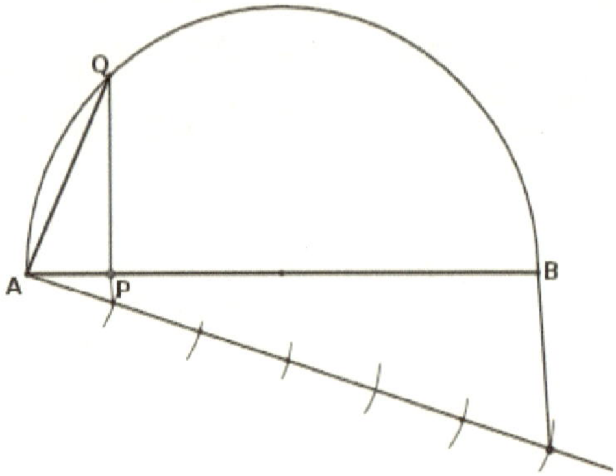

(1.10.8) **സമചതുരത്തിൽ സമദ്വാദശഭുജം**

സമചതുരം ABCD വരയ്ക്കുക. AB യുടെ ലംബസമഭാജി വരച്ച് AB യുടെ മധ്യബിന്ദു M ഉം CD യുടെ മധ്യബിന്ദു N ഉം അടയാളപ്പെടുത്തുക. ആ ലംബസമഭാജിയെ E യിൽ മുറിച്ചുകടക്കുന്ന വിധത്തിൽ C കേന്ദ്രമായി CD ആരത്തിൽ ചാപം വരയ്ക്കുക

CD = a ആയാൽ NE = $\frac{\sqrt{3}a}{2}$. അപ്പോൾ ME = $a - \frac{\sqrt{3}a}{2}$

M കേന്ദ്രമായി ME ആരത്തിൽ വരയ്ക്കുന്ന വൃത്തം AB യെ P , Q എന്നീ ബിന്ദുക്കളിൽ ഖണ്ഡിക്കുന്നു. വികർണം DB വരച്ച് അതിനെ R ൽ മുറിച്ചുകടക്കുന്ന വിധത്തിൽ Q കേന്ദ്രമായി QP ആരത്തിൽ ചാപം വരയ്ക്കുക. PQ , QR ഇവ വശങ്ങളായി സമദ്വാദശഭുജം നിർമിക്കുക.

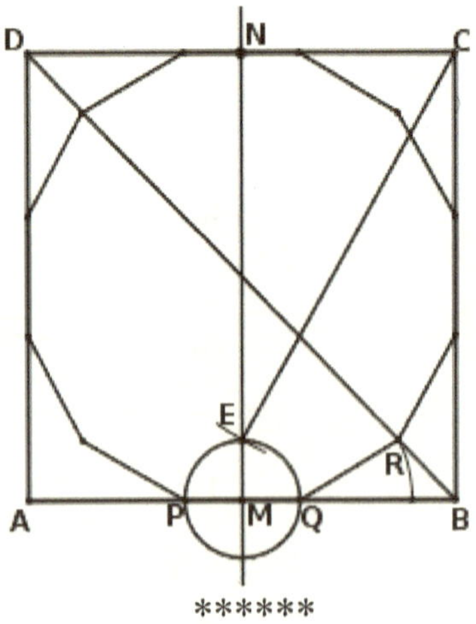

******

അനുബന്ധം 2

(2.1.3) സമപാർശ്വലംബകവും കൊസൈൻ സമവാക്യവും

$\angle ABC = \theta$ എങ്കിൽ $cos\theta = \frac{8.1 - 5.4}{2 \times 6} = \frac{0.9}{4}$

AB = 8.1 സെ.മീ. , BE = 4 സെ.മീ. BE വ്യാസമായ അർധവൃത്തത്തെ F ൽ മുറിച്ചുകടക്കുന്ന വിധം B കേന്ദ്രമായി 0.9 സെ.മീ.ആരത്തിൽ ചാപം വരയ്ക്കുക. BF എന്ന വര F ന്റെ ഭാഗത്തേക്ക് നീട്ടിവരയ്ക്കുക.
BC=6 സെ.മീ. , AD=6 സെ.മീ. , CD=5.4 സെ.മീ. ആകത്തക്കവിധം സമപാർശ്വലംബകം വരയ്ക്കുക.

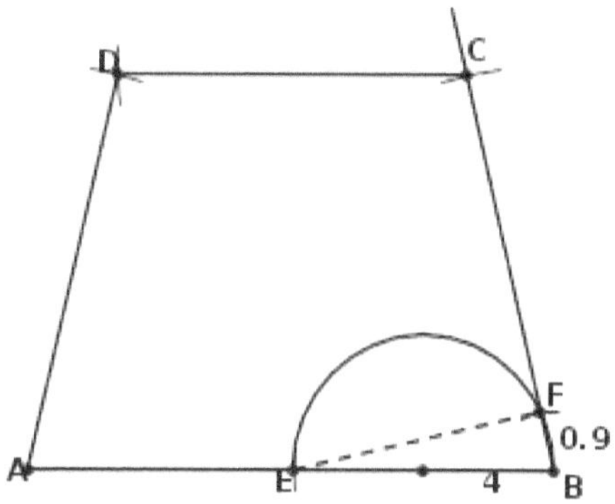

(2.2.3) സമപാർശ്വമട്ടത്രികോണം

AB = 7 സെ.മീ. AB വ്യാസമായ അർധവൃത്തം വരയ്ക്കുക. AB യുടെ ലംബസമഭാജി അർധവൃത്തത്തെ C യിൽ മുറിച്ചുകടക്കുന്നു.
$\angle ACB = 90^\circ$, $\angle BAC = \angle ABC = 45^\circ$.
$\angle BAC$ യുടെ സമഭാജി AB യുടെ ലംബസമഭാജിയെ P യിൽ ഖണ്ഡിക്കുന്നു. AC യ്ക്ക് സമാന്തരമായി PQ വരയ്ക്കുക.
$\angle APQ = \angle PAC = \angle PAQ$. അതുകൊണ്ട് PQ = AQ.
P കേന്ദ്രമായി PQ ആരത്തിൽ വരയ്ക്കുന്ന ചാപം AB യെ R ൽ ഖണ്ഡിക്കുന്നു.

അപ്പോൾ PR = PQ . $\angle PQR = \angle PRQ = 45^\circ$.

$\triangle PQR$ സമപാർശ്വമട്ടത്രികോണമാകുന്നു.

അതിന്റെ ചുറ്റളവ് = AB = 7 സെ.മീ.

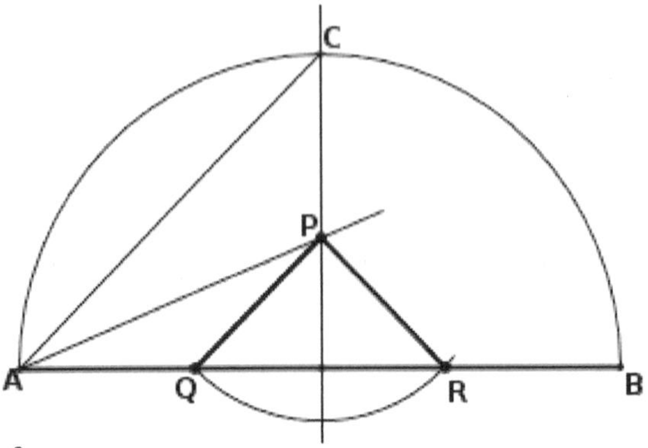

<u>മറ്റൊരു രീതി :</u>

സമപാർശ്വമട്ടത്രികോണത്തിന്റെ തുല്യവശങ്ങളുടെ നീളം a എന്നെടുത്താൽ ചുറ്റളവ് $= a + a + \sqrt{2}a$

$2a + \sqrt{2}a = 7$ ആകണമെങ്കിൽ $a = 7 - \frac{7}{\sqrt{2}}$ ആയിരിക്കണം.

AB = 7 സെ.മീ. AB യുടെ ലംബസമഭാജി വരച്ച് മധ്യബിന്ദു M അടയാളപ്പെടുത്തുക. MA = $\frac{7}{2}$. M കേന്ദ്രമായി MA ആരത്തിൽ വരയ്ക്കുന്ന ചാപം ലംബസമഭാജിയെ C യിൽ ഖണ്ഡിക്കുന്നു. അപ്പോൾ MC = $\frac{7}{2}$, AC = $\frac{7}{\sqrt{2}}$. AR = AC = $\frac{7}{\sqrt{2}}$. അപ്പോൾ BR = $7 - \frac{7}{\sqrt{2}}$

R കേന്ദ്രമായി RB ആരത്തിൽ വരയ്ക്കുന്ന ചാപം ലംബസമഭാജിയെ P യിൽ ഖണ്ഡിക്കുന്നു. അപ്പോൾ PR = $7 - \frac{7}{\sqrt{2}}$

PQ = PR , QR = AB – (AQ + BR) $= 7 - 2\left(7 - \frac{7}{\sqrt{2}}\right)$

$$= 7\sqrt{2} - 7 = \sqrt{2}\left(7 - \frac{7}{\sqrt{2}}\right) = \sqrt{2} \times PQ$$

PQ : PR : QR = $1 : 1 : \sqrt{2}$. അതുകൊണ്ട് $\triangle PQR$ സമപാർശ്വമട്ടത്രികോണമാകുന്നു.

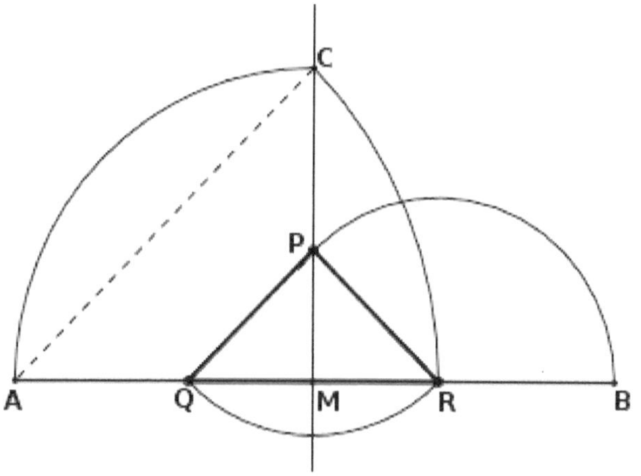

(2.3.3) **സമഷഡ്ഭുജത്തിന്റെ പരപ്പളവ്**

വശത്തിന്റെ നീളം a ആയ സമഷഡ്ഭുജംABCDEF വരയ്ക്കുക. AB എന്ന വശവും AE എന്ന വികർണവും ഇരുഭാഗത്തേക്കും നീട്ടുക. AB യിലേക്ക് C യിൽ നിന്നും വരയ്ക്കുന്ന ലംബം AB എന്ന വരയെ G യിൽ ഖണ്ഡിക്കുന്നു.

$\angle CBG = 60^\circ$, $\angle BCG = 30^\circ$

BC = a ആയതിനാൽ BG = $\frac{a}{2}$, AG = $\frac{3a}{2}$

EA എന്ന വരയെ H ൽ മുറിച്ചുകടക്കുന്ന വിധത്തിൽ A കേന്ദ്രമായി AG ആരത്തിൽ ചാപം വരയ്ക്കുക.

AH = $\frac{3a}{2}$. കൂടാതെ AE = $\sqrt{3}a$

EH വ്യാസത്തിൽ വരയ്ക്കുന്ന അർധവൃത്തം AB എന്ന വരയെ P യിൽ ഖണ്ഡിക്കുന്നു.

$$AP^2 = AE \times AH = \sqrt{3}a \times \frac{3a}{2} = \frac{3\sqrt{3}a^2}{2}$$

അതായത് $AP = \sqrt{\frac{3\sqrt{3}a^2}{2}}$

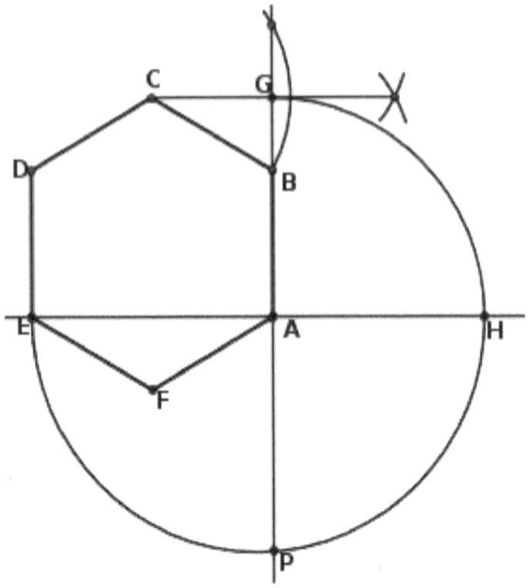

A കേന്ദ്രമായി ഒരു യൂണിറ്റ് ആരത്തിൽ വൃത്തം വരയ്ക്കുക. വൃത്തം AE എന്ന വികർണത്തെ Q ൽ ഖണ്ഡിക്കുന്നുവെന്നിരിക്കട്ടെ. PQ യോജിപ്പിക്കുക. AE എന്ന വരയെ R ൽ മുറിച്ചുകടക്കുന്നവിധത്തിൽ PQ ന് ലംബമായി P യിൽ കൂടി ഒരു വര വരയ്ക്കുക.

$\triangle QPR$ ൽ $\angle QPR = 90^\circ$, QR ന് ലംബമാണ് PA.

$AP^2 = AQ \times AR$

$AQ = 1$, $AP^2 = \dfrac{3\sqrt{3}a^2}{2}$ ആയതിനാൽ $AR = \dfrac{3\sqrt{3}a^2}{2}$

AR ന്റെ നീളം എത്രയാണോ , അത്രയും ചതുരശ്രയൂണിറ്റാണ് സമഷഡ്ഭുജത്തിന്റെ പരപ്പളവ്.

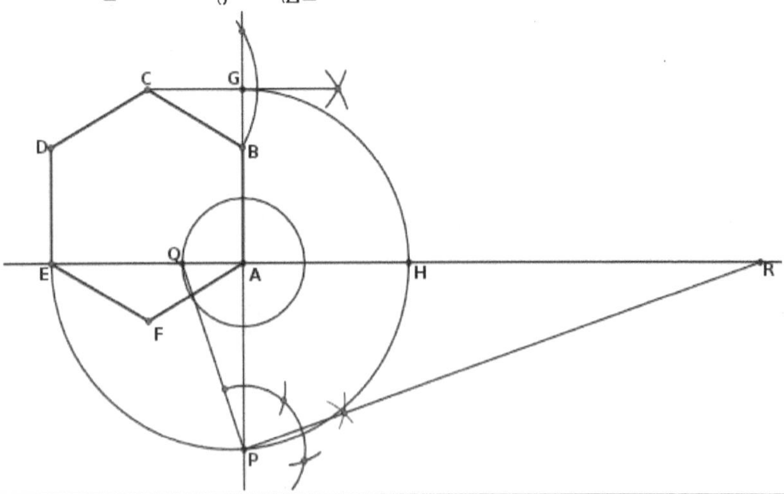

(2.3.6) സമദശഭുജത്തിന്റെ പരപ്പളവ്.

വശം a ആയ സമദശഭുജത്തിന്റെ പരപ്പളവ് $= \frac{5a^2 tan72}{2}$

$\sqrt{\frac{5a^2 tan72}{2}}$ യൂണിറ്റ് നീളമുള്ള വര നിർമിച്ച് അതിന്റെ വർഗം നീളമായി വരുന്ന വര വരച്ചാൽ $\frac{5a^2 tan72}{2}$ യൂണിറ്റ് നീളമുള്ള വരയാകും.

ചിത്രത്തിൽ $OR^2 = OP \times OQ$ ആയതിനാൽ

$OP = \frac{5a}{2}$ യൂണിറ്റ് , $OQ = atan72$ യൂണിറ്റ് ആകുമ്പോൾ

$OR = \sqrt{\frac{5a^2 tan72}{2}}$ യൂണിറ്റ്

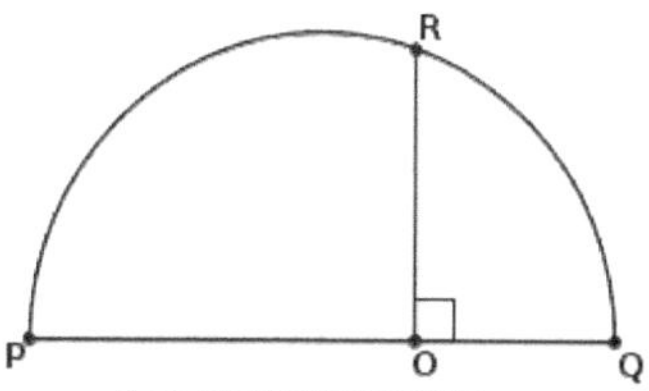

വശത്തിന്റെ നീളം a ആയ സമദശഭുജംABCDEFGHIJ വരയ്ക്കുക. AB എന്ന വശവും BF എന്ന വികർണവും ഇരുഭാഗത്തേക്കും നീട്ടുക. AB എന്ന വരയെ K യിൽ മുറിച്ചുകടക്കുന്ന വിധത്തിൽ A കേന്ദ്രമായി AJ ആരത്തിലും L എന്ന ബിന്ദുവിൽ മുറിച്ചുകടക്കുന്ന വിധത്തിൽ K കേന്ദ്രമായി KA ആരത്തിലും ചാപങ്ങൾ വരയ്ക്കുക.
LK യുടെ മധ്യബിന്ദു M അടയാളപ്പെടുത്തുക.

$BA = AK = KL = a$, $KM = \frac{a}{2}$

അപ്പോൾ $BM = a + a + \frac{a}{2} = \frac{5a}{2}$.

AB എന്ന വരയെ N എന്ന ബിന്ദുവിൽ മുറിച്ചുകടക്കുന്ന വിധത്തിൽ B കേന്ദ്രമായി BF ആരത്തിൽ ചാപം വരയ്ക്കുക.
$BN = BF = atan72$

MN വ്യാസമായി വരയ്ക്കുന്ന അർധവൃത്തം ലംബവരയെ P യിൽ ഖണ്ഡിക്കുന്നു.

$BP^2 = BM \times BN = \frac{5a}{2} \times atan72$

അതായത് $BP = \sqrt{\frac{5a^2 tan72}{2}}$

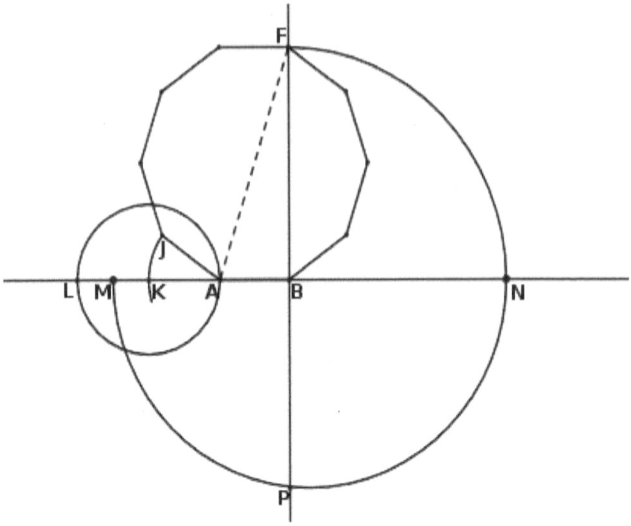

B കേന്ദ്രമായി ഒരു യൂണിറ്റ് ആരത്തിൽ വൃത്തം വരയ്ക്കുക. വൃത്തം AB എന്ന വരയെ Q ൽ ഖണ്ഡിക്കുന്നു. PQ യോജിപ്പിക്കുക. AB എന്ന വരയെ R ൽ മുറിച്ചു കടക്കുന്ന വിധത്തിൽ PQ ന് ലംബമായി P യിൽ കൂടി ഒരു വര വരയ്ക്കുക.

$\triangle$QPR ൽ $\angle$QPR = 90° , QR ന് ലംബമാണ് BP

$BP^2 = BQ \times BR$

BQ = 1 , $BP^2 = \dfrac{5a^2 tan72}{2}$ ആയതിനാൽ BR = $\dfrac{5a^2 tan72}{2}$

BR ന്റെ നീളം എത്രയാണോ , അത്രയും ചതുരശ്രയൂണിറ്റാണ് സമദശഭുജത്തിന്റെ പരപ്പളവ്.

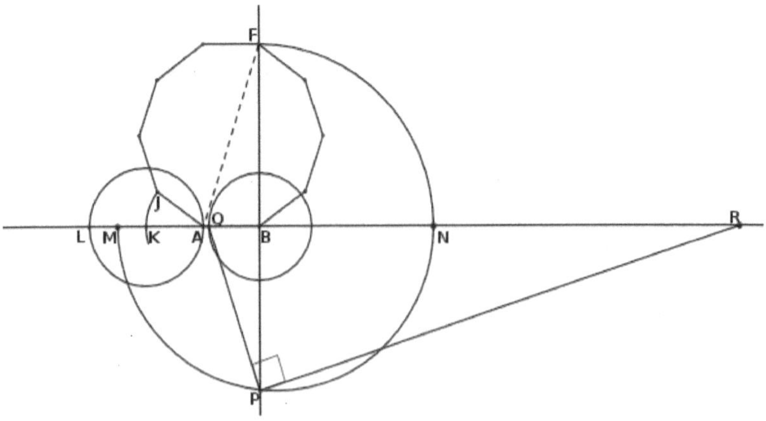

(2.3.6) സമദ്വാദശഭുജത്തിന്റെ പരപ്പളവ്

വശത്തിന്റെ നീളം a യും വശത്തിന് ലംബമായ വികർണത്തിന്റെ നീളം dയും ആയ സമദ്വാദശഭുജത്തിന്റെ പരപ്പളവ് $= 3ad$

ചിത്രത്തിൽ$OR^2 = OP \times OQ$
ആയതിനാൽ
$OQ = 3a$, $OP = d$ ആകുമ്പോൾ
$OR = \sqrt{3ad}$ യൂണിറ്റ് ആയിരിക്കും.

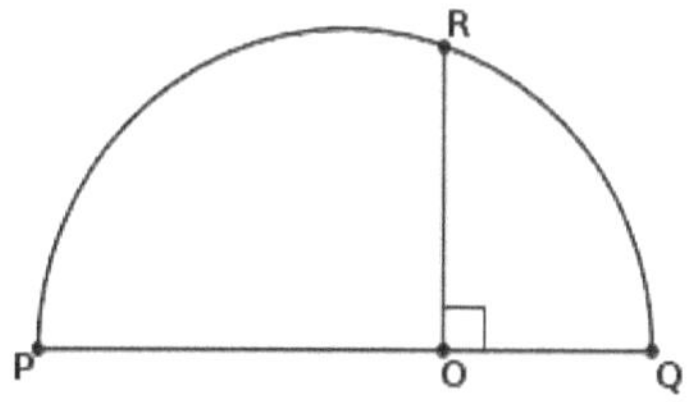

വശത്തിന്റെ നീളം a ആയ സമദ്വാദശഭുജംABCDEFGHIJKL വരയ്ക്കുക. AB എന്ന വശവും BG എന്ന വികർണവും ഇരുഭാഗത്തേക്കും നീട്ടുക. AB എന്ന വരയെ M ൽ മുറിച്ചുകടക്കുന്ന വിധത്തിൽ A കേന്ദ്രമായി AL ആരത്തിലും N എന്ന ബിന്ദുവിൽ മുറിച്ചുകടക്കുന്ന വിധത്തിൽ M കേന്ദ്രമായി MA ആരത്തിലും ചാപങ്ങൾ വരയ്ക്കുക.
$BA = AM = MN = a$. അപ്പോൾ $BN = 3a$
AB എന്ന വരയെ P എന്ന ബിന്ദുവിൽ മുറിച്ചുകടക്കുന്ന വിധത്തിൽ B കേന്ദ്രമായി BG ആരത്തിൽ ചാപം വരയ്ക്കുക. $BP = BG = d$
PN വ്യാസമായി വരയ്ക്കുന്ന അർധവൃത്തം ലംബവരയെ Q എന്ന ബിന്ദുവിൽ ഖണ്ഡിക്കുന്നു.

$BQ^2 = BN \times BP = 3ad$ അതായത് $BQ = \sqrt{3ad}$

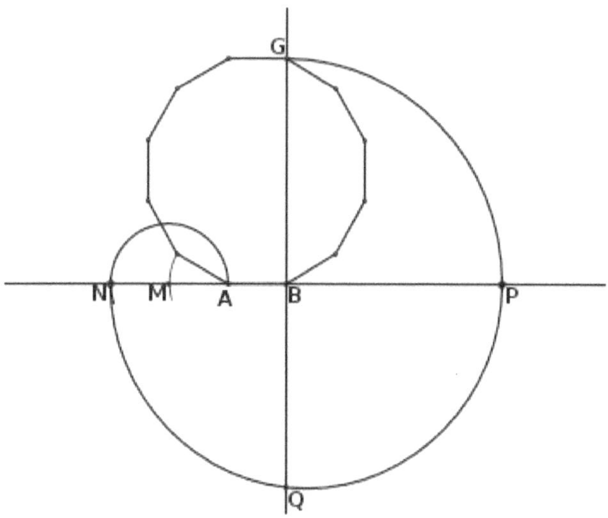

B കേന്ദ്രമായി ഒരു യൂണിറ്റ് ആരത്തിൽ വൃത്തം വരയ്ക്കുക. വൃത്തം AB എന്ന വരയെ R ൽ ഖണ്ഡിക്കുന്നുവെന്നിരിക്കട്ടെ. QR യോജിപ്പിക്കുക. AB എന്ന വരയെ S എന്ന ബിന്ദുവിൽ മുറിച്ചുകടക്കുന്നവിധത്തിൽ QR ന് ലംബമായി Q ൽ കൂടി ഒരു വര വരയ്ക്കുക.

$\triangle RQS$ ൽ $\angle RQS = 90^\circ$, RS ന് ലംബമാണ് BQ
$BQ^2 = BR \times BS$
$BR = 1$, $BQ^2 = 3ad$ ആയതിനാൽ $BS = 3ad$

BS ന്റെ നീളം എത്രയാണോ , അത്രയും ചതുരശ്രയൂണിറ്റാണ് സമദ്വാദശഭുജത്തിന്റെ പരപ്പളവ്.

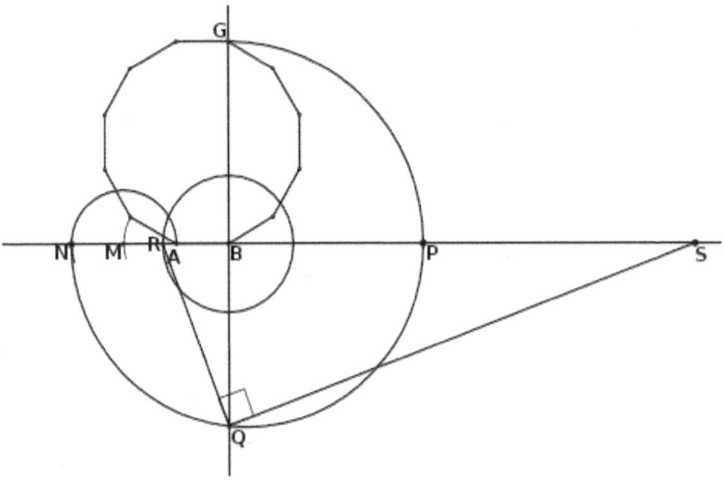

(2.3.7) **ലംബകത്തിന്റെ പരപ്പളവ്**

ചിത്രത്തിൽ $OR^2 = OP \times OQ$ ആയതിനാൽ

$OP = \frac{a+b}{2}$, $OQ = h$ ആകുമ്പോൾ

$OR = \sqrt{\frac{(a+b)h}{2}}$ ആയിരിക്കും.

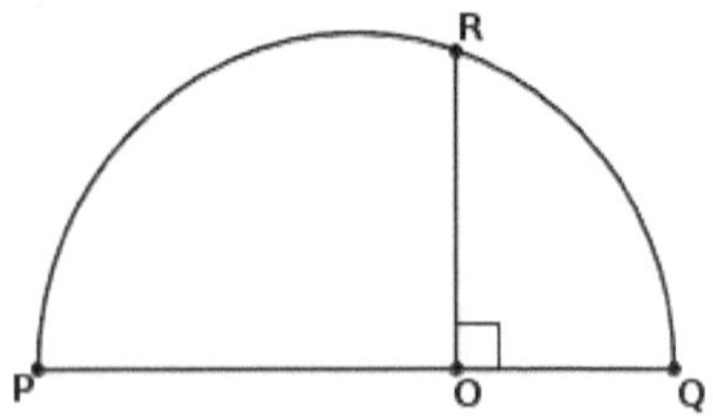

AB യും DC യും സമാന്തരമാകത്തക്കവിധം ലംബകം ABCD വരയ്ക്കുക.
AB = a , CD = b , അവ തമ്മിലുള്ള അകലം h ആണെങ്കിൽ
പരപ്പളവ് = $\frac{(a+b)h}{2}$
AB എന്ന വശം ഇരുഭാഗത്തേക്കും നീട്ടിവരച്ച ശേഷം അതിന് ലംബമായി B യിൽ കൂടി ഒരു വര വരയ്ക്കുക. ലംബവരയെ E യിൽ ഖണ്ഡിക്കുന്ന വിധത്തിൽ DC എന്ന വശം നീട്ടിവരയ്ക്കുക.
B കേന്ദ്രമായി BE ആരത്തിൽ ചാപം വരയ്ക്കുക. ഈ ചാപം AB എന്ന വരയെ F ൽ മുറിച്ചുകടക്കുന്നുവെങ്കിൽ BF = BE = h
AD യുടെ മധ്യബിന്ദു G അടയാളപ്പെടുത്തുക. CG വരച്ച് , AB എന്ന വരയെ H എന്ന ബിന്ദുവിൽ സംഗമിക്കുന്ന വിധത്തിൽ നീട്ടുക.
$\triangle$AGH , $\triangle$DGC എന്നീ ത്രികോണങ്ങളിൽ AG = DG ,
$\angle$AGH = $\angle$DGC , $\angle$GAH = $\angle$GDC ആയതിനാൽ അവ തുല്യത്രികോണങ്ങളാണ്.
അതുകൊണ്ട് AH = DC = b അപ്പോൾ BH = $a+b$
BH ന്റെ ലംബസമഭാജി വരച്ച് മധ്യബിന്ദു K അടയാളപ്പെടുത്തുക.
BK = $\frac{a+b}{2}$. KF വ്യാസത്തിൽ വരയ്ക്കുന്ന അർധവൃത്തം ലംബവരയെ P യിൽ ഖണ്ഡിക്കുന്നു.

$$BP^2 = BK \times BF = \frac{(a+b)}{2} \times h = \frac{(a+b)h}{2}$$

$$BP = \sqrt{\frac{(a+b)h}{2}}$$

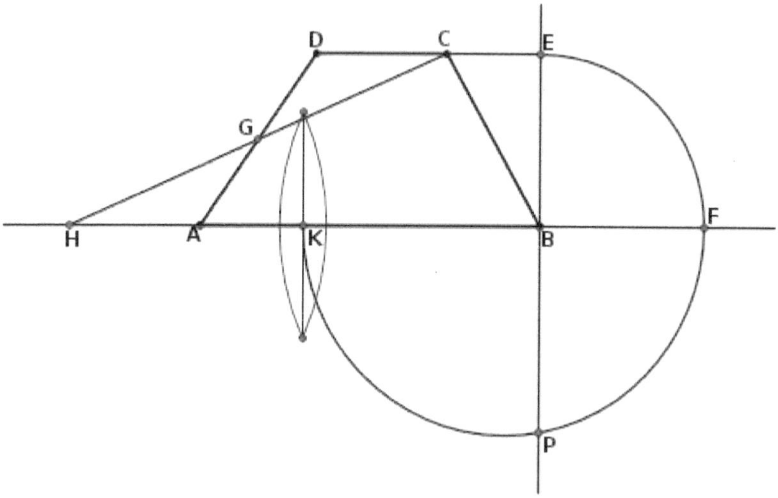

B കേന്ദ്രമായി ഒരു യൂണിറ്റ് ആരത്തിൽ വൃത്തം വരയ്ക്കുക. വൃത്തം AB എന്ന വശത്തെ Q ൽ ഖണ്ഡിക്കുന്നുവെന്നിരിക്കട്ടെ. PQ യോജിപ്പിക്കുക. AB എന്ന വരയെ R ൽ മുറിച്ചുകടക്കുന്നവിധത്തിൽ PQ ന് ലംബമായി P യിൽ കൂടി ഒരു വര വരയ്ക്കുക.

$\triangle QPR$ ൽ $\angle QPR = 90^\circ$, QR ന് ലംബമാണ് BP . അതുകൊണ്ട് $BP^2 = BQ \times BR$

$BQ = 1$, $BP^2 = \dfrac{(a+b)h}{2}$ ആയതിനാൽ $BR = \dfrac{(a+b)h}{2}$

BR ന്റെ നീളം എത്രയാണോ , അത്രയും ചതുരശ്രയൂണിറ്റാണ് ലംബകത്തിന്റെ പരപ്പളവ്

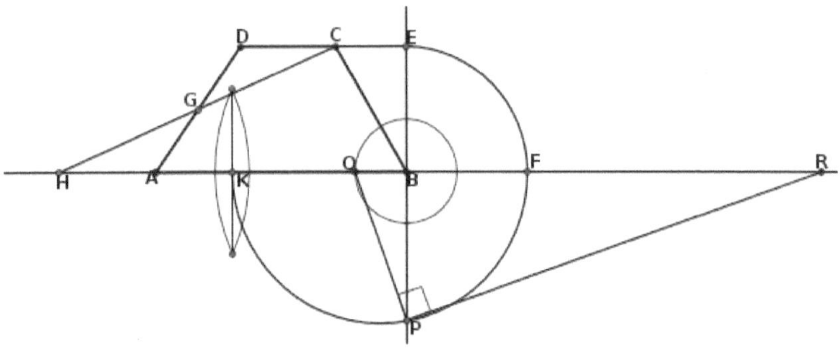

(2.4.3) **വരയും സമഷഡ്ഭുജവും**

k യൂണിറ്റ് നീളത്തിൽ AB എന്ന വര വരയ്ക്കുക. AB എന്ന വര B യുടെ ഭാഗത്തേക്ക് നീട്ടിവരച്ച ശേഷം അതിന് ലംബമായി B യിൽ കൂടി ഒരു വര വരയ്ക്കുക.

AB ഒരു ഭുജമാകത്തക്കവിധം A യിൽ 30° കോൺ നിർമിക്കുക. കോണിന്റെ മറ്റേ ഭുജം ലംബവരയെ P യിൽ ഖണ്ഡിക്കുന്നുവെന്നിരിക്കട്ടെ. $BP = \dfrac{k}{\sqrt{3}}$.

$PQ : QB = 1 : 2$ ആകത്തക്കവിധം Q എന്ന ബിന്ദു അടയാളപ്പെടുത്തുക.

അപ്പോൾ $BQ = \dfrac{2k}{3\sqrt{3}}$

ലംബവരയെ R ൽ ഖണ്ഡിക്കുന്ന വിധത്തിൽ B കേന്ദ്രമായി യൂണിറ്റ് വൃത്തം വരയ്ക്കുക.

QR വ്യാസത്തിൽ വരയ്ക്കുന്ന അർധവൃത്തം AB എന്ന വരയെ S ൽ ഖണ്ഡിക്കുന്നു.

$$BS^2 = BQ \times BR = \frac{2k}{3\sqrt{3}} \times 1 = \frac{2k}{3\sqrt{3}}. \qquad BS = \sqrt{\frac{2k}{3\sqrt{3}}}$$

BS വശമായി സമഷഡ്ഭുജം നിർമിച്ചാൽ അതിന്റെ പരപ്പളവ് k ചതുരശ്രയൂണിറ്റ് ആയിരിക്കും.

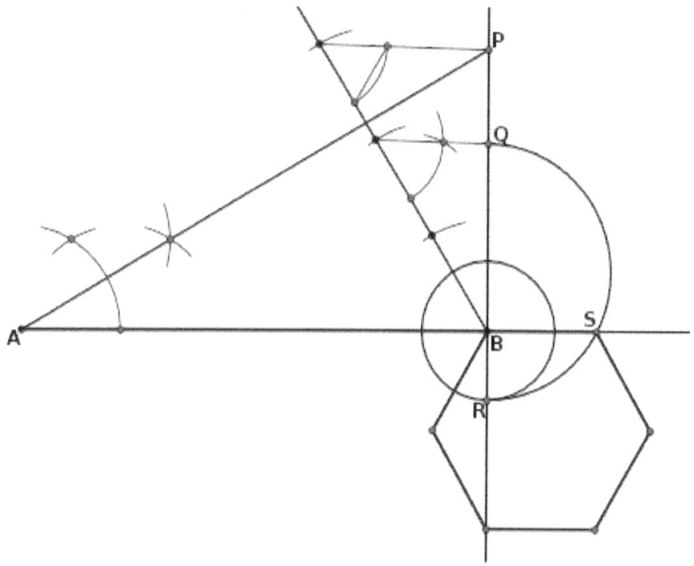

(2.4.6) **വരയും സമദശഭുജവും**

k യൂണിറ്റ് നീളത്തിൽ AB എന്ന വര വരയ്ക്കുക. AB എന്ന വര ഇരുഭാഗത്തേക്കും നീട്ടിവരച്ച ശേഷം അതിന് ലംബമായി B യിൽ കൂടി ഒരു വര വരയ്ക്കുക.

AC : CB = 3 : 2 ആകത്തക്കവിധം C എന്ന ബിന്ദു അടയാളപ്പെടുത്തുക. $BC = \frac{2k}{5}$.

18° കോണിന്റെ സമീപവശം BC ആകത്തക്കവിധം മട്ടത്രികോണം വരച്ചാൽ ആ കോണിന്റെ എതിർവശം $BC \times \tan 18^\circ$ ആയിരിക്കും. CB ഒരു ഭുജമാകത്തക്കവിധം C യിൽ 36° കോൺ നിർമിക്കുക.

$\angle ECK$ യുടെ സമഭാജി ലംബവരയെ P യിൽ ഖണ്ഡിക്കുന്നുവെന്നിരിക്കട്ടെ.

$\angle PCB = 18^\circ$ അപ്പോൾ $BP = \frac{2k}{5} \times tan18.$

ലംബവരയെ Q ൽ ഖണ്ഡിക്കുന്ന വിധത്തിൽ B കേന്ദ്രമായി ഒരു യൂണിറ്റ് ആരത്തിൽ വൃത്തം വരയ്ക്കുക. PQ വ്യാസത്തിൽ വരയ്ക്കുന്ന അർധവൃത്തം AB എന്ന വരയെ R ൽ ഖണ്ഡിക്കുന്നു.

$BR^2 = BP \times BQ = \frac{2k}{5} \times tan18 \times 1 = \frac{2k}{5} \times tan18$.

അപ്പോൾ $BR = \sqrt{\frac{2ktan18}{5}}$

BR വശമായി സമദശഭുജം നിർമിച്ചാൽ അതിന്റെ പരപ്പളവ് k ചതുരശ്രയൂണിറ്റ് ആയിരിക്കും.

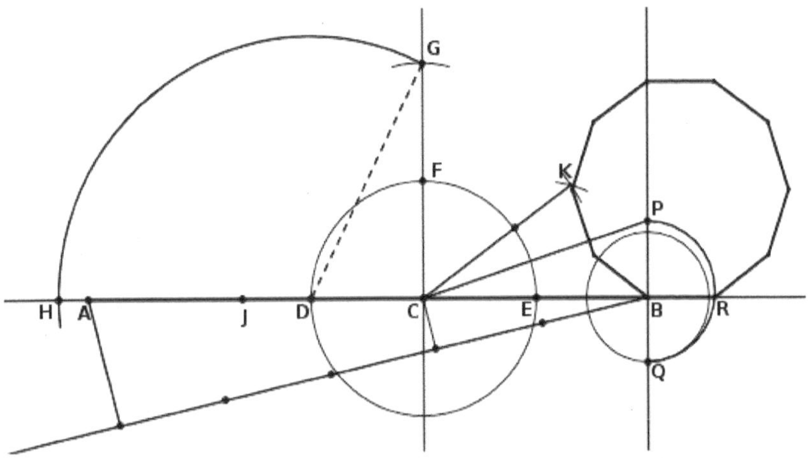

(2.4.7) വരയും സമദ്വാദശഭുജവും

k ചതുരശ്രയൂണിറ്റ് പരപ്പളവുള്ള സമദ്വാദശഭുജം നിർമിക്കുന്നതിന് , k യൂണിറ്റ് നീളത്തിൽ AB എന്ന വര വരയ്ക്കുക. AB എന്ന വര B യുടെ ഭാഗത്തേക്ക് നീട്ടിവരച്ച ശേഷം അതിന് ലംബമായി B യിൽ കൂടി ഒരു വര വരയ്ക്കുക. AC : CB = 2 : 1ആകത്തക്കവിധം C എന്ന ബിന്ദു അടയാളപ്പെടുത്തുക. $BC = \frac{k}{3}$.

CB ഒരു ഭുജമാകത്തക്കവിധം C യിൽ 60° കോൺ നിർമിക്കുക. കോണിന്റെ മറ്റേ ഭുജം ലംബവരയെ D എന്ന ബിന്ദുവിൽ ഖണ്ഡിക്കുന്നുവെന്നിരിക്കട്ടെ . അപ്പോൾ DC = $\frac{2k}{3}$, DB = $\frac{k}{3} \times \sqrt{3}$

D കേന്ദ്രമായി DC ആരത്തിൽ വരയ്ക്കുന്ന ചാപം , ലംബവരയെ B യുടെ കീഴ്ഭാഗത്ത് P യിൽ മുറിച്ചുകടക്കുന്നുവെന്നിരിക്കട്ടെ. DP = $\frac{2k}{3}$,

BP = DP - DB = $\frac{k}{3} \times (2 - \sqrt{3})$

ലംബവരയെ B യുടെ മുകൾഭാഗത്ത് , Q ൽ ഖണ്ഡിക്കുന്ന വിധത്തിൽ B കേന്ദ്രമായി ഒരു യൂണിറ്റ് ആരത്തിൽ വൃത്തം വരയ്ക്കുക. PQ വ്യാസത്തിൽ വരയ്ക്കുന്ന അർധവൃത്തം AB എന്ന വരയെ R ൽ ഖണ്ഡിക്കുന്നു.

$BR^2 = BP \times BQ = \frac{k}{3} \times (2 - \sqrt{3}) \times 1 = \frac{k}{3} \times (2 - \sqrt{3})$,

BR = $\sqrt{\frac{k(2 - \sqrt{3})}{3}}$

BR വശമായി സമദ്വാദശഭുജം നിർമിച്ചാൽ അതിന്റെ പരപ്പളവ് k ചതുരശ്രയൂണിറ്റ് ആയിരിക്കും.

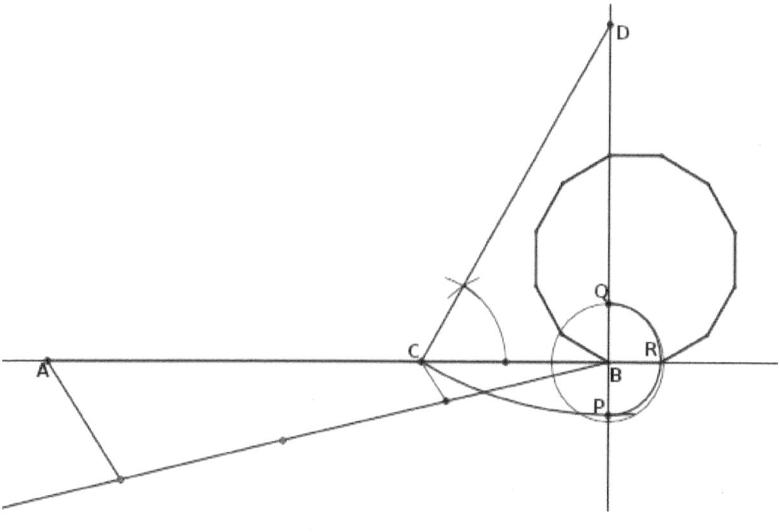

****

www.ingramcontent.com/pod-product-compliance
Lightning Source LLC
LaVergne TN
LVHW101427051026
849519LV00005BC/1898

* 9 7 8 9 3 4 9 7 2 6 4 8 2 *